विज्ञान पुत्रः ए. पी. जे. अब्दुल कलाम

व्यक्तिमत्त्व आणि कर्तृत्त्व

डॉ. संदीप कुमार शर्मा

डायमंड बुक्स

www.diamondbooks.in

प्रकाशक : डायमंड पॉकेट बुक्स (प्रा.) लि.
X-30 ओखला इंडस्ट्रियल एरिया, फेज-II
नई दिल्ली-110020

फोन : 011-40712200

ई-मेल : wecare@diamondbooks.in.

वेबसाइट : www.diamondbooks.in

संस्करण : 2025

मुद्रक : रेप्रो (इंडिया)

Vigyan Putra Dr. Abdul Kalam (Marathi)

By : Dr. Sandeep Kumar Sharma

समर्पित

विज्ञान पुत्राला समर्पित

स्वप्नं ते नाहीत, जे झोपेत येतात

स्वप्नं ते आहेत, जे झोपू देत नाहीत.

-डॉ. कलाम

प्रस्तावणा

विज्ञान ज्ञानाचे प्रयोगात्मक विश्लेषण आहे आणि आपल्या देशात ही पद्धत शतकापासून चालत आलेली आहे. ऋषींच्या या श्रंखलेत एक महत्त्वाचे नाव आहे अवुल पाकिर जैनुलाब्दीन अब्दुल कलाम, ज्यांना संपूर्ण जग डॉ. ए. पी. जे अब्दुल कलाम या नावाने ओळखते. 'मिसाईल मॅन' या नावाने सुप्रसिद्ध असणारे शास्त्रज्ञ डॉ. अब्दुल कलाम आपला गौरव आहेत.

भारतीय हवाई दलात पायलट होण्याचे त्यांचे स्वप्नं हाते पण ते पूर्ण होऊ शकले नाही. म्हणून निराश झालेल्या कलाम यांना त्यांच्या मोठ्या भावाने असे म्हणत प्रोत्साहन दिले की, तुझ्या नशीबात यापेक्षा अधिक आहे, निराश होऊ नकोस आणि पुढील प्रवासाची तयारी सुरू कर. एका सामान्य कुटूंबात जन्मलेल्या या डॉ. अब्दुल कलामसाठी हे स्वप्नं फार महत्त्वाचे होते. बालपणी आकाशात उडणारे पक्षी पाहून त्यांनाही आकाशाची उंची गाठण्याची मनापासून इच्छा होती आणि ती पूर्ण करण्यासाठी त्यांनी शिक्षण घेण्यात कोणतीही कसर सोडली नाही. ती कसर यशात रूपातंरीत न करणे हे उत्साही कलामसाठी खूप वेदनादायक ठरले असेल. ते निराश झाले पण आशा सोडली नाही.

त्यांचे वैज्ञानीक सल्लागार सृजन पाल सिंग यांनी त्यांना रोबोटिक्स, एयरोनोटिक्स, न्युरोसायन्सेस, पॅथॉलॉजि, पेलेन्टोलॉजि आणि भौतिक विज्ञान यासारख्या क्षेत्रात करिअर करण्याचा सल्ला दिला. हा सल्ला स्वीकारून डॉ. अब्दल कलाम यांनी वैमानीक होण्याचे स्वप्नं पूर्ण करण्यासाठी वैमानीक अभियांत्रिकीची निवड केली.

एकदा डॉ. एपीजे अब्दल कलाम यांनी त्यांच्या एका भाषणात म्हटले होते, मी वैमानिक अभियांत्रिकीला प्राधान्य दिले आणि नंतर रॉकेट अभियंता बनलो. त्यानंतर, अवकाश शास्त्रज्ञ झालो. 'त्यांनी वैमानिक अभियांत्रिकी, अंतराळवीर अभियंता आणि अवकाश शास्त्रज्ञांच्या भूमिकेत नवीन आयाम स्थापित केले.'

डॉ. एपीजे अब्दल कलाम यांनी वैमानिक अभियांत्रिकीचा अभ्यास केला आणि भारताच्या पहिल्या उपग्रह प्रक्षेपण वाहन एसएलव्हीच्या विकासात महत्त्वाची

भूमिका बजावली. भारताचे पहिले उपग्रह प्रक्षेपण वाहन एसएलव्ही - ३ हे त्यांच्या अथक प्रयत्नांचे फळ होते. त्यांनी भारतीय अंतरिक्ष अनुसंधान संस्था अर्थात इस्त्रोत दोन दशकापेक्षा अधिक काळ काम केले आणि प्रक्षेपण यान तंत्रज्ञानात प्राविण्य

प्राप्त केले. भारताचा मिसाईल कार्यक्रम त्यांच्या नेत्त्वाखाली यशस्वी झाला. त्यांनी अग्नि आणि पृथ्वीसारख्या स्वदेशी मिसाईलचे दिग्दर्शन करून मिसाईलचा विकास केला. डॉ. अब्दुल कलाम एकिकृत दिग्दर्शीत मिसाईल विकास कार्यक्रमाचे (आईजीएमडीपी) प्रमुख निर्माते होते. या कार्यक्रमाचा उद्देश भारताला मिसाईल तंत्रज्ञानात आत्मनिर्भर बनवणे हे होते. त्यांनी मे १९९८ मध्ये पोखरण - २ परमाणू परिक्षणात एक महत्त्वपूर्ण संघटनात्मक, राजकीय आणि तंत्रज्ञानात्मक भूमिका बजावली. डॉ. कलामने विभिन्न उपग्रह प्रक्षेपण यान (पीएसएलवी) आणि भूस्थीर उपग्रह प्रक्षेपण यान (जीएसएलवी) यांचा समावेश आहे.

अंतरिक्ष प्रवासी इंजिनिअरला लोकप्रिय करण्यात त्यांनी कोणतीही कसर सोडली नाही. डॉ. ए. पी. जे अब्दुल कलामला भारताचा मिसाईल मॅन यामुळेच म्हटल्या जाते. कारण त्यांनी भारतीय अंतरिक्ष कार्यक्रमात महत्त्वपूर्ण योगदान दिले. त्यांनी भारताच्या पहिल्या स्वदेशी उपग्रह प्रक्षेपण यान एसएलवी - ३च्या विकासात महत्त्वपूर्ण भूमिका पार पाडली आहे. जी १९८० मध्ये यशस्वी ठरली आणि रोहिणी उपग्रहला अंतरिक्षात पाठवले. त्यांनी एकट्याने मार्गदर्शन केलेले मिसाईल विकास कार्यक्रमाचे नेतृत्त्व केले, ज्यानुसार अग्नि आणि पृथ्वी सारख्या स्वदेशी मिसाईल्स विकसित झाले. त्यांनी अंतरिक्ष अनुसंधान साठी थुंबा इक्वेटोरियल रॉकेट लॉचिग स्टेशनची स्थापना करण्यात महत्त्वाची भूमिका बजावली. सुरक्षा अनुसंधान आणि विकास संघटनात काम करीत असताना अनेक अंतरिक्ष योजनेत योगदान दिले. एयरोस्पेस इंजिनिअरिंगमध्ये त्यांच्या कार्याने अनेक अंतरिक्ष आणि सुरक्षा कार्यक्रमाचा पाया रचण्यासाठी मदत झाली. डॉ. अब्दुल कलामने भारताच्या अंतरिक्षात एक महत्त्वपूर्ण शक्ती म्हणून स्थापन करण्यात महत्त्वपूर्ण भूमिका पार पाडली आहे.

डॉ. ए. पी. जे अब्दुल कलाम एक महान वैज्ञानीक आणि प्रशासक होते. ज्यांनी भारताच्या अंतरिक्ष कार्यक्रम आणि विकासात महत्त्वपूर्ण योगदान दिले. त्यांच्या कामामुळे आजही भारताचा अंतरिक्ष कार्यक्रम, विज्ञान आणि तंत्रज्ञान क्षेत्रात विकास होत आहे.

'अबुल पकिर जैनुलाब्दीन अब्दल कलाम' हे केवळ एक नाव नाही तर एक शब्दकोष आहे. या नावाचा विस्तृत अर्थ समजून घेण्यापुर्वी हे समजून घेणे गरजेचे आहे की ईश्वर मृत्यूलोकात प्रत्येक व्यक्तीला खास कार्यासाठी पाठवतो. काही खास कार्य करण्यासाठी लोकांना संपन्न कुटूंबात नाही पाठवले जात. तर त्याला अशा कुटूंबात पाठवले जाते, जिथे त्याला वास्तवाची जाणवी होईल. धार्मिक बनवतो म्हणजे त्याला

इतर धर्म समजतील आणि त्यांचा आदर करतील. सागर, धरती आणि आकाश या तीन गोष्टींना अब्दुल कलाम यांनी त्यांच्या बालपणीनच बरोबर समजून घेतल होते आणि वयाच्या पंन्नासीच्या आसपास त्यांनी त्यांचे आकाशात उडण्याचे स्वप्नं पूर्ण केले. डॉ. अब्दुल कलाम यांनी नेहमीच देवाचे आभार व्यक्त केले आणि कदाचित ईश्वर मनापासून त्यांचे आभार व्यक्त करीत असेल की ज्या उद्देशासाठी त्यांना धरतीवर पाठवले होते, तो उद्देश योग्यप्रकारे कलामांनी पूर्ण केला होता.

विज्ञान पुत्रः डॉ. ए. पी. जे अब्दुल कलाम, व्यक्तिमत्त्व आणि कतृत्त्व हे पुस्तक जगातील महान शास्त्रज्ञाचे बालपन आणि पंन्नासी या प्रवासाला समर्पित आहे. साधन, साधना आणि समर्पण साधनाची कमतरता असतानाही कसा एक तरूण साधानासाठी समर्पण देतो, ही कथा थोडक्यात सांगितली आहे. डॉ. अब्दुल कलाम साहेबांचे व्यक्तिमत्त्व आणि कतृत्त्व या पुस्तकात सांगणे शक्य नाही.

ज्ञान, विज्ञान, शास्त्रज्ञ ते राष्ट्रपती बनणे एखाद्या दैवी शक्तीपेक्षा कमी नाही. राष्ट्रपती बनल्यानंतरही त्यांच्यसाठी देशातील बालके महत्त्वाची राहिली. बालकांना राष्ट्रपती भवनात बोलावणे, महाविद्यालयात तरूणांना संबोधित करणे आणि वेळोवेळी एका शिक्षकाच्या भूमिकेत प्रेरणास्त्रोत बनणे, असे केवळ एखादा चमत्कारीक व्यक्तीच करू शकतो. ते बालकांना नेहमी म्हणायचे, स्वप्नं पहायची असतील तर मोठी पहा, मोठी स्वप्ने प्रेरणा देतात. त्यांना साकार करण्याची शक्ती प्रदान करतात. "असे शब्द तोच व्यक्ती वापरू शकतो, ज्याने मोठी स्वप्ने पाहिली आणि त्या स्वप्नांना साकार केले. इतिहास साक्षी आहे की प्रत्येक क्षेत्रात, प्रत्येक काळात, एक महान ब्रह्मपुत्र जन्माला येतो जो मनुष्याला त्याचे कर्तव्य आणि जबाबदारी सांगून आपल्यातून निघून जातो. गीतेत देखील म्हटले आहे, यद्यदाचरति श्रेष्ठस्तत्तदेवेतरो जनः स यत्प्रमाणं कुरुते लोकस्तदनुवर्तते। अर्थात, जो श्रेष्ठ कार्य करतो, दुसरे पण तसे करतात, इथे जो सिद्ध करतो,

सिद्ध करतो, जग त्याचे अनुकरण करते. आज डॉ. अब्दुल कलाम आपल्यात नसतील परंतु त्यांचे कार्य, त्यांची शिकवण आणि त्यांचे माग्दर्शन आपल्याला सदैव तत्पर ठेवते.

आशा आहे की वाचकांना हे पुस्तक प्रेरणा देईल. तरूणांना मार्गदर्शन करायला मदत करील आणि किशोरांना मोठी स्वप्ने पहायला तसेच त्यांना साकार करण्याची शिकवण देण्यास यशस्वी ठरेल.

नेहमीप्रमाणेच कुटूंबातील सर्व सदस्यांनी पूर्ण सहकार्य केले. मी सर्वांना उज्ज्वल भविष्याच्या शुभेच्छा देत आशीर्वाद देतो.

डायमंड बुक्सचे मालक तरूण जेष्ठ आदरणीय श्री. नरेंद्र वर्माजी यांचे विशेष आभार. ज्यांनी मला डॉ. ए. पी. जे अब्दुल कालाम यांच्या जीवनावर पुस्तक लिहिण्यास प्रेरित केले. आणि त्यांनी प्रकाशित करण्याची जबाबदारी देखील घेतली. हृदयापासून त्यांचे आभार. त्यांना दीर्घायु लोभो अशी मी प्रार्थना करतो.

वटपोर्णिमा २०२५
२६ मे, २०२५

-डॉ. संदीप कुमार शर्मा

अनुक्रमणिका

सर्वोत्तम कार्य काय असेल तर ते आहे, एखाद्या व्यक्तीच्या मनाला खुश करणे, एखाद्या उपाशी व्यक्तीला भोजन देणे, एखाद्या नाराज व्यक्तीला आंनदी करणे आणि एखाद्या जखमी व्यक्तीची सेवा करणे.....

-अब्दुल कलाम

व्यक्तिमत्त्व

संस्कृत पुस्तक वास्त्यायण कामसूत्रम् मध्ये वर्णन केलेले चौसष्ट कला मनुष्याच्या व्यक्तिमत्त्व विकासात महत्त्वपूर्ण योगदान देतात. गायन, वादन आणि नृत्यानंतर आज शिक्षण एक अशी कला आहे जी मनुष्याच्या व्यक्तिमत्त्वाला प्रकाशमान करते कारण की शिक्षणच व्यक्तीच्या जीवनदर्शन, जीवन शैली, जीवन कृत्य आणि त्याच्या कृतित्त्वाला आकार देते. विज्ञान पुत्र कलामचे व्यक्तिमत्त्व हाच संदेश देते.

एक शब्द कोष

अवुल पकिर जैनुलाब्दीन अब्दुल कलाम

कोणत्याही व्यक्तीला सर्वप्रथम ओळखले जाते ते त्याच्या नावावरून. सनातन धर्मात नामसंस्काराला प्राधान्य देण्यात आले आहे. बालकाच्या जन्मानंतर सर्वप्रथम नामकरण संस्कार केला जातो. जगात सनातन धर्म सर्वांत प्राचीन आहे. कालातंराने सर्व धर्मांने त्याच्या उदयासोबत नावाला महत्त्व देण्यास सुरूवात केली. धर्माला नाव दिले आणि हिच परंपरा कायम ठेवत अनुयायांना नाव देण्यात आले म्हणजे त्यांना वेगळी आणि खास ओळख निर्माण होईल. हेच कारण आहे की सर्व धर्मात व्यक्तींचे वेगवेगळी नावं आढळतात. भाषा आणि उच्चार वेगळी असतीलही परंतु शब्दांचा अर्थ सर्व भाषेत एकसमानच असतो.

नाव नाही शब्दकोष

जगप्रसिद्ध नाव आहे: 'अवुल पकिर जैनुलाब्दीन अब्दुल कलाम' हे केवळ नाव नाही तर एक शब्दकोष आहे. या नावाचा विस्तृत अर्थ समजून घेण्यापुर्वी हे समजून घेणे अत्यंत आवश्यक आहे की ईश्वर मृत्यू लोकात व्यक्तिला एक खास उद्देश पूर्ण करण्यास पाठवतो. त्यात चांगले आणि वाईट, दोन्हीही कामं आले. परंतु ईश्वरद्वारा प्रदान केलेले कार्य काही लोकच पूर्ण करण्यात यशस्वी होतात. अवुल पकिर

जैनुलाब्दीन अब्दुल कलाम हे नाव एक शब्दकोष आहे. हा एक शब्दकोष आहे हे समजून घेणे आपल्यासाठी गरजेचे आहे. यामुळे की काही फारच थोडे लोक आपल्या नावाला सार्थक करतात. नावाचे महत्त्व आणि गौरव सिद्ध करतात. अबुल शब्दाचा अर्थ होतो, स्वतंत्र, पृथक, विदारण, भू-उपदारण. व्यक्तिीच्या जीवनात हे शब्द फार महत्त्वाचे आहेत. अलगाव, म्हणजे असा व्यक्ति द्वेषापासून दूर असतो. तो अशा लोकापासून दूर रहातो ज्याला सामाजिक सोहार्द मान्य नसतो. तो मानवी दुष्टकोणातून सर्वांना समान पाहू इच्छितो. भू-उदारणासारखा व्यवहार करीत नाही. तो असे यामुळे करीत नाही की कारण तो परिक आहे. परिक शब्दाचा अर्थ आहे, कल्पना केलेले. विचार केलेला, मनात असलेला. परिकल्पना शब्दाचा अर्थ देखील असाच होतो. अशा व्यक्तीची एकच कल्पना असते की सर्व लोकांनी शांततेने रहावे. सोबत रहावे. तो विचार करतो की आपल्या सर्वांचे रक्त लाल आहे, तर शत्रुत्व का? शेवटी तो मनात संकल्प करतो की आपले संपूर्ण जीवन मानवी कल्याणाला समर्पित करील. तेव्हाच तो बनतो जैनुलाब्दीन. जैन-उल-अबिदीन म्हणजे आभूषण. तण-मन समर्पित, सर्व धन देखील समर्पित. का? कारण ते मानवी मूल्यांच्या उपासकाचे आभूषण बनतात. प्रेरणा स्त्रोत बनतात. ते स्वतःला अब्दुल समजून सेवेत तल्लीन होतात.

अब्दुल शब्दाचे अनेक अर्थ आहेत. सेवक, दास, ज्ञान, इत्यादी. हा अरबी भाषेतील शब्द आहे. जो अरबीच्या 'अब्द' अल शब्दापासून बनला आहे. इथे 'अब्द' चा अर्थ आहे-सेवक, दास, गुलाम, अनुचर आदी. 'अल' शब्दाचा अर्थ आहे - हरताल. हरताल हा पिवळया रंगाचा खनिज पदार्थ आहे. याचा आणखी अर्थ विष किंवा जहर आणि विंचूचा डंख असाही होतो. भाषातज्ज्ञाच्या नुसार 'अल' शब्दाचा वापर इंग्रजीच्या 'द' सारखा केला जातो.

कलाम शब्दाचा अरबी अर्थ वाक्यशास्त्र आहे. ज्याला इल्म अल-कलाम म्हटले जाते. कलाम शब्द कविता, चर्चा, वार्तालाप, गप्पा, कथन, शासनादेश, आदेश आदींचा संगम आहे. कलाम हे असे ज्ञान आहे ज्याद्वारा विश्वासाला तार्किक पुराव्याने सिद्ध करतात, मीमांसा अथवा तर्कशास्त्र.

नज्म, छंदाच्या रूपात परिवर्तित केलेला काव्य, शेर, शायरी, चर्चेत आवाजाचा चढ-उतार, शैली अर्थात ढंग, गप्पा, बहाणा, आपत्ती, वाद-विवाद, शंका. प्रश्न आणि उत्तर, स्वार्थ, साठी आदी अर्थाने प्रचलित आहे. आपल्या नावाला सार्थक केले माजी राष्ट्रपती अवुल पकिर जैनुलाब्दीन कलाम साहेबांनी.

जैनुलाब्दीन अब्दुल कलाम अविवाहीत होते. शाकाहारी कलामने आयुष्यभर ब्रह्मचर्य पालन केले.

सुरुवातीचे जीवन

असे म्हणतात की डॉ. कलामचे पूर्वज श्रीमंत मरकायर व्यापारी आणि जमीनदार होते. ज्यांच्याकडे कितीतरी संपत्ती आणि जमीनीचे मोठे पट्टे होते. मरकायर किणारी तामिळनाडू आणि श्रीलंकेत आढळणारा एक मुस्लीम जातीय समूह आहे जो अरब व्यापारी आणि स्थानीक महिलांचे वंशज असल्याचा दावा करतात. कौटूंबिक व्यापारात मुख्य भूमि आणि बेटांच्या मध्ये आणि श्रीलंकेतून आणि श्रीलंकेमध्ये किराणा मालाचा व्यापार याचा समावेश होता. सोबतच मुख्य भूमि आणि पवनमध्ये तीर्थयात्रीकरू यांना नेणे - आणणे याचा समावेश होता. सन १९१४ मध्ये मुख्य भूमिसाठी पूल बांधल्यानंतर व्यापार विस्कळीत झाला आणि सन १९२० च्या दशकापर्यंत पैतृक घराशिवाय परिवारांची संपत्ती नष्ट झाली. कलामच्या जन्मापर्यंत परिवार गरीबीसोबत झगडत होता.

अवुल पकिर अब्दुल कलामचा जन्म १५ ऑक्टोबर, १९३१ रोजी रामेश्वरम जवळच्या धनुषकोडी एका तामिळ मुस्लिम कुटूंबात झाला. त्यावेळी मद्रास प्रेसिडेंसीचा हा भाग होता. त्यांचे वडील जैनुलाब्दीन सागरी व्यापारी, ना जास्त शिकलेले होते ना श्रीमंत. त्यांच्या आईचे नाव अस्सीमा होते. ती एक गृहीणी होती. वडील मच्छिमारांना नाव किरायाने देत असत. त्यांच्या वडीलाकडे एक नाव होती जिचा उपयोग ते हिंदू तीर्थ यात्रेकरूंना रामेशवरम ते धनुषकोडीच्या मध्ये ने-आण करण्यासाठी वापरत असत. त्यावेळी भारतात एकत्रित कुटूंब असत. कुटूंबाचा अंदाज या वरून लावला जाऊ शकतो की ते पाच भाऊ आणि पाच बहिणी होत्या. एकाच घरात तीन कुटूंब रहात असे. आर्थिक तंगी होतीच पण प्रेमात कसलीही तंगी नव्हती.

कलाम त्यांच्या भांवडात सर्वात लहान होते. असीम जोहार सर्वांत मोठी बहिण होती. तिच्या नंतर तीन मोठे भाऊ होते. मोहम्मद मुथु मीरा लेब्बाई मराईकयार, मुस्तफा कलाम आणि कासिम मोहम्मद होते. सर्वांत लहान असल्याने कुटूंबातील सर्व सदस्य कलामांचा लाड करीत आणि डॉ. कलाम देखील आपल्या कुटूंबावर प्रेम करीत. अतिशय प्रेम होते. जगातील प्रसिद्ध व्यक्ती बनल्यानंतरही त्यांचे त्यांच्या कुटूंबावरचे प्रेम कमी झाले नाही. त्यांचे आजोबा समाजातील प्रतिष्ठीत व्यक्तीपैकी एक होते. आईकडील लोकांचा फार सन्मान असे. इंग्रजाने त्यांच्या आईच्या एका वंशजाला बहाद्दुर ही पदवी प्रदान केली होती.

बालपण

डॉ. कलाम यांचे बालपण इतर बालकाप्रमाणेच गेले. ते आपल्या आई सोबत राहून घरात खाली बसून केळीच्या पानावर भात, सुगंधीत तसेच स्वादिष्ट सांभार, ताजी नारळाची चटणी आणि आईने बनवलेले लोणचे खात असत. बालपणीच्या त्या आनंदी दिवसांना ते कधी विसरले नाहीत.

त्यांचे बालपण मुस्लिम वस्तीत गेले. तिथे थोडेफर हिंदू कुटूंब देखील होते. सर्व हिंदू कुटूंब मुसलमान कुटूंबासोबत मिळून मिसळून वागत असत. तिथे असणाऱ्या जुन्या मस्जिदीत ते वडीलासोबत नमाजासाठी जात. अरबी भाषेत नामज अदा केली जात असे. त्यातले कलामांना काही समजत नसे. त्यांना इतकेच माहित होते की भाषा कोणतीही असली तरी ती ईश्वरापर्यंत पोहचते. त्यांच्या वडीलांचा आदर सर्व धर्मातील लोक करीत असत. सायंकाळी नमाजानंतर मस्जिदीबाहेर लोकांची गर्दी जमलेली असे. मस्जिदीबाहेर बसलेले लोक पाण्याचा लोटा वडीलासमोर करीत. वडील त्यात बोटे बुडवत आणि काहीतरी पुटपुटत. बरे झालेले लोक आभार व्यक्त करायला आमच्या घरी येत. वडील हसत आणि दयाळू अल्लाहाचे आभार व्यक्त करायला सांगत. बालक कलामसाठी हे चमत्कारापेक्षा वेगळे नव्हते.

हे त्यांचे मोठेपण आहे की इतके मोठे शास्त्रज्ञ झाल्यानंतरही आपल्या कुटूंबातील लहानमोठे प्रसंग सार्वजानिक करायला त्यांना संकोच वाटला नाही. वडीलांनी नाव तयार करण्याचे काम सुरू केले, त्यावेळी कलामचे वय अवघे सहा वर्षाचे होते. त्या बोटी धनुषकोडी ते रामेशरम तीर्थयात्रेकरूंना घेऊन जाण्यासाठी उपयोगी पडत. एक स्थानीक ठेकेदार अहमद जलालुद्दीन यांच्यासोबत वडील सागरी किणारी बोटी तयार करण्याचे काम करीत. पुढे जलालुद्दीनचे लग्न कलाम यांची मोठी बहिण जोहरा हिच्यासोबत झाले.

कोणताही धर्म, समूह, जाती, क्षेत्रात प्रत्येक मूल एक विशेष आर्थिक सामाजिक आणि भावनात्मक वातावरणात काही वांशीक गुणासहित जन्म घेत असते. त्यांच्यावर झालेल्या संस्कारानुसारच ते मोठे होतात. कलामांना वांशीक वारसा म्हणून प्रमाणिकपणा आणि स्वयंशिस्त मिळाली. आईकडून ईश्वरावरील श्रद्धा आणि दयाभाव मिळाला.

सागराचा मधूर आवाज बालक कलामाच्या जगण्याचा भाग बनला होता. तो आवाज ऐकला नाही तर काहीतरी राहून गेल्यासारखे वाटायचे. सागरात उठणाऱ्या लाटा मान्सुनच्या तीनही महिन्यात असत. या ठिकाणच्या रहिवाशांना या सगळ्या

गोष्टीची जणू सवयच झालेली असते. अब्दुल कलाम त्यांच्या जुन्या वडीलाच्या घरात वास्तव्य करीत असत. एकोणीसव्या शतकात ते चुणा आणि दगडे व ईटाने बांधले होते. अर्थातच या घरात आधुनिक असे अलिशान सोयी नव्हत्या. परंतु घर प्रेमाने ओतप्रोत भरलेले होते.

रामेशवरम बेटावर जीवन व्यतीत करणे आनंददायी होते. इथेच अब्दुल कालाम मोठे झाले. सागराच्या उंच उंच लाटा. लाटांचे वारंवार वर खाली होणे, अशाप्रकारे पंबन पुलावरून ये-जा करणाऱ्या रेल्वेगाडीचा आवाज अब्दुल कलामांच्या जीवनासोबत जोडल्या गेला. पक्षांचा किलबिलाट आणि विहार, हवेतला गोडवा या सर्व गोष्टी कलामांच्या बालपणीचा भाग होता. कलाम आणि कलामचे शेजारी यांचे जीवन जगण्याचे साधन देखील सागरच होता. कोणत्या न कोणत्या प्रकारे सागरासोबत नाते जोडले गेले होते. मग ते मच्छिमार म्हणून असेल किंवा बोटीचे मालक म्हणून असेल.

शिक्षण

ज्यावेळी कलाम रामेशवरमच्या प्राइमरी शाळेत पाचवीला होते. त्यावेळी एक वेगळीच घटना घडली. एक नवीन शिक्षक वर्गात आले. अब्दुल कलाम टोपी घालत असत. म्हणजे कोणीही म्हणेल की हा मुस्लिम आहे. ते पहिल्या बेंचवर जाणवे परिधान केलेल्या रामानंद शास्त्रीच्या सोबत बसलेले असत. नवीन शिक्षकाला हिंदू मुलाच्या जवळ मुस्लिम मुलाने बसावं, हे काही ठीक वाटले नाही. त्यांनी कलामांना मागील बेंचर बसण्यास सांगितले. अब्दुल कलामांना फार वाईट वाटले. रामानंद शास्त्रीला देखील हा बदल आवडला नाही. अब्दुल कलांमाना मागच्या बेंचवर बसवल्याने रामानंद शास्त्री काही उदास असल्यासारखे दिसत होते. त्याच्या चेहऱ्यावर जे रडवेलेपणाचे भाव होते, त्याची अब्दुल कलामवर प्रभाव पडला. शाळा सुटल्यावर रामानंद शास्त्रीने वर्गात घडलेला सगळा प्रकार घरी सांगितला. हे ऐकून लक्ष्मण शास्त्रीने शिक्षकाला बोलावून घेतले आणि म्हटले, तुम्ही अशाप्रकारे लहान मुलांच्या मनावर सामाजिक भेदभावाचे बीज नाही रोवले पाहिजे. अब्दुल कालाम आणि रामानंद शास्त्री दोघेही त्यावेळी तिथे हजर होते. लक्ष्मण शास्त्रीने स्पष्ट शब्दात सांगितले की शिक्षकानी माफी मागावी किंवा शाळा सोडून निघून जावे. त्या शिक्षकाने केलेल्या व्यवहाराचे फक्त दुःखच झाले नाही तर लक्ष्मण शास्त्रीच्या कडक स्वभाव आणि धर्मनिरपेक्षतेवरचा त्यांचा विश्वासामुळे त्या तरूण शिक्षकावर चांगलाच परिणाम झाला. दुसऱ्या दिवशी अब्दुल कलाम आणि रामानंद शास्त्री पुन्हा पहिल्या बेंचवर सोबत बसले.

अब्दुल कलामच्या जीवनावर त्यांच्या वडीलांचा मोठा प्रभाव होता. त्यांचे वडील अधिक शिकलेले नव्हते. वडीलाची एकाग्रता आणि त्यांनी दिलेले संस्कार कलामांच्या फार उपयोगी पडले. कलाम पाच वर्षाचे झाल्यावर त्यांना रामेश्वरमच्या पंचायतच्या प्राथमिक शाळेत दाखल केले. त्यांचे शिक्षक इयादुराई सोलोमन त्यांना म्हणाले, "जीवनात यश तसेच अनुकूल परिणाम प्राप्त करण्यासाठी तीव्र इच्छा, आस्था, अपेक्षा या तीन गोष्टी चांगल्या समजून घेऊन त्यावर प्रभुत्व मिळवता आले पाहिजे."

पाचवीच्या वर्गात शिकत असताना त्यांचे शिक्षक पक्षाच्या उडण्याच्या पद्धती समजावून सांगत होते. विद्यार्थ्यांच्या लक्षात न आल्याने शिक्षकांनी त्यांना सागरी किणाऱ्यावर घेऊन गेले. जिथे त्यांनी प्रत्यक्षात उडत असलेले पक्षी दाखवले. उडणाऱ्या पक्षांना पाहून कलामांनी ठरवले की ते असेच काहीतरी करतील. शाळेत असताना ते काही फार हुशार विद्यार्थी नव्हते. पण शिकण्याची तीव्र इच्छा असणारे ते होते. गणितामध्ये त्यांना अधिक रस होता, त्यातच ते त्यांचा वेळ घालवत.

कलामचे शिक्षक सकाळी चार वाजता गणिताचे वर्ग घेत असत म्हणून त्यांनाही सकाळी चार वाजता उठावे लागत असे. अब्दुल कलामने आपले शिक्षण चालू ठेवण्यासाठी वर्तमान पत्रे वितरीत करण्याचे काम देखील केले. आर्थिक विवंचना असल्याने शिक्षणासाठी कलामांना बराच संघर्ष करावा लागला. त्यांना पहिल्यापासूनच शिक्षणात आवड होती.

दुसऱ्या महायुद्धाच्या कथा कशा त्यांच्या जीवनाचा भाग बनल्या? याचा उल्लेख करीत ते त्यांच्या पुस्तकात सांगतात, बालपणी लढाऊ विमानांचे असणारे फोटो आणि दुसऱ्या जगातिक युद्धाच्या कथा वर्तमान पत्रातून वाचणे त्यांना आवडत असे. पाचवीच्या वर्गात असल्यापासूनच पहिला रोजगार म्हणून त्यांनी वर्तमान पत्रे वितरीत करण्याचे काम केले. त्यांच्या बंधूची सायकल त्यांना या कामी उपयोगी पडली. सकाळी पाच वाजता कलाम तमिळ पेपरचा बंडल घेऊन कार्यालये, चहाचे स्टॉल आणि कधी कधी घरोघर जात असत. त्यांनी लिहिले आहे की स्टेशनवरून निघण्यापुर्वी ते बेंचवर बसून दैनिक 'दिनामणि' चा एक डाव खेळत. वाचत. पहिले पान नेहमी वाचनीय असे. ज्यात लढाऊ विमानांचे फोटो आणि दुसऱ्या जागतिक युद्धाच्या बातम्या असत.

त्यांच्या घराजवळच एक शिव मंदीर रामेशरमचे तीर्थस्थान आहे. मंदीराचे मोठे पुजारी लक्ष्मण शास्त्री मित्राचे वडील होते. बालपणापासूनच मित्र आणि कलाम त्यांच्या धार्मिक गोष्टी तल्लीन होऊन ऐकत असत.

किशोर आवस्थेत कलाम साहेब त्यांच्या वडीलांना नमाजाच्या संदर्भात अनेक प्रश्न विचारत असत. त्यांचे वडील एकदा त्यांना सांगितले होते, 'नमाजात रहस्यमय असे काहीच नाही. नमाजामुळे लोकांमध्ये बंधुभावाची भावना वाढीस लागते. ज्यावेळी तू नमाज अदा करतोस त्यावेळी तू शरीराने ब्राह्मांडासोबत जोडल्या जातोस ज्यात संपत्ती, वय, जात, किंवा धर्म सगळं समान होऊन जातं."

त्यांनी वडीलांकडून धर्माच्या कठीण अशा धारणा शिकून घेतल्या. 'स्वतः त्यावेळी, त्याच्या ठिकाणी, जे वास्तवात आहे, आणि ज्या आवस्थेत आहे - चांगल्या किंवा वाईट, प्रत्येक व्यक्ती देखील त्याप्रमाणे दैवी शक्ती रूपी ब्रह्मांडात एक खास भाग म्हणून असतो, तर आपण संकटे, दुःख किंवा समस्या यांना का घाबरावं? जेव्हा संकटे किंवा समस्या येतात तेव्हा त्याची कारणे शोधण्याचा प्रयत्न करा. संकटं नेहमी आत्मचिंतन करण्याची संधी देतात. जिज्ञासा कमी होण्याऐवेजी वाढली.

आपल्या मुलाची जिज्ञासा कमी करण्यासाठी ते पुढे म्हणाले, 'एखादा एखाद्या संकटात सापडल्यावर त्याला वाटते की असा एखादा मित्र पाहिजे जो त्याला यातून बाहेर काढण्याचा मार्ग दाखवील. वारंवार त्रस्त करणारी इच्छा तहानेसारखी असते. परंतु तहान भागवणारा कोणी ना कोणी भेटतोच. जी माणसं अडचणीच्या प्रसंगी माझ्याकडे येतात, मी त्यांच्यासाठी प्रार्थनेच्या माध्यमातून त्यांच्यासाठी ईश्वरी शक्तीसोबत जोडयाचे साधन बनतो. प्रत्येक वेळी, प्रत्येक ठिकाणी हे लागू होत नाही, हे पण खरे आहे. आणि तसे होऊ पण नाही. 'या विचारधारेने कलाम सारख्या किशोराला उर्जेने ओतप्रोत भरले.'

बालपणी कलामचे एक मित्र होते जलालुद्दीन. तो वयाने कलामपेक्षा मोठा होता. होते जिवलग मित्र. ते दोघे बहुदा धार्मिक विषयावर चर्चा करीत. रामेशरम सारखे

तीर्थक्षेत्र असल्याने हे वातावरण त्यांच्या धार्मिक चर्चेसाठी पोषक ठरले. जवळच एक शिवमंदीर होते. या मंदिराची परिक्रमा ते बाहेरून आलेल्या भक्ताप्रमाणेच करीत. अशी परिक्रमा केल्यावर दोघानांही फार ताजेतवाणे वाटे.

कलामचा मित्र ईश्वराबद्दल अशा गोष्टी करी की जणू काही त्याचे ईश्वरासोबत तादात्म्य आहे. कोणी कामाचा माणूस असो. तो मोठ्या आत्मविश्वासाने त्याच्यासोबत ईश्वरासमक्ष त्याच्या सर्व शंका अशाप्रकारे मांडत असे जशा की तो त्याची उत्तरे देणार आहे. त्याच्या अशा श्रद्धेमुळे कलाम त्याच्याकडे एकसारखा बघत रहायचे. अब्दुल कलाम जिज्ञासावश मंदिराभोवती परिक्रमा करणाऱ्या भक्तावर नजर ठेवत जे समुद्रात डुबक्या मारत असत. पूर्ण धार्मिक विधी करणाऱ्या लोकांना ते पहात असत. ते श्रद्धाळू त्या अज्ञाताकडे आदर भावाने प्रार्थना करीत ज्याला निराकार सर्वशक्तीमान समजले जाते. कलामांना थोडीही शंका उरली नाही की मंदिरात केलेले प्रार्थना जशी देवाला पोहचते तशीच मस्जिदमध्ये अदा केलेला नमाज देखील अल्लाहपर्यंत पोहचत असावा. त्यांना आश्चर्य तेव्हा होत असे जेव्हा जलालुद्दीन ईश्वारासोबत विशेष प्रकारचा संबंध कायम करण्याची गोष्ट करी.

दरवर्षी होणारी श्री सीता - राम विवाहादरम्यान अब्दुल कलामचा परिवार विवाह स्थळपर्यंत भगवान श्रीरामांची मूर्ती घेऊन जाण्यासाठी विशेष प्रकारच्या बोटींचा बंदोबस्त करीत असत. हे विवाह स्थळ तलावाच्या मधोमध स्थित होते. त्याला रामतीर्थ म्हणत असत. ते त्यांच्या घराजवळच होते. माझी आई आणि आजी मुलांना झोपताना रामायणातील गोष्टी आणि मुहम्मद यांच्याशी सुसंगत गोष्टी सांगत असे.

काही वास्तवीक घटना कालांतराने गोष्टी बनतात. एका दिवशी एक सज्जन धोतर परिधान करून, शाल ओढून तिरूअतंपुरम मध्ये सागरी किणाऱ्यावर बसून भगवत गीतेचे वाचन करीत होते. त्यावेळी तिथे एक तरूण येऊन बसला. त्या सज्जनाच्या हातात भगवत गीता पाहून तरूण म्हणाला, 'अशी पुस्तके वाचण्याला काही अर्थ आहे? जग चंद्रावर गेली आहे आणि अद्यापही आपण गीता आणि रामायणातच अडकून पडलात?'

त्या सज्जनने तरूणाला विचारले, 'गीतेबद्दल तुला काय माहित आहे?' तरूणाने प्रश्नाचे उत्तर नाही दिले आणि उत्साहाने म्हटले, हे सगळं वाचून काय होईल? मी तर विक्रम साराभाई अनुसंधान संस्थेचा विद्यार्थी आहे. मी एक शास्त्रज्ञ आहे. माझ्यासाठी गीतावाचन काही कामाचे नाही.

तरूणाचे बोलणे ऐकून तो सज्जन हसू लागला. तो काही बोलण्याच्या आतच तिथे मोठ्या दोन कार येऊन उभ्या राहिल्या. एका कारमधून दोन कंमाडोज आणि दुसरीतून एक सिपाई उतरला. सिपायाने कारचा मागचा दरवाजा उघडला, सलामी दिली आणि दरवाज्याजवळ उभा राहिला. तो सज्जन जो गीता पठण करीत होता, तो त्या कारमध्ये बसला. ते पाहून तो तरूण चकित झाला. त्याला वाटले की तो व्यक्ती एखादा प्रसिद्ध व्यक्ती असावा. तो सज्जन कोण होता हे समजून घेण्यासाठी तो तरूण गाडीजवळ गेला आणि विचारले, 'सर, आपण कोण आहात?'

या सज्जनने हळू आवाजात उत्तर दिले, 'मी विक्रम साराभाई आहे.' हे ऐकून तो तरूण चकितच झाला. त्यानंतर त्या तरूणाने भगवत गीता वाचली. रामायण, महाभारत आणि इतर वैदिक ग्रंथ देखील वाचले. गीतेचा त्याच्यावर मोठा प्रभाव पडला. त्या तरूणाने त्याच्या आत्मकथेत लिहिले आहे, 'गीता एक विज्ञान आहे आणि भारतीयांसाठी आपला गर्व करावा असा सांस्कृतिक वारसा आहे.' तो तरूण दुसरा तिसरा कोणी नसून मिसाईल मॅन डॉ. ए. पी. जे अब्दुल कलाम होते.

व्यावसायिक विचार

कलाम साहेब बोटी तयार होत असताना पहात राहिले आणि त्यांना वाटले की ते यापेक्षाही चांगल्या बोटी बनवतील. त्यांच्या वडिलांचा व्यवसाय खूप चांगला चालला होता. एके दिवशी ताशी शंभर कि. मी वेगाने वारा वहात होता आणि समुद्रात वादळ आले होते. सेथुक्काराईचे काही लोक आणि त्यांच्याबोटी वादळात वाहून गेल्या आहेत. पंबन पूलही तुटला आणि प्रवाशांनी भरलेली ट्रेन अपघातात दुर्घटनाग्रस्त झाली. आतापर्यंत त्यांनी समुद्राचे सौंदर्य पाहिले होते. त्या

समुद्री वादळाने त्यांना हारवून टाकले. त्यांच्या प्रचंड आणि अनियंत्रित उर्जेने त्यांना आश्चर्यचकित केले.

पुस्तक प्रेमी

त्या काळात पुस्तके ही उत्सुकता पूर्ण करण्याचे एक साधन होते. बाजारात पुस्तके उपलब्ध होती पण ती विकत घेऊन वाचणे शक्य नव्हते. त्यांच्यासाठी बालपणात पुस्तके ही एक दुर्मिळ वस्तू होती. माजी क्रांतीकारी आणि ज्वलंत राष्ट्रवादी एस. टी. आर. माणिकम यांचे शहरात एक खाजगी ग्रंथालय होते. माणिकम अब्दुल यांना ओळखत होते. माणिकम अब्दुल यांना नेहमीच वाचनासाठी प्रोत्साहीत करायचे. एस. टी. आर. माणिकम यांच्या खाजगी ग्रंथालयाचे दरवाजे नेहमीच उघडे असायचे. ते वाचण्यासाठी त्यांच्या घरातून पुस्तके आणत असत.

बुद्धिमत्ता कौशल्य

सन १९३९ मध्ये दुसऱ्या जागतिक युद्धाच्यावेळी अब्दुल कलाम केवळ आठ वर्षाचे होते. त्यावेळी बाजारात चिंचेच्या बियांची मागणी अचानक वाढली. अब्दुल कलाम यांना यामागील कारण माहित नव्हते. त्यांना फक्त एवढेच समजले की चिंचेच्या बिया गोळा करून विकता येतात. कोणाचाही सला न घेता, त्यांनी चिंचेच्या बिया गोळा करायला सुरूवात केली आणि मस्जिद गलीतील एका किराणा दुकानात विकायला सुरूवात केली. यातून त्यांना दररोज एक आणे मिळत असे. हा व्यावसाय बराच काळ चालू राहिला.

जलालुद्दीन महायुद्धाच्या बातम्या अब्दुल कलाम यांना सांगत असत. त्यांना इतकी उत्सुकता होती की ते 'दिनमणी' नावाच्या वृत्तपत्राच्या मंथळयामध्ये जलालुद्दीनने सांगितलेल्या बातम्या शोधण्याचा प्रयत्न करायचे. कधी त्यांना त्या सापडायच्या तर कधी सापडत नसत. महायुद्धाचा अब्दुल कलाम यांच्या जीवनावर कोणताही परिणाम झाला नाही. मित्र राष्ट्राच्या सैन्यात सामील होण्यासाठी भारतावर दबाव आणला गेला. देशात एक प्रकारची आणीबाणी जाहीर करण्यात आली. परिणामी रामेश्वरम स्टेशनवर ट्रेन थांबणे बंद झाले. अशा परिस्थितीत रामेश्वरम आणि धनुषकोडी दरम्यान धावत्या ट्रेनमधून वर्तमानपत्रांचे गठ्ठे खाली टाकले जात असत. मग वत्तपत्रांचे वाटप करणारे शमशुद्दीन एका मदतनीसाचा शोध घेत असत जो त्यांना वर्तमानपत्रांचे गठ्ठे उचलण्यास मदत करू शकेल. अब्दुल कलाम पुढे आले आणि शमशुद्दीनला मदत करू लागले. अशाप्रकारे त्यांना शमशुद्दीकडून पहिला पगार मिळाला. हा पहिला पगार ते विसरू शकले नाहीत. कठोर परिश्रमातून मिळालेला पहिला पगार कोण विसरू शकेल? त्यांना मिळालेल्या पहिल्या पगाराचा अभिमान होता.

बालपणीचे मित्र

अब्दुल कलाम यांनी त्यांच्या आयुष्यातील बराच काळ जलालुद्दीन आणि शमशुद्दीन यांच्यासोबत घालवला. बालपणात दोघांचेही एक वेगळे योगदान होते. त्यामुळे त्यांच्या आयुष्यात अनेक बदल झाले. जरी दोघांनीही कोणत्याही शाळेत शिक्षण घतले नव्हते. तरीही, जलालुद्दीन आणि शमशुद्दीन खूप हुशार होते. ते अब्दुल कलाम यांच्या अव्यक्त संदेशांना इतक्या लवकर उत्तर देत असत की बालपणात कलाम त्यांच्यात कोणतीही शंका न घेता त्यांची सर्जनशीलता व्यक्त करू शकले.

या दोघांव्यतिरिक्त, कलाम यांचे बालपणीचे तीन जवळचे मित्र होते, रामानंद शास्त्री, अरविंदन आणि शिवप्रकाशन. हे तिघेही ब्राह्मण कुटूंबातील होते. रामानंद शास्त्री हे रामेश्वरम मंदीराचे मुख्य पुजारी पक्षी लक्ष्मण शास्त्री यांचे पुत्र होते. त्यांच्या धर्म, संगोपन आणि शिक्षण वेगवेगळे असल्याने मुलांमध्ये कोणताही भेदभाव नव्हता. ते मोठे झाल्यावर, रामानंद शास्त्री त्यांच्या वडिलांच्या जागी रामेश्वरम मंदिराचे पुजारी बनले. अरविंदन यांनी यात्रेकरूंना नेण्यासाठी टेम्पो चालवण्याचा व्यवसाय सुरू केला आणि शिवप्रकाश दक्षिण रेल्वेसाठी केटरिंग कॉन्ट्रक्टर बनले. प्रत्येकाचे काम निश्चितच वेगळे होते पण त्यांची मैत्री अबाधित राहिली. जीवनातील अनेक चढ-उतारांना तोंड देत त्यांचे जीवन पुढे जात राहिले.

त्यांना अवकाशात रस होता. विश्वविज्ञानाबद्दल उत्सुकता असल्याने त्यांनी अनेक पुस्तके वाचली. खगोलीय पिंडांबद्दल अधिकाधिक जाणून घेण्याची त्यांची इच्छा वाढत गेली. त्यांना ते खूप आनंद मिळत असे. वाचनात त्यांना आनंद मिळत असे. त्यांचे मित्र त्यांना अनेकदा अंतराळ उड्डानाबद्दल प्रश्न विचारत असत. ही चर्चा तशीच ज्योतिषशास्त्राकडे वळवत. ते अनेकदा विचार करीत असत की सौरमंडळात दूर असणाऱ्या इतर ग्रहांचा मानवी जीवनावर परिणाम कसा काय होऊ शकतो? ते त्याचे कारण शोधत असे पण समाजात असा गैरसमज का आहे हे त्यांना समजत नव्हते. ज्योतिष एक कला आहे म्हणून ठीक आहे असे त्यांचे मत होते पण त्याचा मानवी जीवनावर परिणाम होणे शक्य नाही. तो त्याच्या मित्रांना सांगायचा की जर विज्ञानाच्या नावाखाली ते स्वीकारले जात असेल तर ते चुकीचे आहे. आपल्यापासून इतक्या दूर विश्वात फिरणारे इतर ग्रह पृथ्वीवरील सजीवावर परिणाम करू शकत नाहीत. काही मित्र त्यांचा मुद्दा मान्य करायचे आणि काही युक्तीवाद करून त्यांना पटवून देण्याचा प्रयत्न करायचे. अब्दुल कलाम त्यांच्या वैज्ञानीक मतावर ठाम राहिले.

ग्रह, नक्षत्र, तारांगण आणि अगदी उपग्रहाबद्दल या मिथकांचा जन्म कसा झाला याबद्दल ते अनेकदा विचार करत असत. वैश्विक गोलाच्या अगदी अचूक गतीची जटील गणना करून व्यतिनिष्ठ निष्कर्ष काढणे त्यांना अतार्किक वाटले. पृथ्वी हा सर्वशक्तीमान तसेच उर्जावान ग्रह आहे असे त्यांचे मत होते.

उच्च माध्यमिक शिक्षण

रामनाथपुरममध्ये असताना अय्यादुराई सोलोमन यांच्याशी माझे नाते गुरू-शिष्यापेक्षाही अधिक वाढले. त्यांच्यासोबतच्या काळात मला कळले की एखाद्या व्यक्तिचा त्याच्या आयुष्यातील घटनांवर मोठा प्रभाव पडू शकतो.

अय्यादुराई सोलोमन म्हणायचे - जीवनात यशस्वी होण्यासाठी आणि परिणामासाठी तुम्हाला तीन प्रमुख शक्तीशाली शक्ती समजून घ्यावा लागतील. इच्छा, विश्वास आणि अपेक्षा. श्री सोलोमन माझ्यासाठी एक महान आदर्श बनले. त्यांनी मला शिकवले की कलाम यांना जे हवे आहे ते प्रथम तीव्रतने हवे होते, नंतर ते नक्कीच मिळाले.

अय्यादुराई सोलामन हे खरोखरच एक महान शिक्षक होते कारण त्यांनी सर्व विद्यार्थ्यांना त्यांच्यात लपलेली शक्ती आणि क्षमता जाणवून दिली. सोलोमन यांनी अब्दुल कलाम यांच्यामध्ये स्वाभिमान निर्माण करून त्यांना एक उंची दिली. शिक्षण घेण्याची संधी न मिळालेल्या पालकांचा मुलगा, कलाम देखील त्यांच्या वडिलांच्या इच्छा पूर्ण करू शकतात, याची खात्री त्यांनी दिली. ते म्हणायचे, 'निष्ठा आणि श्रद्धेने तुम्ही तुमचे नशीब बदलू शकता.'

अब्दुल कलाम त्यांच्या आत्मचरित्रात लिहितात, " मी चौथीत असतानाचा तो काळ होता. शाळेच्या आवारात सर्व वर्ग वेगवेगळ्या गटात बसत असत. एके दिवशी माझे गणिताचे शिक्षक रामकृष्ण अय्यर दुसऱ्या वर्गाला शिकवत होते. नकळत मी त्या वर्गाजवळून गेलो. लगेच मला एका प्राचीन परंपरेच्या हुकूमशहा गुरूशिक्षकाप्रमाणे रामकृष्ण अय्यरने माझ्या मानेला धरले आणि भर वर्गासमोर मला छड्या मारल्या. काही महिन्यानंतर मला गणितात चांगले मार्क्स मिळाल्यावर रामकृष्ण अय्यरने प्रार्थनेच्या वेळी सर्वांसमोर असे सांगितले की मी ज्याला शिक्षा करतो तो महान यक्ति बनतो. माझे शब्द लक्षात ठेवा, हा विद्यार्थी शाळेचा आणि शिक्षकांचा अभिमान बनणार आहे. त्याने केलेली ही स्तुती भविष्यवाणी होती का?" कलाम हे असे विद्यार्थी होते ज्यांच्या मनात पूर्ण आत्मविश्वास होता की श्वाटर्ज हायस्कूलमधून शिक्षण पूर्ण केल्यांनतर ते यशस्वी होतील. त्यांनी दुसरा विचार न करता पुढे शिक्षण घेण्याचा निर्णय घेतला. त्या काळात आम्हाला व्यावसायिक शिक्षणाच्या शक्यतांबद्दल काहीच कल्पना नव्हती. उच्च शिक्षण म्हणजे फक्त महाविद्यालयात जाणे असे समजले जात होते. सर्वात जवळचे कॉलेज तिरूचिरापल्ली येथे होते. त्या काळात त्याला 'त्रिकॅनोपॉली' आणि थोडक्यात 'त्रिची' असे म्हटले जात असे.

महाविद्यालय

सुरूवातीचे माध्यमिक आणि उच्च माध्यमिक शिक्षण घेतल्यानंतर आता महाविद्यालयात प्रवेश घेण्याची वेळ आली होती. मनात बालपणीच्या आठवणी बाळगत आकाशात उडण्याचे स्वप्नं मेंदूत ठेवून अब्दुल कलामने तारूण्यात पदार्पण

केले होते. पक्षाबद्दचे आकर्षण अद्याप कमी झाले नव्हते तर अधिक आकर्षणात आणि उत्सुकतेत वाढ झाली होती. सारस पक्षाला समुद्रावर उंच उडणारे आणि इतर पक्षांचे निरिक्षण करणाऱ्या कलाम समोर आता उच्च शिक्षणाचे मार्ग उघडे होते. एक फारच सामान्य ठिकाणाहून आलेला मुलगा. मेंदूत एक दिवशी पक्षाप्रमाणे उडण्याची लालसा आणि इच्छा ठेवणारा तरूण अब्दुल कलाम रामेश्वरमचे पहिले बालक होते. ज्याने स्वतःचे स्वप्नं पूर्ण करण्यासाठी अधिक वेळ दिला.

इंटरमीडिएटच्या शिक्षणासाठी अब्दुल कलामने त्रिचीच्या सेंट जोसेफ कॉलेजात दाखला घातला. परीक्षण डिवीजन घेण्याच्या दृष्टीने तर कोणी दुसरा विद्यार्थी नव्हता. परंतु रामेश्वरमच्या आपल्या त्या मित्रांचे आभार व्यक्त करायला ते कधी विसरले नाहीत, ज्यांच्याकडून व्याहारिक ज्ञान प्राप्त केले, त्यांनी कधी खाली पहायला लावले नाही. जेव्हा कधी ते त्रिचीवरून रामेशवरमला जात, तिथे असणारे मोठे बंधू मुस्तफा कलाम, जे रेल्वे स्टेशन रोडवर परचूनचे दुकान चालवत असायचे, त्यांना मदत करीत. कधी कधी काही वेळ दुकानाची जबाबदारी सांभाळत. मी तेल, कांदे, तांदूळ आणि इतर सामान विकायचो. त्यांनी पाहिले की सिगारेट आणि बीडीला अधिक ग्राहक आहेत. हे पाहून त्यांना आश्चर्य वाटे की गरीब लोक त्यांची कष्टाची मिळकत अशी हवेत उडवत होती. मोठा भाऊ मुस्तफा या दुकानावरून गेल्यावर ते घरी जाण्याऐवेजी लहान बंधू कासिम मुहम्मदच्या दुकानाकडे जात. तिथे ते शंख तसेच शिंपले याने बनलेले वेगळे सामान विकत. रामेश्वरमला आल्यावर अशाप्रकारे त्यांचा वेळ जात असे.

ते स्वतःला फार नशीबवान समजत असत की सेंट कॉलेजात त्यांना फादर टी. एन. सेक्युरिया सारखे शिक्षक लाभले. ते इंग्रजी शिकवत असत. सोबतच ते त्यांचे हॉस्टेलमधील वार्डन देखील होते. तीन मजली इमारतीत किमान शंभर तरी विद्यार्थी असतील. फादर सेक्युरिया दररोज हातात बाईबल घेऊन मुलांना भेटायला येत असत. त्यांची उर्जा आणि धाडस आश्चर्यकारक होते. ते इतरांची काळजी घेणारे व्यक्ति होते आणि प्रत्येक विद्यार्थ्यांच्या गरजांची वेळोवेळी काळजी घेत. त्यांच्या सांगण्यावरून

दिवाळीच्या वेळी हॉस्टेलचा इंचार्ज आणि मेसचे कर्मचारी विद्यार्थ्यांच्या खालीत जाऊन त्यांना पवित्र स्नासाठी तिळाचे तेल देत असत.

सेंट जोसेफ कॉलेजात अब्दुल कलाम चार वर्षे राहिले. हॉस्टेलात त्यांच्यासोबत आणखी दोघेजण होते. एक श्रीरंगमच्या रूढीवादी परिवारातील होता तर दुसरा केरळचा सीरियाई ख्रिश्चन होता. तिघे नेहमी सोबत रहात असत आणि फार चांगला वेळ जात होता त्यांचा एकमेकांसोबत. जेव्हा ते कॉलेजच्या तिसऱ्या वर्षाला होते, तेव्हा त्यांना हॉस्टेलच्या शाकाहारी मेसचा सचिव बनवले होते. एका रविवारी कॉलेजचे प्रमुख फादर कलाथिनला दुपारी भोजनासाठी बोलावले. भोजनात असे पदार्थ होते जे घरी बनवले जात असत. याचा परिणाम अनेपेक्षितच नव्हता तर त्यांचे भरपूर कौतूक करण्यात आले. सर्व विद्यार्थ्यांनी त्यांच्यासोबत आनंदात वेळ घालवला. त्यांनी सर्व मुलांसोबत निष्कपट तसेच आत्मियतेने चर्चा केली. ही आमच्यासाठी अविस्मरणीय घटना होती.

सेंट जोसेफचे शिक्षक कांची परमाचार्यांचे खरे अनुयायी होते. त्यांचे मत होते की ' देण्यातच जीवनाचा खरा आनंद आहे' त्यांचे गणिताचे शिक्षक प्रो. थोथाथी आयंगर आणि प्रो. सूर्यनारायण शास्त्रीच्या कॉलेज परिसरात सोबत फिरण्याची आठवण त्यांच्यासाठी नेहमी प्रेरणायक बनली.

जेव्हा अब्दुल कलाम सेंट जोसेफ कॉलेजला शेवटच्या वर्षाला होते तेव्हा त्यांना इंग्रजी साहित्य वाचण्याची आवड लागली. या वाचण्याच्या काळात त्यांनी टॉलस्टॉय, स्कॉट आणि हार्डी यांना वाचणे सुरू केले. त्यानंतर तत्त्वज्ञानाकडे वळले. त्याचे पण त्यांनी भरपूर वाचन केले. यासोबतच त्यांना भौतिकशास्त्रात रस वाटू लागला.

सेंट जोसेफचे भौतिकशास्त्राचे प्रा. चिन्ना दुरै आणि प्रा. कृष्णमूर्तीने परमाणु भौतिकशास्त्राच्या अभ्यासात त्यांना पदार्थांच्या अर्द्धजीवन काळाची अवधारणा आणि त्याच्या रेडियो ॲक्टिव्ह क्षयाच्या संदर्भात ज्ञान दिले. एकदा त्यांनी म्हटले होते की रामेश्वरममध्ये माझ्या विज्ञानाचे शिक्षक शिव सुब्रह्मण्यम अय्यरने मला कधी हे नाही सांगितले की अणू अस्थिर असतात.

त्यांनी सेंट जोसेफ कॉलेजमध्ये बी. एस. सी. मध्ये प्रवेश घेतला. तोपर्यंत ते उच्च शिकक्षणाच्या इतर कोणत्या पर्यायाबद्दल अगदीच अज्ञानी होते. भविष्यातील संधी बद्दलही त्यांना काही कल्पना नव्हती, जी एका विज्ञानाच्या विद्यार्थ्याला असायला हवी. बी. एस. सी. नंतर त्यांना हे माहित झाले होते की भौतिकशास्त्र त्यांचा विषय नव्हता. त्यांना त्यांचे स्वप्नं पूर्ण करण्यासाठी इंजिनीअरिंग करायला हवे होते.

इंजिनीअरिंग तर मी इंटरमीडिएटचा अभ्यास करूनही पूर्ण करू शकत होतो. म्हणतात की दुर्घटना होण्यापेक्षा उशीर बरा. त्यांनतर त्यांनी मद्रासच्या इंस्टिटूयूटला चकरा मारणे सुरू केले. त्यावेळी दक्षिण भारततले तंत्रज्ञान शिक्षणाच्या संदर्भातले हे एक प्रसिद्ध असे ठिकाण होते.

संस्थेच्या निवड यादीत त्यांचे नाव तर आले, परंतु या प्रसिद्ध संस्थेत प्रवेश मिळवणे खर्चीक होते. त्यासाठी किमान एक हजाराची गरज होती. त्यांच्या वडिलाकडे इतके पैसे कधी नव्हते. ही एक बिकट स्थिती होती. प्रवेश मिळाला पण फीस तोंड वासून वाकडे दाखवत होती. आभाळातून पडले आणि खजूराला लटकले, अशी आवस्था झाली होती. अशा अडचणीच्या काळात त्यांची मोठी बहिण जोहरा उपयोगी पडली. जोहराने त्यांचा उत्साह कमी होऊ दिला नाही. बहिणीने पैसे गोळा करण्यासाठी हातातले कडे आणि हार विकला होता. तिला तिचा भाऊ कलाम यांना शिकलेले पहायचे होते. तिचा कलामच्या गुणवत्तेवर आणि क्षमतेवर पूर्ण विश्वास होता. अब्दुल कलामांना तिच्या बहिणीचा हा विश्वास स्पर्शन गेला.

आता वेळ होती बहिणीचे गहाण असलेले दागिणे सोडवून देण्याची. त्यावेळी पैसे परत करण्याचा एकमेव मार्ग होता, तो म्हणजे काहीतरी काम करणे. किंवा शिष्यवृत्ती मिळवण्याचा प्रयत्न करणे म्हणजे बहिणीचे पैसे परत करता येतील. त्यांना ही गोष्ट चांगली माहत होती की दागिणे स्त्री सौंदर्याचा भाग असतात आणि दागिण्यावर त्यांचे जीवापाड प्रेम असते. आपले ध्येय पूर्ण करण्यासाठी अब्दुल कलाम अभ्यास करू लागले.

आवडती पुस्तके

डॉ. एपीजे अब्दुल कलाम जेव्हा त्यांच्या देशातील तरूणांना भेटायचे तेव्हा प्रत्येकजण त्यांच्या आवडत्या पुस्तकांबद्दल जाणून घेण्यास उत्सुक असायचा. आधुनिक जीवनशैलीमुळे मानवी सवयीमध्ये लक्षणीय बदल झाला आहे. पुस्तकांची आवड असणे हा स्वतंत्र विषय आहे. वाचनाचे क्षेत्र वर्तमानपत्रांपासून मासिके आणि पुस्तकांपर्यंत पसरलेले आहे आणि त्याला कोणतीही मर्यादा नाही."

आपल्या देशात विविध विषयांवरील पुस्तके उपलब्ध आहेत. भारतातील शिक्षणाच्या पातळीत वाढ झाल्यामुळे बाजारात पुस्तकांची मागणी वाढत आहे. आज शिक्षण हे केवळ शाळांमध्ये वाचन आणि लेखनापुरते मर्यादित नाही तर ज्ञान वाढविण्यासाठी आणि विचारसरणी बदलण्यासाठी देखील वाचली जातात. पुस्तके जीवनाशी संबंधित अनेक गोष्टी आणि गुणांना प्रोत्साहन देतात.

त्यांच्या आत्मकथनात ते लिहितात, 'माझ्या बाबतीत सांगायचे झाले तर पुस्तकासोबत माझे घनिष्ट नाते आहे. ते माझ्या जीवलग मित्रांप्रमाणे आहेत. माझ्या तारूण्यात त्यांच्याशी माझे नाते निर्माण झाले आणि आजपर्यंत त्यांनी माझी साथ सोडली नाही. त्यांनी माझा हात धरला, मला मार्ग दाखवला आणि एक नवी दिशा दिली. त्यातील शब्दांनी मला जगाच्या घडामोडीशी जोडले.'

पुस्तकावरचे प्रेम कठीण आहे. या सत्याचा उल्लेख करीत त्यांनी लिहिले आहे, 'मी अशा अनेक लोकांना भेटलो आहे, जे पुस्तकावर प्रेम करतात आणि त्यांनी माझे पुस्तक वाचण्याच्या आवडीचे कौतूक केले आहे. अशा लोकांच्या यादीत एक असे महानुभव देखील सहभागी झाले ज्यांनी पुस्तक विकत न घेण्याचा सल्ला दिला. ही गोष्ट मी मद्रा इन्स्टिट्यूट ऑफ टेक्नॉलॉजिमध्ये शिकत असतानाची आहे.

त्यावेळी मला रशियन साहित्य वाचण्याची आवड निर्माण झाली होती. मला तिकडचे एक पुस्तक मिळाले आणि मी ते मोठ्या आवडीने वाचले. परंतु अचानक मला काही कारणाने रामेश्वरमला जावे लागले. तिकडे जाण्यासाठी माझ्या खिशात पैसे नव्हते. इतकेच नाही तर तिकीट काढायला पण पैसे नव्हते. जवळचे ते आवडीने वाचत असलेले पुस्तक विकण्याशिवाय दुसरा मार्ग नव्हता. जिथे पुस्तक विकत घेतले जाते, विकले जाते अशी मद्रासमध्ये असणारी एकमेव जागा म्हणजे मोर बाजार. तो एका छताखाली भरलेला बाजार असे. जिथे सर्व प्रकारची पुस्तके मिळत असत. माझ्यासाठी एक चकित करणारी गोष्ट होती, ती म्हणजे एका कोपऱ्यात पुस्तकाची खरेदी विक्री केली जात होती. त्या बाजारात एक दुकान आहे जिथे ते जात-येत असत. त्या दुकानाचा मालक त्यांचा मित्र बनला होता. त्या विक्रेत्याचे संबंध अनेक लेखकासोबत होते. मी आता पुस्तकाचा प्रेमी बनल्याने मला त्यांच्याकडून अनेक मनोरंजक आणि माहितीपूर्ण पुस्तके वाचायला मिळत असत. मी त्या विक्रेत्याकडे ज्यावेळी ते रशियन पुस्तक घेऊन गेलो, मला घरी जाण्यासाठी पैसे हवे होते. ते पुस्तक विकायचे म्हणजे मी खूप नाराज झालो होतो. मी नाराज मनाने त्याला पुस्तक विकायचे आहे म्हणून सांगितले."

दुकानदार कलामचा मित्र होता आणि तो कलामांची मानसिकता ओळखत होता. त्याच्या लक्षात आले की खरे तर कलामांना ते पुस्तक विकायचे नाही. त्याने कलामाना एक सल्ला दिला. एक असा वेगळाच सल्ला ज्यामुळे कलामांची समस्या सुटली. दुकानदाराने स्पष्टपणे म्हटले, 'विकण्यापेक्षा हे पुस्तक गहाण ठेवून जा. या मोबदल्यात

मी या पुस्तकाची पूर्ण किंमत देतो. तुझ्याकडे ज्यावेळी पैसे येतील, पैसे परत कर आणि पुस्तक घेऊन जा." हे

पुस्तक मी विकणार नाही, असा शब्दही त्या दुकानदाराने कलामांना दिला. काही दिवसांनी कलामांनी दुकानदाराला पैसे देऊन ते पुस्तक परत नेले.

सेंट जोसेफ कॉलेजात शेवटच्या वर्षाचा अभ्यास करताना अब्दुल कलामने लिओ टॉलस्टॉय, वाल्टर स्कॉट तसेच थॉमस हार्डीचे साहित्य वाचले. त्यांच्या साहित्याचा कल कलामांच्या विचार करण्याच्या विपरीत होता. त्यांची भाषा आणि कलामांची लिहिण्याची भाषा वेगळी होती. मानवी नात्याच्या कथांनी कलामांना विशेष करून प्रभावित केले. लेखकांनी ज्या समाजाचे चित्रण केले होते, ते पण वेगळे होते. थोडा वेळ काढून कलामने काही तत्त्वज्ञानी साहित्य देखील वाचले.

अब्दुला कलामला अल्बर्ट आइंस्टाइनची नेहमी आठवण राहिली. ज्यावेळी ते १२ वर्षाचे होते, त्यांचे गुरू मॅक्स टॅल्मडने त्यांना 'यूक्लिडियन भूमिती' हे एक पुस्तक दिले. त्या पुस्तकाने तरूण आइंस्टाइनच्या मनाचे परिमाण विस्तृत केले. त्यांच्या मनात शुद्ध विचारांची संकल्पना निर्माण झाली. त्यांनी विश्वातील तथे चांगल्या प्रकारे समजून घेण्यास सुरूवात केली आणि मानवी शक्ती त्यांना जाणवू लागली.

आपल्या आत्मकथनात कलामांनी म्हटले आहे, अनेक वर्षे मी निरनिराळ्या विषयावरील पुस्तके वाचली. मला जर कोणी विचारले की माझ्या आवडीचे लेखक कोण आहेत, ज्याचा माझ्यावर सखोल परिणाम झाला, तर मी तीन लेखकांच्या पुस्तकांच्या नावाचा उल्लेख करील. पहिले आहे, 'लाइट फ्रॉम मेनी लॅप्स' हे आहे, याला लिलियन आइशर वाटसनने संपादित केले होते. या पुस्तकाला मी १९५३ मध्ये मद्रासच्या त्याच पुस्तकाच्या दुकानातून विकत घेतले होते. अशाप्रकारे मला एका लहानशा दुकानात अपार असा आनंद मिळाला होता, या कोपऱ्यात मला ज्ञानाचा अनोखा खजिना सापडला. ते पुस्तक माझ्यासाठी एका मित्राप्रमाणे होते. कारण मी त्याची पृष्टे वारंवार उलटत असे. अनेक वर्षात मी ती अनेकदा वाचली होती. 'लाइट फ्रॉम मेनी लॅप्स' हे एक प्रेरणादायी पुस्तक होते, ज्यात विभिन्न लेखकाचे लेख संग्रहीत होते. संपादकाने प्रेरणादायी कथेचे वर्णन केले होते. त्यांनी विश्लेषण करताना लिहिले होते, 'या कथांना कोणत्या परिस्थितीत लिहिले होते, त्यातून काय शिकायला मिळाले. माझ्या जीवनात अशी एकही अशी वेळ आली नाही की या पुस्तकात दिलेला सल्ला मला उपयोगी पडला नाही. ज्या ज्यावेळी मी जीवनात डगमगलो, अशावेळी मला योग्य सल्ला दिला नाही, असे घडले नाही. ज्यावेळी भावनेच्या भरात भटकतो, हे

पुस्तक मला संतुलित ठेवण्याचे काम करते. या पुस्तकाने मला अगदीच जखडून ठेवले तसेच हे जखडून ठेवणे अधिकच घनिष्ठ बनले, ज्यावेळी माझ्या मित्राने या पुस्तकाची नवी आवृत्ती मला काही वर्षापुर्वी दिली. जी प्राप्त झाल्याने मी खूप आनंदी झालो. दुसरे प्रेरणादायी पुस्तक 'तिरूकुरल' होते. याने मला प्रेरित केले. २००० वर्षापुर्वी हे पुस्तक तिरूवल्लुवर यांनी लिहीले होते. यात जवळजवळ १,३३० तमिळ पद किंवा दोहे (कुरल) आहेत. हे पुस्तक जीवनाच्या प्रत्येक विषयावर भाष्य करते. याची दखल तमिळच्या दर्जेदार साहित्यात केली जाते. हे पुस्तक विचाराने वरच्या पातळीवर घेऊन जाते, ज्यामुळे वाचकांच्या विचारात महत्त्वपूर्ण परिवर्तन येते. हे 'कुरल' माझ्या हृदयाजवळ आहे -

उलूवेथलम उयारवुल्लाल मातरातु तल्लिनुरम तेल्लाईमई निरटुट म्हणजे, जीवनात प्रगतीचा विचार नेहमी करा, जरी तो फक तुमचा विचार असला तरी. जोपर्यंत तुम्ही तुमचे ध्येय साध्य करीत नाही, तोपर्यंत तुमचा विचार तुम्हाला उभारी देत राहिल.

यानंतर मी नोबेल पुरस्कार प्राप्त तसेच डॉ. एलेक्सिस कॅरेल यांच्या 'मॅन द अननोन' या पुस्तकाचा उल्लेख करू इच्छितो. या पुस्तकात त्यांनी शरीर आणि मनाचा एकत्र उपचार केल्यावर एखादी व्यक्ति लवकर कशी बरी होते, हे सांगितले आहे. मानवी शरीराचे त्यांनी स्पष्ट तसेच प्रभावी पद्धतीने वर्णने केले आणि सांगितले आहे की मनुष्य कसा बुद्धिमान आहे, कशाप्रकारचे एकात्मिक प्राणाली आहे. मला वाटते की हे पुस्तक प्रत्येकाने वाचले पाहिजे. विशेषतः ज्यांचा उद्देश आरोग्यशास्त्रात अभ्यास करायचा आहे, त्यांनी.'

विभिन्न धर्मिक ग्रंथाने अब्दुल कलामच्या जीवनावर प्रभाव पाडला आहे. त्यांनी याचा अभ्यास केला तसेच जीवनाशी संबंधित अनेक शंकाचे पुस्तक या पुस्तकांच्या माध्यमातून उत्तर मिळवले. त्यांना जाणवले की 'कुराण' 'वेद' 'भगवतगीता' यात अनेक रहस्य दडलेले आहेत. या सर्व ग्रंथात जीवनाच्या अनेक मानसिकतेविषयी चर्चा केली आहे. जीवनाच्या कठीण परिस्थितीत यामुळे जीवनाची पातळी उंचावते. प्रतिकूल प्रसंगी देखील धर्मग्रंथाद्वारे समस्येवर मार्ग मिळू शकतो. विभिन्न धर्मग्रंथानी त्यांच्या जीवनावर प्रभाव पाडला आहे. मी त्याचा अभ्यास केला आहे तसेच माझ्या जीवनाशी संबधित अनेक शंका त्यांनी दूर केल्या आहेत.

आवड कोणतीही असो. त्याच्या आठवणी जाग्या होतात. डॉ. एपीजे अब्दुल कलामने अशाच एका अविस्मरणीय आठवणीचा उल्लेख त्यांच्या आत्मकथनात केला आहे. ते लिहीतात, ‘या ग्रंथामुळे जीवनावर पडणारा प्रभाव समजून घेण्यासाठी

काही अविस्मरणीय आठवणी आठवतात. बंगलोरात एरोनॉक्टिस इंजीनिअरिंगसाठी डॉ. विक्रम साराभाईने स्थापन केलेल्या अंतराळ एजेंसी इंडियन नॅशनल कमिटी फॉर स्पेश रिसर्चने बोलावले. मी तिथे प्रत्यक्ष भेटीसाठी जाताना खूप घाबरलो होतो आणि मला समजत नव्हते की काय करावे. यावेळी माझ्या मनात लक्ष्मणशास्त्री, जे माझ्या वडिलाचे मित्र तसेच रामेश्वरम मंदीराचे पुजारी होते, त्यांचे शब्द आठवत होते. जे गीतेतून घेण्यात आले होते, ज्याने मला धीर दिला. 'सर्व जीव मायाच्या अधिन आहेत' सर्व जीव पाप आणि पुण्याच्या बंधनाने बांधलेले आहेत. परंतु ते जीव, ज्यांनी सत्कर्म केले आहे किंवा जे सदाचारी आहेत, त्यांच्या जीवनात पापाचा अंत होतो. ते चांगल्या वाईटाच्या बंधनातून मुक्त होतात. म्हणून खंबीरपणे आपल्या कामाला सुरूवात करा.' मी स्वतःला खंबीरपणे म्हटले की मला जर प्रत्यक्ष भेटला जायचे असेल, तर जिंकण्याच्या उद्देशाने जाऊ नये. फायदा आणि नुकसान या गोष्टी डोक्यातून काढून टाकल्या व तिथे गेलो.

डॉ. एपीजे अब्दुल कलामच्या भारतीय अंतराळ यात्रेची ही सुरूवात झाली होती. हळूहळू याचा विकास झाला. त्यांचे 'भारतीय अंतराळ अणु संस्था' अर्थात इस्रो' सोबत घनिष्ठ संबंध होते आणि ते तिथे अनेक महान व्यक्तिच्या संपर्कात आले. अब्दुल कलामांना ओळखणाऱ्या अनेक व्यक्तिचे म्हणणे आहे की इस्रोत काम करणे सुरू केल्यानंतर या संस्थेने भारताच्या विकासात महत्त्वपूर्ण योगदान दिले. अनेक व्यक्ति देखील त्यांच्या संपर्कात आल्या, ज्यांनी उद्देशाच्या प्राप्तीसाठी योग्य व महत्त्वपूर्ण सल्ले दिले. त्यांनी एकदा त्यांचा आध्यात्मिक अनुभव जाहीर करताना म्हटले होते, 'मला गीतेचा श्लोक आठवला आहे, ज्यात म्हटले आहे, 'फुलांना पहा, कशाप्रकारे ते त्याचा गंध तसेच मध इतरांना देतं.' यावेळी त्याचं ते काम संपतं, त्यावेळी ते शांतपणे गळून पडतं.

अब्दुल खरं तर अभ्यास माणसाला वास्तवादी जीवनाकडे घेऊन जातो. कलाम यांचा असा विश्वास होता की तुमचे जीवन फुलासारखे जगायला शिका आणि कोणत्याही भावनाशिवाय तुमचे जीवन इतरांसाठी समर्पित करा. त्यांच्या अंतराळ कार्यक्रमातील दिग्गज देखील फुलांसारखे आहेत, जे दिशा दाखवतात आणि नंतर नवीन कल्पनांसाठी मार्ग मोकळा करतात.

ज्ञान कोठूनही आणि कोणाकडूनही मिळवता येते. भाषा किंवा धर्म यासाठी अडथळा नाही. त्याचप्रमाणे धार्मिक साहित्य देखील आहे. एकूणच, मानव आणि मानवतेचे नाते नैसर्गीक सौंदर्याने प्रस्थापित झाले आहे. डॉ. कलाम लिहितात की, "जेव्हा मी संरक्षण संशोधन आणि विकास संस्थेत" प्रवेश घेतला, तेव्हा मी भारताच्या स्वदेशी क्षेपणास्त्र कार्यक्रमाच्या विकासात काम करणाऱ्या अनेक प्रतिभावान आणि समर्पित अभियंते आणि नेत्यांच्या संपर्कात आलो. जेव्हा मी त्या लोकांबद्दल विचार करतो तेव्हा पवित्र कुराण' मधील सर्वोत्तम शब्द माझ्या मनात येतात- प्रकाशावर प्रकाश. अल्लाह त्या लोकांना ज्ञानाचा प्रकाश देतो, ज्यावर तो त्याची कृपा करतो. माझ्या खासगी आयुष्यावर या पुस्तकाचा विशेष प्रभाव पडला. जीवनाच्या वळणदार रस्त्यावर मी मला या पुस्तकाचा आधार दिला.

डॉ. अब्दुल कलाम यांनी त्यांच्या आत्मचरित्रात जीवनातील सर्वांत मोठे आणि कटू सत्य लिहिले आहे, "जेव्हा कमी अधिक काळाच्या अंतराने माझे आई- वडील आम्हाला सोडून गेले, मी रामेश्वरमच्या मस्जिदमध्ये दुःखी मनाने गेलो. मी याचा विचार करतो की आईच्या मृत्यूपूर्वी मी तिला भेटू का शकलो नाही. ती तर गेली. पण काही काळानंतर 'कुराण' मधील शिकवण मला आठवली. कुराण सांगते, 'जीवनाचा अंत तर ठरलेला आहे, परंतु अल्लाह कायम असणार आहे.' तुमची संपत्ती आणि मुले हा एक भ्रम आहे. परंतु अल्लाहचा सहवास सदैव असतो. ' माझ्या खाजगी जीवनातही या पुस्तकांचा विशेष प्रभाव राहिला आहे. जीवनाच्या वाकड्यातिकड्या मार्गाने मला या पुस्तकाने आधार दिला.

अब्दुल कलामला केवळ लेख, कथा, कादंबऱ्या आणि धार्मिक साहित्य वाचण्याची आवड नव्हती तर त्यांना कविता देखील खूप आवडायची. साहित्य

वाचनासोबतच त्यांनी कवितेलाही महत्त्वाचे स्थान दिले. टी. एस. एलियट, लुईस कॅरोल आणि विल्यम बटलर यिटस इत्यादींचा त्यांच्या जीवनावर सकारात्मक प्रभाव पडला. कवींच्या जीवनातील विविध पैलू आणि घटनांचा अब्दुल कलाम यांच्यावर खोलवर परिणाम झाला.

डॉ. एपीजे अब्दुल कलाम यांनी काही निवडक लेखक वाचले होते. असे असले तरी या निवडक लेखक आणि त्यांच्या लेखनाने त्यांच्या अंतर्मनावर खोलवर प्रभाव पाडला. पुस्तकप्रेमी डॉ. अब्दुल कलाम पुस्तकांशी असलेल्या त्यांच्या नात्याचे वर्णन करताना लिहितात, "हे माझे जुने दोस्त आणि ओळखीचे आहेत. त्यांचे एक अर्थपूर्ण अस्तित्त्व आहे, जे मला सांत्वन देते. माझ्या हृदयात आणि मनात कधी प्रवेश करायचा, हे त्यांना माहीत आहे. मी कधी दुविधेत असतो किंवा कोणते क्षण माझ्यासाठी दुःखाने भरलेले असतात हे त्यांना माहिती आहे. ते माझ्या प्रचंड आनंदाच्या क्षणांमध्ये माझ्यासोबत रहातात. आजच्या जलद आणि सुलभ संवादाच्या युगात, जेव्हा माहिती आपल्यापर्यंत पोहचते, तेव्हा लिहिलेल्या शब्दांचे आकर्षण गमावून बसायचे नाही. मी ही कविता पुस्तकांवर लिहिली आहे, जी मी अनेकदा तरूणांना वाचून दाखवतो."

विमान आकर्षण

लहानपणीच त्यांनी एका शिक्षकाकडून पक्षी कसे उडतात हे सागरी किणारी शिकून घेतले होते. तेव्हापासून त्यांच्या मनात होते की ते देखील एक दिवशी असेच आकाशात भरारी घेतील. जेव्हा त्यांनी एम. आय. टी. मध्ये प्रवेश घेतला तेव्हा त्यांना उडणाऱ्या यंत्राच्या विविध कार्यांचे स्पष्टीकरण देण्यासाठी तिथे ठेवलेल्या दोन विमानांचे सर्वांत जास्त आकर्षण होते. त्या दोन विमानांबद्दल कलाम यांना विशेष प्रेम होते. वर्ग संपल्यानंतर, इतर विद्यार्थी वस्तीगृहात येत, पण त्यांनंतरही अब्दुल कलाम बराच वेळ त्या विमानाजवळ बसायचे. त्याचा प्रत्येक भाग समजून घेण्याचा प्रयत्न करायचे. या प्रयत्नासोबतच ते असाही विचार करायचे की या विमानाला अधिक चांगल्या प्रकारे कसे बनवले जाऊ शकते.

इथे त्यांना प्रो. स्पांडर विमानाचे तंत्रज्ञान शिकवत असत. ते ऑस्ट्रियाचे होते आणि त्यांना विमान इंजीनिअरिंगचा खास अनुभव होता. त्यांचे लेक्चर अब्दुल कलाम लक्षपूर्वक ऐकत असत. प्रयोगशाळेत प्रत्येक इंजीनच्या तंत्रज्ञानाला आत्मसात करू लागले होते.

प्रो. के. ए. बव. पनदलाई ने त्यांना एअरो - स्ट्रक्चर डिजाइन अँड अनालिसिस विषय शिकवत असत. ते एक अतिशय प्रसन्न आणि उत्साही शिक्षक होते. दर वर्षी शिकवण्याच्या पद्धतीत नवेपणा आणत असत. कोणत्याही विद्यार्थ्यांची अडचण दूर करीत. प्रो. पनदलाईचे होते, ज्यांनी स्ट्रक्चरल इंजीनीअरिंगचे अज्ञात बाजू पूर्णपणे उलगडून आपल्या विद्यार्थ्यांना दाखवले. कदाचित हेच ते ज्ञान होते, ज्याने अब्दुल कलामच्या स्वप्नाला साकार करण्याच्या दिशेने महत्त्वपूर्ण योगदान दिले.

प्रो. नरसिंह राव एक गणितज्ञ होते आणि त्यांना सैद्धांतिक वैमानिक गतिकी शिकवत असत. तरल गतिकी शिकवण्याचा त्यांची जी पद्धत होती, ती सर्व विद्यार्थ्यांत उत्साह निर्माण करीत होती. हेच कारण होते की अब्दुल कलाम त्यांच्या या शिकवण कलेला आयुष्यभर विसरले नाहीत. ही असते विद्यार्थ्यांची आपल्या गुरूला दिलेली सर्वश्रेष्ठ गुरूदक्षिणा. विमानाच्या डिझाईनसाठी गणित किती महत्त्वाचे असते हे रहस्य गुरू अब्दुल कलामच्या लक्षात आले होते. प्रो. नरसिंहरावच्या वर्गात शिकल्यांनतर त्यांनी गणितीय भौतिकीला दुसरा विषय करायचे ठरवले. म्हणतात की आरोग्य तपासणी उपकरण केवळ डॉक्टरकडेच नसते, तर प्रत्येक तांत्रीक काम करणाऱ्याकडे ते आवश्यक असते. प्रोफेसार राव बहुदा म्हणायचे की अब्दुल कलाम विमानाच्या डिझाइनची समीक्षेसाठी आपल्या पायजम्यात एक तपासणी उपकरण म्हणजे सर्जिकल सुरी ठेवत म्हणजे वेळ पडल्यास योग्य उपयोग करता येईल. एका ठिकाणी बोलताना कलामांनी सांगितले की, प्रो. रावची कृपा नसती तर आणि विमानाच्या गतीच्या समीकरणाचा प्रश्न सोडवण्यासाठी मला प्रेरित केले नसते, तर माझ्याकडे हे विलक्षण हत्यार नसते. '

वैमानिक विद्यार्थ्यांसाठी हे एक फार मजेशीर तसेच एक गंमतीशीर विषय आहे. ज्यात काम करण्याची मोकळीक आहे. आपल्या कौशल्याचे प्रदर्शन करण्याचे स्वातंत्र्य आहे. स्वातंत्र्य आणि पलायन, गती आणि हलचल तसेच सरकणे तसेच प्रवाहामध्ये जो एक मोठा फरक आहे, तिच या विज्ञानाची गुप्तता आहे. याच्या जोरावर कोणताही विद्यार्थी आपल्या कल्पनेचा बळ देऊ शकतो. आपला हाच अनुभव विद्यार्थ्यांसमोर मांडताना त्यांनी त्यांचे विद्यार्थी जीवन सांगितले, "रविवार होता.

सकाळच्या वेळी माझे काम पूर्ण होण्याच्या बेतात होते, तशात अचानक मला वाटले की माझ्या खोलीत कोणीतरी आहे. प्रो. श्रीनिवासन दूरवरून मला पहात होते, ते थेट जिमखान्यातून आले होते. टेनिसचे कपडे होते. माझे काम पहाण्यासाठीच इथे थांबले होते. माझे काम पाहिल्यानंतर त्यांनी मला गळ्याशी लावले. आणि कौतूक करीत माझ्या पाठीवर थोपटले. ते म्हणाले, 'मला माहित होते की तू तणावाखाली आहेस आणि काम पूर्ण करण्यासाठी जो वेळ तुला देत आहे, त्यात हे शक्य होणार नाही. मला थोडीही आशा नव्हती की इतक्या तीव्र तणावात देखील तू तुझे काम पूर्ण करशील. त्या रात्री मी भोजन केले नव्हते आणि रात्रभर ड्रॉइंग बोर्डवर काम करीत राहिलो.

डॉ. एपीजे. अब्दुल कलामने विद्यार्थ्यांच्या समूहाला म्हटले, 'शिक्षण, ज्ञान, पात्रता आणि परिश्रम कधीही वाया जात नाहीत. जे कार्य मनापासून पूर्ण केले जाते, त्यात निश्चितच यश मिळतं. परिणामाला कधी घाबरले नाही पाहिजे आणि एकाग्रतेपासून कधी दूर नाही गेले पाहिजे. इच्छा आणि उत्साह, भावना आणि आवड हे यशस्वी होण्याचे श्रेष्ठ मार्ग आहे.'

एम. आई. टी. तून शिक्षण घेऊन बाहेर पडल्यावर अब्दुल कलाम प्रशिक्षक म्हणून हिंदूस्थान एयरोनॉटिक्स लिमिटेड, बंगलोरला गेले. तिथे त्यांनी एक टीम सदस्य म्हणून इंजीनची देखभाल करण्याचे काम केले. विमानाच्या इंजीनची देखभाल केली. या कामातून ते बरेच काही शिकले. वर्गात शिकवलेले सिद्धांत ज्यावेळी व्यावहारीक जीवनात आणला की अनोखा उत्साह निर्माण करतो. एच. ए. एल. मध्ये त्यांनी दोन्ही प्रकारचे इंजीन अर्थात पिस्टन इंजीन तसेच टरबाइन इंजीनची देखभाल करण्याचे काम केले. इथेच त्यांच्या मेदूंत गॅस डायनॉमिक्स आणि डिफ्यूजन प्रक्रियेशी संबंधित अस्पष्ट संकल्पना स्पष्ट झाल्या. इथेच त्यांना रेडियल इंजिन आणि ड्रम ऑपरेशन्सचे प्रशिक्षण देखील मिळाले.

डॉ. एपीजे अब्दुल कलाम सांगतात की, बंगळूरू येथिल हिंदूस्थान एरोनॉटिक्स लिमिटेडमध्ये त्यांनी रोटेशनसाठी रॉड आणि क्रैंकशाफ्ट कसे जोडायचे हे देखील शिकले. येथे त्यांनी सुपर इंजीनवर बसवलेल्या ब्लेडचे कॅलिब्रेशन करण्याचे काम देखील केले. याशिवाय, ते प्रेशर सिस्टम आणि प्रवेग सह - गतीबद्दल देखील शिकले. त्यांना नियंत्रण प्रणाली (प्रवेग - सह - गती नियंत्रण प्रणाली) समजली आणि टर्बो इंजीनांच्या वायु प्रवाह प्रणाली) बद्दल देखील माहिती मिळाली. पंख आणि प्रोपेलर इंजीनशी संबधित प्रणाली समजून घेणे त्याला खूप मनोरंजक वाटले. एचएएलच्या तंत्रज्ञांनी ब्लेड अँगल कंट्रोलची कला, म्हणजेच बीटा आर्ट, ज्या कौशल्याने आणि

अचूकतेने केली ते त्याला नेहमीच आठवत असे. तिथले तंत्रज्ञ मोठ्या विद्यापीठामध्ये शिक्षित नव्हते किंवा त्यांनी त्यांच्या अभियंत्यांच्या सूचना आंधळेपणाने स्वीकारल्या नाहीत. तो स्वतः अनेक वर्षांपासून स्वतःच्या हातांनी येथे काम करत होते आणि यामुळे त्यांना येथे काम करण्याची अंतःप्रेरणा जाणवत होती.

कलाम सन १९५५ मध्ये मद्रास इंस्टिट्यूट ऑफ टेक्नॉलाजि मध्ये एयरोस्पेस इंजीनिअरिंगचे शिक्षण घेण्यासाठी मद्रासला गेले. कलाम त्यांच्या वरिष्ठ वर्गाच्या प्रकल्पात प्रगती करत नसल्यामुळे डीन असमाधानी होते. डीनने त्यांना इशारा दिला की जर पुढील तीन दिवसांत प्रकल्प पूर्ण झाली नाही तर त्यांची शिष्यवृत्ती रद्द केली जाऊ शकते. कलाम चार विद्यार्थ्यांच्या टीमचे इंचार्ज होते. ज्यांना प्राध्यापक श्रीनिवासन यांनी कमी उंचीचे लढाऊ विमान डिझाइन करण्याचे काम सोपवले होते. टीमला त्यांच्या कामाने प्राध्यापकांना प्रभावित करायचे होते, म्हणून डिझाइनच्या प्रत्येक पैलूवर खूप विचार आणि तयारीने काम करण्यात आले.

प्राध्यापक श्रीनिवासन यांच्या तज्ज्ञ डोळयांनी ते तपासले. कलाम त्यांच्याकडे एकटक पाहत होते. त्यांच्या भूवया ताणल्या गेल्या. कलामसाठी पुढील शब्द अस्वस्थ करणारे होते. "हे इतके चांगले डिझाइन नाही. माझ्या यापेक्षा अधिक अपेक्षा होत्या. हे निराशाजनक आहे. तुझ्यासारखा हुशार विद्यार्थी आणि हे असले काम! एक हुशार विद्यार्थी असलेल्या कलामसाठी श्रीनिवासन यांचे बोलणे पहिले होते. श्रीनिवासन इथेच थांबले नाहीत. त्यांची पुढील सूचना आव्हान आणि इशारा होता, 'आज शुक्रवारची दुपार आहे. सोमवारी मी सांयकाळपर्यंत मी नवीन डिझाइन पाहीन. जर तुम्ही तसे करू शकले नाहीत, तर तुमची शिष्यवृती थांबवली जाईल."

या शिष्यवृतीमुळेच कलाम एरोनॉटिक्सचे शिक्षण घेत होते. प्राध्यापकाचा ओरडा आणि त्यांची शिष्यवृत्ती थांबवण्याची भीती यामुळे काही क्षण त्यांना दुःख झाले. दुसऱ्याच क्षणी त्यांनी आपली निराशा दूर केली. त्यांनी पूर्ण खात्रीने काम सुरू केले. खाण्यापिण्याचा विचारही केला नाही. त्यांनी त्यांच्या आत्मचरित्रात लिहिले आहे की, "मी रात्रभर ड्रॉइंग बोर्डवर काम करीत राहिलो. त्या आधी माझ्या डिझाइनचे काही भाग माझ्या मनात तरंगत होते. अचानक ते एकत्र येऊ लागले आणि एक आकार स्पष्ट झाला ज्यावर मी काम करू शकतो. मी माझ्या मनातील जाळे साफ केले. दुसऱ्या दिवशी सकाळी माझा आत्मविश्वास आणखी वाढला होता. रविवारी संध्याकळपर्यंत माझे काम पूर्ण झाले. एक छानसे डिझाइन. ज्यावर मी थांबू शकत होतो. ज्यावेळी मी डिझाइनला अंतिम आकार देत होतो, मला जाणवले की जवळपास कोणीतरी आहे.

मी वळून पाहिले. ते प्रो. श्रीनिवासन होते. मला माहित नव्हते की ते कितीवेळेपासून माझे काम पहात होते. जसे ही आम्ही एकमेकांना पाहिले. मला नवल वाटले. मला त्यांनी जवळ घेतले. नंतर हसले. मी चकित झालो. माझी पाठ थोपटली. हे काम अशक्य असे आहे. मी अशक्य मुदत ठरवली होती. तू करून दाखवलेस. मी तुझ्या क्षमतेच्या पलिकडचे काम सोपवले होते. यामुळे तुला तुझी क्षमता आणि शक्यता समजतील.'

डॉ. कलामांना माहित होते की एक शिक्षक समाजाला काय देऊ शकतो? हेच कारण आहे, शिक्षकाचे काम त्यांनी शेवटच्या क्षणापर्यंत केले. त्यांच्या जीवनाशी संबंधित प्रत्येक गोष्ट उत्साह आणि कुतूहल निर्माण करते. कलाम त्यांच्या गावी म्हणजे धनुषकोडी गावात प्राथमिक शाळेत असताना त्यांनी शिक्षकाला विचारले होते, "पक्षी आणि विमाने कसे उडतात? शिक्षकाने कलामकडे मोठ्या निष्पाप नजरेने पाहिले आणि सांगितले की पक्षी आणि विमान जसे उडतात. त्यांच्या या उत्तराने कलामला जीवनाचा उद्देश मिळाला.

प्रगतीचा मार्ग

एचएएलमधून वैमानिक अभियंता म्हणून पदवी घेतल्यानंतर, त्यांच्याकडे नोकरीच्या दोन मोठ्या संधी होत्या. दोन्ही संधी त्यांच्या विमान उड्डानाचे वर्षानुवर्षाचे स्वप्नं पूर्ण करणाऱ्या होत्या. एक भारतीय हवाई दलातून आणि दुसरी संरक्षण मंत्रालयाच्या डीटीडी आणि पी (एअर) येथे मुलाखतीसाठी त्यांना दिल्लीला जावे लागले. दक्षिण भारतीय किणारपट्टी क्षेत्र सोडल्यावर अब्दुल कलाम यांनी देशाच्या दुसऱ्या भागात जाण्याची ही पहिली संधी होती. कलाम यांनी उत्तरेकडे जाण्यासाठी ट्रेन पकडली. गंतव्यस्थान दोन हजार किलोमीटरहून अधिक अंतरावर होते. त्यांच्या मातृभूमीच्या विशालतेशी त्यांचा हा पहिलाच परिचय होता.

देहरादूनमध्ये सगळे काही ठीक होते. त्यांना आशा होती की इथे त्यांची निवड होईल. बालपणीचे स्वप्नं पूर्ण होणे काही पाऊलाच्या अंतरावर होते. आठ पायलटांची निवड होणार होती. निवड प्रक्रिया पूर्ण झाली. एक पाऊलाचे अंतर चार पाऊलावर गेले. नववा नंबर होता कलामचा. कोणाला वाटले नव्हते की नऊ होऊनही कोणी त्याचे नाव मागे घेईल. अब्दुल कलाम नाराज होऊन ऋषीकेशला परतले. बराच वेळ सतत प्रवाहीत होत असलेल्या नदीकडे पहात राहिले.

व्यक्तिगत अनुभव

ऋषीकेशमध्ये अब्दुल कलामने स्वामी शिवानंद यांची भेट घेतली. भगवान बुद्धाप्रमाणे दिसणारे स्वामी शिवानंद सफेद रंगाचे धोतर आणि पायात खडाऊ घालत असत. कलाम त्यांची अत्यंत संमोहक, अगदी बालकाप्रमाणे हास्य आणि कृपाळू भाव पाहून चकित झाले. बराच वेळ मंत्रमुग्ध होऊन पहात राहिले. स्वामीजीने त्यांना बसायला सांगितले तेव्हा त्यांची तंद्री भंग पावली. अब्दुल कलामने स्वामीजीला त्यांचा परिचय दिला. त्यांना आशा होती की कदाचित स्वामी शिवानंदांची प्रतिक्रिया थोडी वेगळी असेल. परंतु त्यांचे मुस्लीम नाव ऐकून स्वामीजींवर त्याचा कोणताही परिणाम झाला नाही. उलट अब्दुल कलामांच्या चेहऱ्यावर दुःख पाहून स्वामी शिवानंद यांनी विचारले, 'बेटा, तुझ्या चेहऱ्यावर दुःख का आहे?' कलाम बोलण्यापुर्वीच स्वामी शिवानंद म्हणाले, 'तू दुःखी आहेस हे मला कसे कळले हे विसरू नकोस."

एका चांगल्या शिष्याप्रमाणे, अब्दुल कलामांनी स्वामीजींना विचारले नाही की त्यांना हे कसे कळले. त्यांच्या चेहऱ्यावरील दुःखाचे कारण सांगताना ते म्हणाले, 'स्वामीजी, काल मी भारतीय हवाई दलात वैमानिकांच्या भरतीसाठी मुलाखत देण्यासाठी गेलो होतो. दुर्देवाने माझी तिथे निवड झाली नाही. बालपणीचे स्वप्नं होते की एके दिवशी मी आकाशात उडेन आणि पृथ्वीला एका नवीन उंचीवरून पाहिन. काल ते स्वप्नं भंगले." असे म्हणत कलाम शांत झाले.

स्वामी शिवानंद हसले आणि अब्दुल कलाम यांच्या सर्व चिंता दूर केल्या आणि नंतर मंद आणि खोल आवाजात म्हणाले, "जर तुमच्या हृदयातून आणि आत्म्यातून निर्माण होणारी इच्छा शुद्ध असेल आणि ती पूर्ण झाली असेल तर तिच्यात एक आश्चर्यकारक विद्यूत चुंबकीय उर्जा असते. ही उर्जा दररोज रात्री मन झोपलेले असताना आकाशात जाते. दररोज सकाळी ही उर्जा वैश्विक चेतना घेऊन शरीरात प्रवेश करते. ज्याची तू कल्पना केली आहेस ते सत्यात उतरेल. तरूणा, सूर्योदय होणार आहे यावर जसा तुझा विश्वास आहे, तसा यावर देखील विश्वास ठेव."

डॉ. अब्दुल कलाम यांचा हा एक वैयक्तिक अनुभव होता ज्याने त्यांच्या हृदयात इतके धाडस निर्माण केले की ते शेवटपर्यंत त्यांच्यासोबत राहिले. त्यांच्याकडे सर्वकाही होते. विद्यूत चुंबकीय उर्जा आणि विश्व. सूर्योदय एक नवीन चेतना निर्माण करतो. एक चेतना जी सतत हालचाल करण्यास शिकवते. अचानक त्यांच्या मनात एक विचार आला की जेव्हा गुरूची इच्छा असेल तेव्हा शिष्याला मार्ग दाखवत आहेत. जो त्याच्या मार्गापासून थोडासा भरकटला आहे. गुरूने त्याला प्रोत्साहन दिले आणि म्हणाले, 'तुझे

नशीब स्वीकार आणि जा तुझे जीवन चांगले बनव. नियतीला तू हवाई दलात पायलट व्हावे असे वाटत नव्हते. नियतीला तुला काय बनायचे आहे हे कोणीही आत्ता सांगू शकत नाही, परंतु नियतीने ते आधीच ठरवले आहे. तुझे हे अपयश विसरून जा. कारण नियतीने तुला येथे आणले होते. गोंधळातून बाहेर पड आणि तुझ्या अस्तित्त्वाचा योग्य उद्देश शोध. स्वतःला देवाच्या इच्छेवर सोपव.' वामी शिवानंद ज्याचे शब्द डॉ. कलाम यांच्या कानात सतत घुमत राहिले. नियतीला काय हवे आहे? देशाच्या भविष्यातील तरूणांना, ज्यांना नियतीने गौरवशाली इतिहास लिहिण्यासाठी निवडले होते, ते स्वामीजींना माहीत नव्हते आणि त्यांनाही माहीत नव्हते. ट्रेनने दिल्लीच्या दिशेने वेग पकडला होता.

एपीजे अब्दुल कलाम ऋषीकेशहून दिल्लीला परतले. ऋषीकेशहून दिल्लीला परतताना त्यांच्या मनात असे आले की त्यांनी सूफी संत हजरत निजामुद्दीन यांचे शहर असलेल्या दिल्लीत एक आठवडा रहावे. या काळात त्यांनी दिल्लीतील डीटीडी अँड पी(एअर) येथे मुलाखत दिली. त्याचे निकाल काय येतील हे माहित नाही. मुलाखतीत त्यांना विचारलेले प्रश्न सामान्य स्वरूपाचे होते. त्यांच्यात असा कोणताही प्रश्न नव्हता जो अब्दुल कलाम यांच्या क्षमतेला आव्हान देऊ शकेल. काय होईल हे माहित नाही.

दिल्लीला पोहचल्यावर ते थेट डीटीडी अँड पी (एअर) येथे गेले. तिथे पोहचल्यानंतर त्यांनी त्यांच्या मुलाखतीचा निकाल विचारला. त्यांना उत्तरात नियुक्ती पत्र देण्यात आले तेव्हा ते आश्चर्यचकित झाले. नियुक्ती झाली आहे. नियतीचा निर्णय स्वीकरून अब्दुल कलाम साहेबांनी दुसऱ्याच दिवशी अडीचशे रूपये मूळ पगारावर वरिष्ठ वैज्ञानिक सहायक पद स्वीकारले. त्यांना वाटले की जर हे माझे करिअर आहे तर मी दुसऱ्या नोकरीत का जाऊ नये? नियतीप्रमाणे होऊ द्या. त्यांना मनाची शांती मिळाली. त्यांना स्वामीजींचे कठोर शब्द आठवले, 'नियतीने आधीच ठरवले आहे. '

इथून क्षमतांचा प्रवास कोणत्या दिशेने जाईल हे माहित नव्हते. स्वतःसाठी नाव कमावण्याची संधी होती. मार्ग मोकळा झाला होता. क्षमतांचे प्रदर्शन बाकी होते. असा विचार करून ते हवाई दलात निवड न झाल्याचे दुःख विसरले. डॉ. एपीजे अब्दुल कलाम यांच्या यशाचा प्रवास १९५८ मध्ये सुरू झाला, जो आज प्रत्येक भारतीय अभिमानाने एकमेकांना सांगतो.

त्यांना संचालनालयातील तांत्रीक केंद्र (विमानचलन) मध्ये नियुक्ती देण्यात आली होती. हा केवळ योगायोग होता की किंवा नशिबाचा खेळ होता की अब्दुल कलाम जर विमाने उडवत नसतील तर किमान ते त्यांना उडवता येण्याजोगे बनवण्यात मदत

करत होते. असे विचार मनात वारंवार येत असत. नोकरीच्या पहिल्याच वर्षी त्यांना यश मिळाले. प्रभारी अधिकारी आर. वरदराजन यांच्या मदतीने त्यांनी सुपरसॉनिक लक्ष्य विमान डिझाइन करण्यात यश मिळवले. संचालक डी. नीलकांतन यांनी त्यांचे खूप कौतूक केले. शिक्षण पूर्ण केल्यांनतर त्यांनी त्यांच्या वरिष्ठ सहकाऱ्यासह हे यश मिळवले होते. त्यांना खूप आनंद झाला. संचालकांच्या कौतूकाने त्यांचे मनोबल वाढले.

अब्दुल कलामांच्या क्षमतेची दखल संचालनायात घेतली जात होती. संचालनायाच्या प्रत्येक विभागात कामाचा अनुभव खूप महत्त्वाचा असतो. त्यामुळे विमानांच्या देखभालीचा अनुभव मिळविण्यासाठी त्यांना कानपुर येथील एअरक्राफ्ट अँड आर्मामेंट टेस्टिंग युनिट (ए अँड एटीयू) येथे पाठवयात आले. त्यावेळी तेथे एमके-१ विमानाची चाचणी सुरू होती. त्यांच्या कामातही त्यांनी भाग घेतला.

कानपुरला हा त्यांचा पहिलाच दौरा होता. या आधी त्यांनी कानपुरबद्दल फक्त एवढेच ऐकले होते की कानपुर हे मोठ्या लोकसंख्येचे औद्यागिक शहर आहे. समुद्रकिणाऱ्यावर शांततेत रहाणाऱ्या डॉ. एपीजे अब्दुल कलाम यांच्यासाठी औद्योगिक शहरात राहण्याचा हा त्यांचा पहिला अनुभव होता. अब्दुल कलाम कानपुरला आले तेव्हा हिवाळा होता. खूप थंडी होती. शहरात गर्दी होती. लोक इकडे तिकडे धावत होते आणि येथे आवाज सामान्य होता. कारखाने आहेत म्हणजे धूर असणारच. इथले सर्व रामेश्वरमच्या वातावरणाच्या उलट होते. रामेश्वरममध्ये असे शहरी वातावरण कुठे होते? येथे अब्दुल कलाम यांच्यासाठी बटाटे ही एक मोठी समस्या होती. त्यांना बटाट्यांची मोठी समस्या होती . का होती? तर सकाळच्या नास्त्यापासून ते रात्रीच्या जेवणापर्यंत प्रत्येक भाजीत भरपूर बटाटे असत. बटाटा वाटाणे, बटाटा कोबी, गाजर बटाटा, बटाटा टोमॅटो म्हणजे प्रेत्येक भाजी बटाट्याशिवाय अपूर्ण होती. अब्दुल कलाम यांना असे वाटायचे की खेड्यातील लोक त्यांच्या मातीचा गंध आणि त्यांच्या कुटूंबाचे रक्षण सोडून कारखान्यांमध्ये त्यांचे भविष्य शोधण्यासाठी येथे येतात. या आशेने की त्यांना येथे रोजगार मिळेल. घरात चूल पेटली तर मुलांना खायला मिळेल. फक्त काम मिळावे. या आशेने लोक भटकत असल्याचे पाहून त्यांना खूप वाईट वाटले. पण ते काय करू शकत होते?

अशा अनुभवांसहित, अब्दुल कलाम विमान देखभालीचे प्रशिक्षण पूर्ण करून दिल्लीला परतले. संचालनायात परत आल्यावर त्यांना कळले की डीटीडी अँड पी (एअर) ने डार्ट' लक्ष्य डिझाइन करण्याचे काम हाती घेतले आहे. हे काम पूर्ण

करण्यासाठी एक टीम तयार करण्यात आली आहे. त्या डिझाइन टीममध्ये त्यांचाही समावेश होता. अब्दुल कलाम यांनी डिझाइनचा प्राथमिक अभ्यास केला. त्यांना त्यांच्या वापराचे महत्त्व समजले. त्यांनतर त्यांनी डिझाइन तयार केले. त्यांनी उभ्या टेकऑफसाठी म्हणजेच खालून वरपर्यंत उतरवण्यासाठी एक प्लॅटफॉम देखील विकसित केला. ते हॉट कॉकपिटच्या विकास आणि बांधकामाशी देखील जोडलेले होते. हळूहळू तीन वर्षे गेली.

भारत सरकारने बंगळुर(बेंगळुरू) येथे एरोनॉटिकल डेव्हलपमेंट एस्टॅब्लिशमेंटची स्थापना केली. येथे पात्र आणि अनुभवी लोकांची गरज पाहून डॉ. एपीजे अब्दुल कलाम यांना या नवीन एस्टॅब्लिशमेंटमध्ये पाठवण्यात आले.

अब्दुल कलाम यांच्यासाठी ही जबाबदारी एका आव्हानापेक्षा कमी नव्हती. ज्या मुलाने आपल्या वडिलांना लाकडी होड्या बनवताना पाहिले होते, तोच मुलगा आज देशाला एक नवीन प्रकारचे विमान देण्याचा निर्धार करतो.

ते बोटींना आकार घेताना खूप काळजीपूर्वक पहात असे. एके दिवशी ताशी शंभर मैल वेगाने वारा वाहत होता आणि समुद्रात वादळ आले. काही लोक आणि अब्दुल कलाम यांच्या वडिलांची बोट त्यात वाहून गेली. पंवान पूलही कोसळला आणि प्रवाशांनी भरलेली एक ट्रेन देखील दुर्घटनाग्रस्त झाली. ते एक असे दृष्य होते, ज्याने बालक कलामला पक्षांप्रमाणे आकाशात उडण्याची इच्छा झाला होती. बंगलोरला जाताना त्यांनी रामेश्वरम ते दिल्लीला येताना ते दृष्य आठवले, जेव्हा त्यांनी रेल्वेच्या खिडकीतून देशातील ग्रामीण भागाचे दृष्य पाहिले होते. जे त्यांनी यापुर्वी कधी पाहिले नव्हते. पीकाच्या शेतीत धोतर आणि पगडी परिधान करून काम करताना आणि रंगीबेरंगी महिलांना पाहून असे वाटत होत की जणू एखादी सुदंर पेंटिग आहे. कधी कधी एखादं बालक रेल्वेला हात दाखवत मागे जाई.

विचारांचे सागरी तूफान रामेश्वरम सागराप्रमाणे उधाणलेले होते. देहरादूनचे अपयश राहून राहून आठवत होते. देहरादून वायुसेनेच्या निवड बोर्डाचा व्यक्तिमत्त्वावर अधिक भर होता. आतले वादळ वगळले तर अब्दुल कलाम शांत भासत होते. वायुसेनेसाठी पंचवीस पैकी ज्या आठ उमेद्वाराची कमिशन अधिकाऱ्यामार्फत निवड झाली, त्यात ते नऊ नंबरवरच अडकले होते. त्यांच्या आत एक वेगळी धग होती. त्यांना हे समजण्यास थोडा वेळ लागला की वायुसेनेत नोकरी मिळवण्याची संधी, जी त्यांच्या जवळ होती ती हातातून वाळू गळून पडावी तशी गळून पडली. गोंधळातच मी

रामेश्वरमला आलो. गंगा स्नान केले आणि त्या शुद्धतेचा आनंद घेतला. ट्रेन बंगलोर रेल्वे स्टेशनवर थांबली, त्यावेळी त्यांची झोपमोड झाली. “ओह! बंगलोर आले!” मनातले बोलून अब्दुल कलाम त्यांच्या ठरलेल्या ठिकाणी जायला निघाले. बंगलोर (बंगलुरू) शहर कानपुरच्या तुलनेत उलट होते. कर्नाटक राज्याची राजधानी असल्याने हे कानपुर अधिक सुंदर शहर आहे. अब्दुल कलामचे मत होते की आपल्या देशाने लोकांना फारच अतिवादी बनवले आहे. हे यामुळे की शतकानुशतके, परकीय आक्रमणांमुळे या देशात स्थालातंर आणि वसाहतीची सतत प्रक्रिया चालू होती आणि यामुळे सहजीवनाची आपली क्षमता नष्ट झाली. या विरोधात बंड करयाऐवेजी आपण दयाळूपणाची क्षमता विकसित केली. तेच असणारे आपण, आत कुठेतरी क्रूर संवेदनहीन आणि निर्दयी देखील बनलो. साधारण दृष्टीने तर आपण जिवंत दिसतो, परंतु हिच नजर समीक्षात्मक असेल तर आपण विलक्षण ठरतो. कानपुरात त्यांनी लोकांना पान देणारे वाजिद अली शाहची नकल करताना पाहिले आणि बंगलोरात इंग्रज साहेबांप्रमाणे लोकांना कुत्रे फिरवताना पाहिले. इथे पण ते रामेश्वरम सारखी शांतता आणि निःस्तब्धतेसाठी तरसले होते.

बंगलोरात वैमानिक विकास प्रतिष्ठानात राहून पंखाविरहीत, हलका आणि तीव्र मशीनवाली वाहन तयार करण्याचा उत्साहजनक उद्योग त्यांच्या मनाच्या खिडक्या उघडल्या. आता वायुसेनेत पायलट तयार होण्याचे स्वप्नं फार मागे राहिले होते. त्यांना लवकरच हावरक्राफ्ट आणि एअरक्रॉफ्ट मध्ये किमान एक कामलिचा गुण दिसला. शेवटी राइट बंधूला देखील पहिले विमान तयार करण्यासाठी सात वर्षे लागले होते.

ड्राइंग बोर्डावर काही महिने काम केल्यांनतर अब्दुल कलाम आणि इतर सहकारी थेट हार्डवेअर विकसित करण्यात गुंतले. कलामला नेहमी वाटत होते की माझ्या सारख्या ग्रामीण, लहान शहरातून आलेल्या व्यक्तिला बाजूला तर करणार नाहीत. या भीतीमुळे ते अधिकच परिश्रम करू लागले. परिश्रम आणि एकाग्रतेत कसली कमतरता नव्हती. त्यांना वाटू लागले की स्वतःसाठी संधी निर्माण कराव्या लागतील. बंगळुरच्या एरोनॉटिकल डेव्हलपमेंट एस्टॅब्लिशमेंट (एडीई) मधील काही वरिष्ठ शास्त्रज्ञ त्यांच्याविरूद्ध टिप्पण्या करत होते याची त्यांना जाणीव होती. हे प्रत्येक संस्थेत घडते. ते सर्वांचे ऐकत असत आणि त्यांना जे हवे होते ते करत असत. ‘अग्निपंख’ या आत्मचरित्रात बंगळुरच्या कामाच्या जागेचा उल्लेख करताना डॉ. एपीजे अब्दुल

कलाम म्हणतात, 'मला १८९६ मध्ये राईट बंधूंवर लिहिलेली जॉन ट्रॉरिजची कविता आठवली,

बांबू आणि सुतळीने
मेनबत्तीच्या हातोड्याने
खिळे आणि नटाने जोडून
जुगाड करून वटवाघूळपासून
दोन वेडे भाऊ घाबरले
कोळसा फेकणे आणि घुंगरू वाजवणे
बनत आहे पहा
एक लाकडाची परी!

बंगलोरात काम सुरू झाले. सर्व शास्त्रज्ञ मोठ्या जोमाने कामात व्यस्त झाले. एक वर्षे कधी संपले हे कोणालाच कळले नाही. जेव्हा हा प्रकल्प जुना झाला तेव्हा तत्कालीन केंद्रीय संरक्षण मंत्री कृष्ण मेनन एडीइला भेट देण्यासाठी आले. अब्दुल कलाम त्यांना त्यांच्या कार्यशाळेत घेऊन गेले. आत, जेएएम मॉडेल एका टेबलावर वेगवेगळ्या भागात ठेवले होते. हे मॉडेल युद्धभूमित वापरण्यासाठी व्यावहारीक हॉवरक्रॉफ्ट विकसित करण्यासाठी एका वर्षाच्या अथक प्रयत्नाची कहाणी सांगत होते. केंद्रीय संरक्षण मंत्री कृष्ण मेनन यांना खात्री देण्यासाठी की ते पुढील वर्षी चाची उड्डाणात समाविष्ठ केले जाईल. यानंतर केंद्रीय संरक्षण मंत्र्यांनी अब्दुल कलाम यांना एकामागून एक अनेक प्रश्न विचारले. संरक्षण मंत्र्यांनी डॉ. मेदिरत्ता यांना सांगितले, 'कलामांच्या या युक्तीने, जेएएम चे चाचणी उड्डाण शक्य आहे.' कलाम त्यांच्या संरक्षण मंत्र्यांना ऐकून आनंदी झाले आणि त्यांनी पुढील वर्षी त्यांची चाचणी उड्डाण सुनिश्चित करण्याचा संकल्पही केला.

भगवान शिवाच्या वाहनाचे प्रतिक असलेल्या या हॉवरक्रॉफ्टला 'नंदी' असे नाव देण्यात आले. या मॉडेलचा संपूर्ण आकार आणि रंग या प्रकल्पाचा भाग असलेल्यांच्या अपेक्षेपेक्षा जास्त होता. त्यांच्याकडे फक्त रचना होती. 'दी' हे हॉवरक्राफ्ट आहे. ते डॉ. ए. पी. जे अब्दुल कलाम यांनी डिझाइन आणि विकसित केले होते. हा प्रकल्प भारताच्या अणुप्रयोगांसाठी हाती घेण्यात आला होता आणि तो शक्ती आणि नाविन्याचे प्रतिक आहे. अब्दुल कलाम त्यांच्या सहकाऱ्यांना म्हणाले, 'हे एक उडणारे यंत्र आहे. विचित्रांच्या गटाने बनवलेले मॉडेल नाही तर अभियंत्यांच्या क्षमतेने

बनवलेले मॉडेल आहे. ते पाहू नका. ते पाहण्यासाठी बनवलेले नाही, तर उडवण्यासाठी बनवलेले आहे.”

संरक्षण मंत्री कृष्ण मेनन यांनी त्यांच्यासोबत असलेल्या अधिकाऱ्यांनी व्यक्त केलेल्या सुरक्षेच्या चिंतांकडे दुर्लक्ष करून नंदीमध्ये उड्डाण केले. मंत्र्यांसोबत असलेल्या एका ग्रुप कॅप्टनला, ज्यांना हजारो तासांचा अनुभव होता, त्यांनी अब्दुल कलाम सारख्या अननुभवी नागरी पायलटपासून मंत्र्यांना सुरक्षित ठेवण्यासाठी स्वतः विमान उडवण्याची ऑफर दिली. पायलटने त्यांना हॉवरक्राफ्टमधून बाहेर येण्याचा इशारा केला. ही एक विचित्र घटना होती. अब्दुल कलाम यांना त्यांनी डिझाइन केलेले मॉडेल उडवण्याबद्दल कोणतीही भीती नव्हती. नंतर त्यांनी 'नाही' असे दर्शवत डोके हलवले. अशाप्रकारे, सिग्नल आणि गट पायलटला नियंत्रित करू शकले नाहीत.

कलाम आणि कॅप्टन यांच्यातील संभाषण पाहून संरक्षण मंत्री कृष्ण मेनेन हसले आणि त्यांनी ग्रुप कॅप्टनची सूचना नाकारली आणि त्यांना उड्डाण करण्याचा संकेत दिला. संरक्षण मंत्री खूप आनंदी झाले. ते अब्दुल कलाम यांना म्हणाले, 'तुम्ही (अब्दुल कलाम) दाखवून दिले आहे की हॉवरक्राफ्टच्या विकासातील मूलभूत समस्या सोडवल्या आहेत. यापेक्षा अधिक शक्तीशाली वाहन विकसित करा आणि मला दुसऱ्या प्रवासासाठी बोलवा.' ग्रुप कॅप्टन गोले यांना प्रमोशन देण्यात आले आणि नंतर ते एअर मार्शल बनले. यानंतर ते कलाम साहेबांचे चांगले दोस्त बनले. हिंदीमध्ये हॉवरक्राफ्ट म्हणजे हवेची गादी असलेले वाहन किंवा हवेच्या कुशनवर चालणारे वाहन. हे एक उभयचर जहाज आहे जे हवेच्या कुशनचा वापर करून पाणि, जमीन इत्यादींवर फिरते.

बर्फ आणि इतर विविध पृष्ठभागावर प्रवास करू शकते. हॉवरक्राफ्टमध्ये एक विशेष प्रकारचा ब्लोअर असतो जो वाहनाच्या तळाशी हवा फेकतो. यामुळे हवेचा एक कुशन तयार होतो, जो हॉवरक्राफ्टला पृष्ठभागापासून थोडा वर उचलतो आणि कमी घर्षणाने पृष्ठभागवार धावू शकतो. हॉवरक्राफ्ट हे एक उभयचर वाहन आहे, म्हणजेच ते पाणि जमीन दोन्हीवर चालू शकते. याशिवाय, हॉवरक्राफ्ट पाणि, बर्फ, दलदल आणि इतर पृष्ठभागावर सहजपणे चालवता येते. ते वाहतूक, बचाव कार्य आणि लष्करी उद्देशांसाठी वापरले जाते.

हॉवरक्राफ्ट ‘नंदी’ प्रकल्प रद्द करण्यात आला. हा प्रकल्प भारतातील एक प्रकल्प होता जो मुंबईतील गेटवे ऑफ इंडिया आणि नवी मुंबईतील सीबीडी इंडिया बेलापूर आणि वाशी दरम्यान हॉवरक्राफ्ट सेवा सुरू करण्याबाबत होता. १९९४ ते १९९९

दरम्यान, या मार्गावर हॉवरक्राफ्ट चालवल्या जात होत्या, परंतु नंतर पुरेशा जलवाहतुकीच्या पायाभूत सुविधांअभावी सेवा बंद करण्यात आल्या.

हॉवरक्राफ्ट 'नंदी' प्रकल्प रद्द करण्याबाबत, डॉ. ए. पी. जे अब्दुल कलाम यांनी या प्रकल्पाचे महत्त्व पुन्हा सांगितले आणि म्ळटले की हा "एक महत्त्वाचा प्रकल्प होता ज्यामुळे भारताला स्वदेशी तंत्रज्ञानाचा वापर करून हॉवरक्राफ्ट विकसित करणे शक्य झाले असते." त्यांनी निराशा व्यक्त केली, परंतु भविष्यात असे प्रकल्प पुन्हा सुरू होतील आणि तंत्रज्ञान भारतात विकसित केले जाईल अशी आशा व्यक्त केली.

काळ खूप वेगाने बदलतो. अब्दुल कलाम यांचे हृदय आणि आत्मा नंदी' मध्ये होते. आता त्याचा काही उपयोग होणा नव्हता. ते या वास्तवाला तोंड देण्यास तयार नव्हते. हे त्यांच्या अंतर्मनाला पूर्णपणे अस्वीकार्य होते. ते निराश झाले होते आणि त्यांचा भ्रम निराश झाला होता. गोंधळ आणि अनिश्चिततेच्या काळात माझ्या बालपणीच्या आठवणी माझ्या मनात परत आल्या आणि मला त्या आठवणीत नवीन अर्थ सापडू लागले. पक्षी शास्त्री म्हणायचे, 'सत्यशोधा आणि सत्य तुम्हाला मार्ग दाखवेल. बाइबलमध्ये म्हटल्याप्रमाणे 'मागा आणि तुम्हाला मिळेल.'

बदल घडला. काही दिवसांनी डॉ. एपीजे अब्दुल कलाम यांना भारतीय अंतराळ संशोधन समितीचा फोन आला. त्यांना मुलाखतीसाठी तिथे बोलावण्यात आले. आता त्यांना आकशातून अंतराळात उड्डाण करायचे आहे. ही मुलाखत रॉकेट इंजिनिअर पदासाठी होती. ते मुंबईला पोहचले. या प्रवासादरम्यान, पुन्हा एकदा लक्ष्मण शास्त्रज्ञ यांनी सांगितलेले श्रीमदभगवत गीतेचे श्लोक त्यांच्या कानात घुमत होते, "तुम्ही सर्व भ्रमाची मुले आहात. इच्छा आणि द्वेषाच्या फसवणुकीने फसलेले आहात. पहा! पापाच्या पलिकडे असलेले आणि फसवणुकीपासून वाचलेले ते काही पुण्यवान पुरूष. माझ्या श्रद्धेतील दृढ आणि श्रद्धा या एकमेव गोष्टी माणसाला प्रेरणा देतात. तुमच्या इच्छांवर ठाम रहा. डगमगू नका. इतक्या तीव्र इच्छेने अब्दुल कलाम मुलाखतीच्या खोलीत गेले. त्यावेळी ते विचार करत होते की कोणत्या प्रकारचे प्रश्न विचारले जातील? त्यांना काहीही वाचण्यासाठी किंवा कोणत्याही अनभवी व्यक्तीशी बोलण्यासाठी वेळ मिळाला नव्हता. त्यावेळी त्यांना आठवले की विजयी होण्याची गरज नाही. जेव्हा तुम्ही भ्रमापासून मुक्त आणि शांत असता तेव्हाच तुम्ही कोणतेही काम चांगल्या पद्धतीने करू शकता. माझ्या आयुष्यात ज्या गोष्टी आल्या त्या मी स्वीकारू लागलो. प्रो. एम. जी. के. मेनन आम्हाला बंगळुरूला भेटायला येत नव्हते आणि मला येथून मुलाखतीसाठी फोनही येत नव्हते.

मी ठरवले की अशा प्रकारची वृत्ती असणे चांगले आहे.

त्यांची मुलाखत प्रसिद्ध शास्त्रज्ञ डॉ. विक्रम साराभाई यांनी घेतली. त्यांचा उत्साह पाहून ते थक्क झाले. डॉ. विक्रम साराभाई यांच्यात कोणताही अहंकार नव्हता. कारण त्यांची मुलाखत घेणारे वरिष्ठ अधिकारी अनेकदा तरूण उमेद्वारांना 'समोर हजर करत. डॉ. विक्रम साराभाई यांच्यासोबत, प्रो. एम. जी. के. मेनन आणि अणुउर्जा आयोगाचे तत्कालीन उपसचिव श्री. सराफ देखील होते. डॉ. ए. पी. जे अब्दुल कलाम यांच्या आत्मचरित्रात वर्णन करतात, "मी खोलीत प्रवेश करतातच मला एक उत्साहवर्धक आणि मैत्रिपूर्ण वातावरण जाणवले. डॉ. साराभाईंचे प्रश्न माझ्या विद्यमान क्षमता किंवा कौशल्यांची चाचणी घेण्यासाठी नव्हते. तर माझ्यातील क्षमता शोधण्याशी संबंधित होते. ते माझ्याकडे अशा प्रकारे पाहत होते की जणू ते एका मोठ्या संदर्भात माझा न्याय करत आहेत. संपूर्ण मुलाखत त्या सत्यासारखी वाटली ज्यामध्ये त्यांचे स्वप्नं एका मोठ्या व्यक्तिीच्या मोठ्या स्वप्नांत विलिन झाले होते."

मुलाखत झाली. त्यांना दोन दिवसांनी परत येण्यास सांगण्यात आले, पण दुसऱ्या दिवशी संध्याकाळी त्यांना त्यांच्या निवडीबद्दल कळवण्यात आले. त्यांना भारतीय अंतराळ संशोधन समितीमध्ये रॉकेट अभियंता म्हणून नियुक्त करण्यात आले. तरूण अब्दुल कलाम यांच्यासाठीत्यांचे स्वप्नं पूर्ण करण्याची ही एक उत्तम संधी होती.

भारतीय अंतराळ संशोधन संघटनेत त्यांचे काम टीआइफआर संगणक केंद्रात संगणक प्रशिक्षण अभ्यासक्रम म्हणू सुरू झाले. येथील वातावरण डीटीडी अँड पी (एअर) मधील वातावरणापेक्षा खूप वेगळे होते. इथे एखाद्याला आपली भूमिका योग्य आहे असे ठरविण्याची गरज नव्हती किंवा कोणासोबत वाद घालण्याची गरज नव्हती.

१९६२ च्या मध्यात भारतीय अंतराळ संशोधन समितीने केरळमधील त्रिवेंद्रम (उर्फ तिरूवनंतपुरम) जवळील थुंबा गावात रॉकेट प्रक्षेपण केंद्र स्थापन करण्याचा निर्णय घेतला. अहमदाबाद येथील भौतिक संशोधन प्रयोगशाळेचे डॉ. चिटणीस यांनी थुंबा हे केंद्रासाठी सर्वांत योग्य ठिकाण म्हणून निवडले कारण ते पृथ्वीच्या चुंबकीय अक्षाच्या सर्वांत जवळ होते. भारतात रॉकेट तंत्रज्ञानावरील आधुनिक संशोधनाची ही सुरूवात होती. थुंबा येथील रॉकेट प्रक्षेपण केंद्रासाठी निवडलेली जागा रेल्वे लाईन आणि समुद्रकिणाऱ्याच्या दरम्यान होती.

वैयक्तिक जीवन

१९९५ मध्ये त्यांचा भाऊ कासिम मोहम्मद यांचे निधन झाले. ते त्यांना खूप दुःख झाले. त्यांनतर एक एक करून त्यांची सर्व भांवडे हे जग सोडून गेले. १९९७ मध्ये

त्यांची बहिण असीम जोहरा हिचे निधन झाले. त्यानंतर १९९९ मध्ये त्यांचा भाऊ मुस्तफा कलाम यांनी त्यांना धक्का दिला. पाच वर्षांत तीन भांवडांना गमावल्यावर, अविवाहीत डॉ. कलाम जीवनातील अडचणींना तोंड देत होते.

साधी राहणी आणि उच्च विचारसरणी असलेले कलाम साहेब यांची जीवनशैली प्रामाणिकपणावर आधारीत होती. दररोज सकाळी ६ वाजता अंथरूणातून बाहेर पडणे आणि निसर्गाच्या सोबत वेळ घलवणे हा त्यांचा दैनंदिन दिनचर्येचा एक भाग होता. त्यांच्या काही वैयक्तिक मालमत्तेत त्यांची पुस्तके, त्यांची वीणा, काही कपडे, एक सीडीप्लेअर आणि एक लॅपटॉप यांचा समावेश आहे. त्यांच्याकडे कधीही टेलिव्हिजन नव्हता. त्यांनी त्यांच्या संपूर्ण आयुष्यात दारूची चवही घेतली नाही. त्यांच्या मृत्यूच्या वेळी त्यांनी कोणतेही मृत्यूपत्र मागे सोडले नाही आणि त्यांची सर्व मालमत्ता त्यांचे मोठे भाऊ मोहम्मद मुथु मीरा लेब्बबाई मराईकयार यांच्याकडे गेली.

कलाम हे त्यांच्या वैयक्तिक आयुष्यात पूर्णपणे शिस्त पाळणारे व्यक्ति होते. ते कुराण आणि भगवतगीता दोन्हीचा अभ्यास करायचे. कलाम यांनी अनेक ठिकाणी उल्लेख केला आहे की ते तिरुकुरलचे देखील पालन करतात, त्यांच्या भाषणांमध्ये किमान का कुरलचा उल्लेख नेहमीच असायचा. राजकीय क्षेत्रात कलाम यांना वाटत होते की अंतरराष्ट्रीय पातळीवर भारताची भूमिका वाढावी आणि भारताने अधिकाधिक महत्त्वाची भूमिका पार पाडावी. भारत महासत्ता होण्याच्या दिशेने वाटचाल करत असल्याचे पहाण्याची त्यांची मनापासून इच्छा होती. त्यांनी अनेक पुस्तके लिहिली होती आणि ते नेहमीच भारतातील सामान्य लोकांसाठी तंत्रज्ञान सुलभ करण्याचा सल्ला देत. डॉ. कलाम नेहमीच मुलांमध्ये लोकप्रिय होते. ते इंडियन इस्टिट्यूट ऑफ स्पेस सायन्स अँड टेक्नॉलजिचे कुलगुरू देखील होते. ते सर्वांचे ते नेहमीच हसतमुखाने स्वागत करायचे मग ते ऑफिसचा नोकर का असेना. ते आयुष्यभर शाकाहारी राहिले.

त्यांच्या वैयक्तिक आयुष्याबद्दल आणि कुटूंबाबद्दल त्यांनी त्यांच्या आत्मचरित्रात लिहिले आहे, 'माझे वडील १०२ वर्षे जगले. त्यांच्या मृत्यूनंतर त्यांनी एक मोठे कुटूंब सोडले, ज्यामध्ये १५ नावंडे होती. त्यांच्या मृत्यूने मला खूप दुःख झाले. मी थुंबाहून माझ्या घरी परतलो, जिथे मी बराच वेळ माझ्या आईजवळ बसलो. मी तिथून निघताना माझ्या आईने मला मोठ्या आवाजात आशीर्वाद दिला.'

डॉ. कलाम यांनी त्यांची दोन्ही कर्तव्ये अतिशय चांगल्या प्रकारे पार पाडली. वडिलांच्या निधनानंतर ते अत्यंत दुःखी होते. दुसरीकडे, कर्माचा विचार त्यांच्या

कानात नेहमीच घुमत होता. अशा अरामदायी वातावरणात स्वतःला संतुलित ठेवणे खूप कठीण होते. त्यांनी लिहिले आहे, “ मी त्यावेळी एस. एल. वी - ३ रॉकेट तयार करण्याच्या कामात होतो आणि तिकडे मला त्या कामासाठी परत जावे लागणार होते. थांब असे माझी आई एकदा पण म्हणाली नाही. आता मी विचार करतो की मी माझ्या आईजवळ राहू शकत नव्हतो का? मी माझ्या कामाला इतके महत्त्व दिले पाहिजे का? मी माझ्या आईला आणखी थोडा वेळ द्यायला नको होता का? कारण त्यांनतर मी तिला कधीच भेटू शकलो नाही. मी स्वतःला हे अनेक वेळा विचारतो, पण मला उत्तर मिळत नाही. माझ्या वडिलांच्या मृत्यूनंतर माझी आईही लवकरच हे जग सोडून गेली. वडिलांचे आणि तिचे फार जमायचे.

कौटुंबिक वातावरण माणसाला वास्तववादी प्रेरणा देते. कृतीला परिणाम पाहिजे असतो. कराराचा कोणत्याही भावनीक नात्याशी कसलाही संबंधन सतो. एखादी व्यक्ती जिथे काम करते तिथे ती मालकाच्या नियंत्रणाखाली असते. जर एखाद्या व्यक्तीला संकटात हितचिंतकाचा आधार मिळाला तर त्याचा आत्मविश्वास वाढतो. त्याच्या संकटाची आठवण करून देताना डॉ. अब्दुल कलाम लिहितात, ‘माझ्या आयुष्यातील संकटाच्या वेळी काही खास लोक आले, ज्यांनी माझ्या विचारांना एक नवीन वळण दिले. कधी कधी त्यांनी माझ्या आयुष्याचा मार्ग बदलला. मी नेहमीच त्यांचा आभारी राहीन आणि त्यांचे दररोज स्मरण करील. जर मी या जगात संपूर्ण वेळ जगलो तर मला कळेल की मला काय करायचे आहे. मी माझा वेळ या लोकांना लक्षात ठेवण्यात घालवीन, ज्यांनी माझ्या चेहऱ्यावर आनंद आणला आणि वाऱ्यावर झुळूकीसारखी मला मिठी मारली. अहमद जलालुद्दीन माझ्या आयुष्यातील अशीच एक व्यक्ति होती.

अहमद जलालुद्दीन हे अब्दुल कलामपेक्षा वयाने मोठे होते पण त्यांचे नाते मित्रासारखे होते. ते का? हे नाते आयुष्यभर टिकले. बऱ्याचदा, दोघांसाठी चिंतनाचा एक प्रमुख विषय होता की आपले व्यक्तिमत्त्व कोण घडवते? यामध्ये वातावरणाची भूमिका काय आहे आणि ते किती नैसर्गीक आहे? जेव्हा त्यांना त्यांचा भूतकाळ आठवतो, त्यावेळी त्यांना ह्या गोष्टींपासून प्रेरणा मिळते.

आईचा जीवनाबद्दलचा दृष्टीकोण, वडिलांचा सामाजिक अनुभव एका एका घरात वास्तव्य करणाऱ्या सदस्यांना संस्कार देते आणि त्याचा प्रभाव आयुष्यभर रहातो. अब्दुल कलामने आपल्या आई-वडिलांकडून प्रमाणिकपणा शिकला. आत्मसंयम शिकला. विश्वास करणे आणि दया भाव बाळगणे शिकला. परिवार सोडून माझे सर्वांत

जवळचे मित्र जलालुद्दीन आणि चुलत भाऊ शम्शुद्दीनकडून त्यांनी हे ओळखयाचे शिकले की प्रत्येक व्यक्तीत एक तरी खास गुण असतो.

आपला व्यक्तिगत जीवनप्रवास वर्णन करताना ते लिहितात, "या लोकांनी माझ्यातली क्षमता ओळखली आणि मला प्रोत्साहन दिले. जीवनाबद्दल त्यांचा सरळ आणि सोपा दृष्टीकोण होता. मी त्यांच्यासमोर स्वतःला, मनाला, विचारांना मोकळया मनाने मांडत असे. परंतु ते त्यापुर्वीच माझे प्रश्न आणि इच्छा समजून घेत असत. नंतर ते माझ्याकडून सगळं काही वदवून घेत असत आणि जीवनाचे ध्येय साध्य करण्यास मला मदत करीत."

अब्दुल कलाम यांच्या क्षमतेचे मूल्यांकन केल्यानंतर, जलालुद्दीन अशा लोकांपैकी एक होते ज्यांनी अब्दुल कलाम यांना त्यांचे चांगले वाईट समजू लागले होते म्हणून त्यांना रामेश्वरममधून बाहेर काढण्याची योजना आखली. तरूण कलाम यांच्यातील प्रतिभा बाहेर काढण्याचा एकमेव मार्ग म्हणजे त्यांना उच्च शिक्षणासाठी रामेश्वरममधून बाहेर पाठवणे. अब्दुल कलाम यांनाही शिक्षण घेऊन पुढे प्रगती करायची होती. जर त्यांना चांगल्या महाविद्यालयात प्रवेश मिळाला तरच हे शक्य होते. मग त्यांच्या दृष्टीने केवळ जलालुद्दीन कलाम यांची उत्सुकता आणि भावना समजू शकत होते. जलालुद्दीन अब्दुल कलाम यांच्यासोबत रामनाथपुरमला गेले आणि तेथे त्यांच्यासाठी सर्व व्यवस्था केली.

जलालुद्दीन नेहमीच अब्दुल कलाम यांची काळजी घेत असत. त्यांनी प्रत्येक गरज पूर्ण करण्याचा प्रयत्न केला. त्यांच्या सर्वोत्तम प्रयत्नाची आठवण करू देताना ते लिहितात, "मी प्रौढ होईपर्यंत, माझ्या कृती, प्रतिक्रिया, प्रतिसादांवर नियंत्रण ठेवणारा कोणीतरी होता. तो नेहमीच माझ्यासोबत चालत असे. जेव्हा तो मला धरून ठेवायचा. जेव्हा जेव्हा मला वाटायचे की मी हे सतत करू शकत नाही, बाहेरील जगाकडे माझे पाऊल टाकू शकत नाही, तेव्हा ही व्यक्ति माझे मनोबल वाढवायची. तो दिवस मी कसा विसरू शकतो जेव्हा ती व्यक्ति आणि शम्शुद्दीन

माझ्यासोबत मुंबईतील सांताक्रुझ विमानतळावर होते, कारण मी असे काही करणार होतो ज्याची कोणीही कल्पना केली नव्हती. मी सहा महिन्याच्या प्रशिक्षण कार्यक्रमात सहभागी होण्यासाठी अमेरिकेतील नासा येथे जात होतो. मी आता अभियंता झालो होतो आणि भारतीय अंतराळ संशोधन संस्था 'इस्त्रो' मला रॉकेट अभियंता अमेरिकेत पाठवत होती."

म्हणून कुटंबातील सदस्य असो, मित्र असो, सहकारी असो किंवा अनोळखी असो, डॉ. एपीजे अब्दुल कलाम यांनी सर्वांना लक्षात ठेवले. जेव्हा जेव्हा त्यांना संधी मिळाली तेव्हा ते त्यांचा जाहीरपणे उल्लेख करायला विसरले नाहीत. मुंबई विमानतळाचा उल्लेख करताना त्यांनी लिहिले आहे, " जलालुद्दीन आणि शम्शुद्दीन यांनी मला सांत्राक्रुझ विमानतळावर सोडले. मुंबईसारख्या शहरातून परदेशात जाण्याची माझी चिंता पाहून ते काळजीत होते. आता ते मला सन्मानाने हाताळत होते. विमानतळाकडे जाताना मी त्यांची आठवण करता होतो. त्यांच्या योग्य विचारसरणीची आणि आशावादाची शक्ती लाटेसारखी माझ्यापर्यंत पोहचत होती. तिथे उभे राहून माझ्या हृदयात ओसंडून वाहणाऱ्या त्यांच्यावरील प्रेमाला मी रोखू शकलो नाही आणि अश्रूंमुळे माझी दृष्टी धूसर होत होती. मी त्यांना धरल. मग जलालुद्दीन म्हणाले, 'आम्ही नेहमीच तुझ्यावर प्रेम केले आहे, आम्हाला तुझा अभिमान आहे आणि नेहमीच राहीन." त्यांचे प्रोत्साहनाचे शब्द मी कसे विसरू शकतो. आता मला वाटते की जलालुद्दीनने मला केवळ मदतच केली नाही, तर एसएलव्ही-३ रॉकेटच्या प्रकल्पावर काम करणाऱ्या संशोधन संस्थेतही मला मदत केली.

जलालुद्दीन एक चांगला मित्र होता आणि नंतर तो अब्दुल कलामचा मेहूणा बनला. एके दिवशी अब्दुल कलाम यांना बातमी कळली की त्यांचे मित्र आणि मार्गदर्शक, त्यांचे मेहूणे जलालुद्दीन आपल्यात नाहीत. कलामांना खूप धक्का बसला. हे कसे शक्य आहे? आपण सर्वजण जिवंत आहोत, पण ते आता नाहीत. अब्दुल कलामांना धक्का बसल्यावर जे शब्द त्यांच्या तोंडातून बाहेर पडले, त्यांना काही अर्थ नव्हता. कारण धक्का बसल्यावर माणूस काय बडबडतो याची कोणीही अपेक्षा करू शकत नाही. हृदयाला होणारा बसलेला धक्का सहन करणे कठीण असते. त्यावेळी व्यक्ती सुन्न होते. विचार करण्याची क्षमता गमावून बसते. वर्तमानात जगताना तो भूतकाळात हरवून जातो. कलाम कमी अधिक प्रमाणात त्याच स्थितीत होते. काही काळ ते चालू शकत नव्हते. त्यांचे शरीर सुन्न झाले होते. त्यांना काहीही जाणवत नव्हते. शेवटी समाधी भंग झाली. वर्तमानात परतताना आवश्यक सूचना दिल्या आणि रामेश्वरमला जाण्याची तयारी करण्यासाठी त्यांच्या निवासस्थानी पोहचलो. माझ्या मनात जे चालले होते ते असे होते, 'जर त्यांनी जीवन कसे जगायचे हे शिकवले तर त्यांनी मला जीवन आणि मृत्यूचे कठोर, कडू आणि अपरिवर्तनीय सत्य शिकवले नसतील?"

"एका व्याख्यानाने त्यांच्या आयुश्याची दिशा बदलली. माझ्या शिक्षकाने मला जीवनाचा एक उद्देश सांगितला, मला भौतिकशास्त्र शिकण्याचे महत्त्व समजले. मी भौतिकशास्त्र निवडले. मी वैमानिक अभियांत्रिकीला प्राधान्य दिले आणि नंतर रॉकेट अभियंता झालो. त्यांनतर एक अंतराळ शास्त्रज्ञ."

डॉ. एपीजे अब्दुल कलाम

कर्तृत्त्व

कोणत्याही व्यक्तिची ओळख त्याच्या कमाने होते. कर्म हिच माणसाच खरी ओळख असते. गीतेत असेही म्हटले आहे की कर्म करतो त्यानुसार त्याला फळ मिळते. विज्ञानपुत्र कलाम यांनी जगाला जे दिले ते मनुष्य पृथ्वीवर जिवंत असेपर्यंत लक्षात राहील. हेच कर्माचे अमरत्व आहे.

वैज्ञानिक जीवन

त्यांच्या वैज्ञानिक जीवनाचा हा पहिला टप्पा होता ज्यामध्ये त्यांनी तीन मान शिक्षक-डॉ. विक्रम साराभाई, प्रो. सतीश धवन आणि डॉ. ब्रह्म प्रकाश यांच्याकडून नेतृत्त्व शिकले. हा काळ त्यांच्यासाठी शिकण्याचा आणि ज्ञान मिळवण्याचा होता.

शिक्षण पूर्ण केल्यांनतर, डॉ. एपीजे अब्दुल कलाम 'संरक्षण संशोधन आणि विकास संस्था' इस्त्रोत शास्त्रज्ञ म्हणून सामील झाले. जिथे त्यांनी हॉवरक्रॉफ्ट प्रकल्पावर काम केले. डॉ. कलाम यांनी काही काळ प्रसिद्ध शास्त्रज्ञ विक्रम साराभाई यांच्यासोबतही काम केले. त्यांनतर ते १९६२ मध्ये भारतीय अंतराळ संशोधन संस्थेत' सामील झाले जिथे त्यांनी प्रकल्प संचालक म्हणून अनेक उपग्रह प्रकल्प यशस्वीरित्या प्रक्षेपित करण्यात महत्त्वाची भूमिका पार पाडली.

ते उपग्रह प्रक्षेपण वाहने आणि धोरणात्मक क्षेपणास्त्रांच्या स्वदेशी विकासाचे शिल्पकार होते.

एसएलव्ही-३, अग्नि आणि पृथ्वी' ही त्यांच्या बुद्धिमत्तेची आणि नेतृत्त्वाची साक्ष आहत. त्यांच्या अथक प्रयत्नामुळे भारत संरक्षण आणि हवाई अवकाश प्रणालींमध्ये स्वावलंबी झाला.

१९६० मध्ये मद्रास इंस्टिट्यूट आर्फ टेक्नॉलजिमधून पदवी घेतल्यानंतर, कलाम संरक्षण संशोधन आणि विकास संस्थेच्या वैमानिक विकास आस्थापनेत शास्त्रज्ञ म्हणून सामील झाले आणि संरक्षण संशोधन आणि विकास सेवेचे सदस्य बनले. त्यांनी आपल्या कारकिर्दीची सुरूवात एका लहान हॉवरक्रॉफ्टची रचना करून केली. परंतु डीआरडीओमधील नोकरीच्या त्यांच्या निवडीमुळे त्यांना समाधान वाटले नाही. कलामप्रसिद्ध अवकाश शस्त्रज्ञ विक्रम साराभाई यांच्या हाताखाली काम करत इनकॉसपार मध्ये सामील झाले. थुंबा इक्वेटोरियल रॉकेट लाँचिंग एच. जी. एस. मूर्ती यांनी त्यांची मुलाखत घेतली आणि त्यांना इस्त्रो मध्ये भरती केले. १९६९ मध्ये, कलाम यांची भारतीय अंतराळ संशोधन संस्थेत (इस्त्रो) बदली झाली.

कलाम यांनी १९६५ मध्ये डीआरडीओमध्ये स्वतंत्रपणे एका एक्सपेंडेबल रॉकेट प्रकल्पावर काम करण्यास सुरूवात केली. १९६९ मध्ये कलाम यांना सरकारी मान्यता मिळाली आणि त्यांनी अधिक अभियंत्यांचा समोवश करण्यासाठी कार्यक्रम विस्तार केला.

१९६३ ते १९६४ मध्ये त्यांनी व्हर्जिनियातील हॅम्प्टन येथील नासाच्या लँगली रिसर्च सेंटर, मेरिलँडमधील ग्रीनबेल्ट येथील गोडार्ड स्पेस फ्लाइट फॅसिलिटीला भेट दिली. १९७० ते १९९० च्या दशकात कलाम यांनी ध्रुवीय उपग्रह प्रक्षेपण आणि एसएलव्ही - ३ प्रकल्प विकसित करण्याचा प्रयत्न केला आणि दोन्ही यशस्वी झाले.

राजा रामण्णा यांनी कलाम यांना टीव्हीआरएलचे प्रतिनिधी म्हणून देशातील पहिल्या अणुचाचणी स्माइलिंग बुद्धाचे साक्षीदार होण्यासाठी आमंत्रित केले होते. तथापि, त्याच्या विकासात भाग घेतला नाही. १९७० च्या दशकात, कलामने डेव्हिल आणि व्हॅलिअंट या दोन प्रकल्पांचेही दिग्दर्शन केले. ज्याचा उद्देश यशस्वी एसएलव्ही कार्यक्रमाच्या तंत्राने बॅलिस्टिक मिसाइलचा विकास करणे हे होते. केंद्रीय मंत्रीमंडळाची सहमती नसतानाही पंतप्रधान श्रीमती इंदिरा गांधी यांनी कलाम यांच्या संचालकपदाखालील त्यांच्या विवेकाधीन अधिकारांद्वारे या एरोस्पेस प्रकल्पांसाठी गुप्त निधी वाटप केला. या वर्गीकृत एयरोस्पेस प्रकल्पाचे खरे स्वरूप लपविण्यासाठी केंद्रीय मंत्रीमंडळाला पटवून देण्यात कलाम यांनी अविभाज्य भूमिका बजावली. त्यांच्या संशोधन आणि शैक्षणिक नेतृत्त्वामुळे १९८० च्या दशकात त्यांना खूप प्रशंसा आणि प्रतिष्ठा मिळाली. कलाम आणि संरक्षणमंत्र्यांचे धातूशास्त्रज्ञ आणि वैज्ञानिक सल्लागार डॉ. व्ही. एस. अरूणाचलम यांनी तत्कालीन संरक्षण मंत्री आर. वेंटरामन यांच्या सूचनेनुसार एकामागून एक नियोजित क्षेपणास्त्रांऐवेजी क्षेपणास्त्रांचा एकाच वेळी विकास प्रसतवित करण्याच्या सूचनेवर काम केले. या मोहिमेसाठी ३.८८ अब्ज निधीची तरतूद करण्यासाठी मंत्रीमंडळाची मान्यता मिळवण्यात आर. वेंकटरामन यांनी महत्त्वाची भूमिका बजावली, ज्याला एकात्मिक विकास कार्यक्रम असे नाव देण्यात आले आणि कलाम या मोहिमे अंतर्गत अनेक क्षेपणास्त्रे विकसित करण्यात कलाम यांनी महत्त्वाची भूमिका बजावली. ज्यात मध्यम पल्ल्याच्या बॅलिस्टिक क्षेपणास्त्र अग्नि आणि पृथ्वी सामारिक मारा पृष्ठभागावरून पृष्ठभागावर मारा करणारे क्षेपणास्त्र यांचा समावेश आहे. गैरव्यवस्थापन आणि खर्च आणि वेळेच्या अतिरेकीपणामुळे या प्रकल्पांवर टीका झाली आहे.

जुलै १९९२ ते डिसेंबर १९९९ पर्यंत कलाम यांनी पंतप्रधानांचे मुख्य वैज्ञानिक सल्लागार आणि संरक्षण संशोधन आणि विकास संस्थेचे सचिव म्हणून काम पाहिले. या काळात पोखरण - २ अणुचाचण्या घेण्यात आल्या. त्यात त्यांनी प्रगल्भ अशी राजकीय आणि तांत्रीक भूमिका बजावली. चाचणी टप्प्यात कलाम यांनी राजगोपाल चिदंबरम यांच्यासोबत मुख्य प्रकल्प समन्वयक म्हणून काम पाहिले. या काळात

कलाम यांना मीडिया कव्हरेजने त्यांना देशातले सर्वांत प्रसिद्ध असे अणुशास्त्रज्ञ बनवले. साइट टेस्टिंगचे संचालक के संस्थानम म्हणाले, 'थेर्मोन्यूक्लियर बॉम्ब हे अपयश होते. खोटा अहवाल जाहीर केल्याबद्दल कलाम आणि चिदंबरम दोघांनीही हे दावे फेटाळून लावले.

इन्कोस्पार नंतर, डॉ. अब्दुल कलाम इस्त्रो मध्ये गेले. तिथे त्यांना विविध प्रकारचे रॉकेट विकसित करण्याचे काम सोपवण्यात आले. याशिवाय, त्यांना अंतराळ यानाभोवतीचे अंतर गाठण्यासाठी उपग्रह वाहन एका रॉकेटमधून दुसऱ्या रॉकेटमध्ये नेण्याचे काम देण्यात आले. डॉ. साराभाई यांच्या देखरेखीखाली भारताच्या अंतराळ कार्यक्रमाचा विकास आणि विविध विकासात्मक कामे एकाच वेळी होत होती. या प्रकल्पाशी जोडण्याची सुवर्णसंधी मिळाल्याने ते स्वतःला भाग्यवान मानत होते. त्यांनी एकदा याबद्दल म्हटले होते, 'मला असे वाटले की एसएलव्ही मध्ये एक अतिशय जटील आव्हान समोर आले आहे. मी उपग्रहांना कक्षेत पाठवण्यासाठी प्रेक्षेपण वाहनाच्या विकासाच्या मोठ्या प्रकल्पाचे नेतृत्त्व करत होतो."

ते पुढे म्हणाले, 'जर मी आज विचारले की एसएलव्हीच्या विकासातून मी कोणता सर्वांत मोठा धडा शिकलो, तर मी म्हणेन की त्याची तीन कारणे आहेत, पहिले, जेव्हा मी देशाच्या विकासात विज्ञान, तांत्रिक नवोपक्रम आणि अभियांत्रिकीची भूमिका पाहिली. शास्त्रज्ञ, संशोधक आणि अभियंते यांचे अनेक संघ एसएलव्हीवर काम करत होते. एक टीम लीडर म्हणून माझे काम रेषा काढणे आणि दिशानिर्देश देणे असे होते. मला कळले की विज्ञान अमर्याद आणि शोधात्मक आहे. त्यात उत्तरे शोधणे म्हणजे प्रवास करणाऱ्या प्रवाशासारखे आहे. त्यात प्रवास करताना प्रत्येक गोष्टीचे विश्लेषण करून एके दिवशी सर्वकाही शक्य होईल.'

विज्ञान हा आनंद आणि आवड आहे. दुसरीकडे विकास हा बंद चक्र आहे. हे शास्त्रज्ञानी केलेल काम आहे आणि ते काही पाऊले पुढे नेते. ते चुका होऊ देत नाही. सुधारणा आणि प्रगतीमध्ये चुकांमधून शिकतो. मग जिथे शास्त्र आपल्याला मार्ग दाखवितो आणि शक्यता उघडतो, तिथे आपण स्वदेशी प्रक्षेपण वाहनाच्या विकासात यशस्वी होतो. प्रकल्पाचे यश व्यावहारिक असते. हे गरजेचे असते की सर्व भांगाना मागे पुढे आणि केंद्रीत करून ऑर्केस्ट्रासारखे काम करावे लागते.

ते लिहितात, "दुसरा धडा मला असा मिळाला की प्रतिबद्धतेसोबत काम करणे. त्या काळात, जेव्हा मी प्रकल्पाशिवाय इतर काही विचार करत नव्हतो, तेव्हा माझ्यासारखेच इतर लोक होते ज्यांना कठोर परिश्रामत समान विश्वास आणि उत्साह

होता. मला कधीच सांगता येणार नाही की वर्नर ब्रान यांनी सांगितलेल्या शब्दांपेक्षा शहाणपणाचे शब्द अधिक मौल्यवान आहेत. रॉकेटच्या क्षेत्रात, वानने दुसऱ्या महायुद्धात लंडनचा नाश करणारे व्ही - २ क्षेपणास्त्र डिझाइन केले. नंतर ते नासाच्या रॉकेट कार्यक्रमात सामील झाले जिथे त्यांनी पहिले लांब पल्ल्याचे क्षेपणास्त्र, ज्युपिटर क्षेपणास्त्र डिझाइन केले. ते शास्त्रज्ञ, डिझायनर, अभियंता, प्रशासक आणि तंत्रज्ञान व्यवस्थापक होते. त्यांना 'आधुनिक रॉकेटचे जनक' मानले जात असे. तेव्हा ते भारतात आले, तेव्हा मी त्यांचे स्वागत करण्यासाठी चेन्नइत गेलो आणि धुनापर्यंत त्यांच्यासोबत राहिलो, तेव्हा मला त्यांच्यासोबत उड्डाण करण्याचे भाग्य लाभले. ' रॉकेटच्या क्षेत्रात कठोर परिश्रम पुरेसे नाहीत. हा काही खेळ नाही, जिथे काही तासात यश मिळू शकते. येथे फक्त ध्येय नसते तर शक्य तितक्या लवकर ध्येय साध्य करण्यासाठी योग्य रणनीती देखील आवयक असते.

"डॉ. विक्रम साराभाई यांच्याबद्दल डॉ. अब्दुल कलाम लिहितात, ते मला सांगायचे की कामाच्या स्वरूपाची खोली मनात स्थिर असते. तुम्ही नेहमी लक्षात ठेवावे की आपल्याला केवळ यशासाठी बांधणी करायची नसते. तर अपयशावरही काम करावे लागते.' शास्त्रज्ञाच्या व्यावसायासाठी खूप कठोर परिश्रम आणि समर्पण आवयक असते. ते म्हणतात, रॉकेटच्या क्षेत्रात कठोर परिश्रम पुरेसे नाहीत. हा असा खेळ नाही जिथे आपण काही तासांत यश मिळवू शकतो. येथे तुमचे फक्त ध्येय नाही, तर तुमचे ध्येय लवकरात लवकर साध्य करण्यासाठी तुम्हाला योग्य धोरणाची आवश्यकता आहे."

वैज्ञानिक जीवन

१९७२ मध्ये ते भारतीय अंतराळ संशोधन संस्थेत सामील झाले. प्रकल्प संचालक म्हणून, अब्दुल कलाम यांना भारताचे पहिले स्वदेशी उपग्रह (एसएलव्ही ३) प्रक्षेपण वाहन बनवण्याचे श्रेय मिळाले.

१९८० मध्ये, त्यांनी रोहिणी उपग्रह पृथ्वीच्या कक्षेजवळ ठेवला. अशा प्रकारे भारत अंतरराष्ट्रीय अंतराळ क्लबचा सदस्यही बनला. इस्त्रो प्रक्षेपण वाहन कार्यक्रमाला प्रोत्साहन देण्याचे श्रेय देखील त्यांनाच जाते. कलाम यांनी स्वदेशी लक्ष्यभेदक मार्गदर्शित क्षेपणास्त्रे डिझाइन केली. त्यांनी स्वदेशी तंत्रज्ञानाचा वापर करून अग्नि आणि पृथ्वी सारखी क्षेपणास्त्रे बनवली. कलाम हे जुलै १९९२ ते डिसेंबर १९९९ पर्यंत संरक्षण मंत्री आणि संरक्षण संशोधन आणि विकास विभागाचे सचिव याचे विज्ञान

सल्लागार होते. त्यांनी सामरिक क्षेपणास्त्र प्रणालीचा वापर अग्नि अस्त्र म्हणून केला. त्याचप्रमाणे पोखरणमधील दुसरी अणुचाचणी देखील अणुऊर्जेमध्ये एकत्रित करण्यात आली. अशाप्रकारे भारत अणुशास्त्रे तयार करण्याची क्षमता प्राप्त करण्यात यशस्वी झाला. कलाम यांनी २०२० पर्यंत विज्ञान क्षेत्रात भारताच्या विकास पातळीला अत्याधुनिक बनवण्याचा एक अनोखा विचार माडला. ते भारत सरकारचे मुख्य वैज्ञानिक सल्लागार देखील होते. १९८२ मध्ये, ते भारतीय संरक्षण संशोधन आणि विकास संस्थेत संचालक म्हणून परतले आणि त्यांचे सर्व लक्ष मार्गदर्शित क्षेपणास्त्र' या विकासावर केंद्रीत केले. अग्नि क्षेपणास्त्र आणि पृथ्वी क्षेपणास्त्राच्या यशस्वी चाचणीचे बरेच श्रेय त्यांना जाते. जुलै १९९२ मध्ये, त्यांना भारतीय संरक्षण मंत्रालयात वैज्ञानिक सल्लागार म्हणून नियुक्त करण्यात आले. त्यांच्या देखरेखीखाली, भारताने १९९८ मध्ये पोखरण येथे दुसरी यशस्वी अणुचाचणी केली आणि अणुउर्जा असलेल्या राष्ट्रांच्या यादीत सामील झाला.

डॉ. एपीजे अब्दुल कलाम यांनी अनेक क्षेपणास्त्रांच्या विकासात महत्त्वाची भूमिका बजावली. यामध्ये पृथ्वी, अग्नि, आकाश, नाग आणि त्रिशूल सारख्या क्षेपणास्त्रांचा समावेश आहे.

पृथ्वी क्षेपणास्त्र - १

हे क्षेपणास्त्र ५०० ते १००० किलो वजनाची शस्त्रे वाहून नेऊ शकते. त्याची पहिली चाचणी २५ फेब्रुवारी १९८८ रोजी घेण्यात आली.

अग्नि क्षेपणास्त्र - १

हे क्षेपणास्त्र स्वदेशी तंत्रज्ञानाचा वापर करून विकसित करण्यात आले आहे. २५ जानेवारी २००२ रोजी त्याची चाचणी घेण्यात आली.

त्रिशूल क्षेपणास्त्र

हे क्षेपणास्त्र जमिनीवरून हवेत मारा करणारे क्षेपणास्त्र आहे.

आकाश क्षेपणास्त्र

हे क्षेपणास्त्र स्वदेशी तंत्रज्ञानाचा वापर करून बनवण्यात आले आहे. ते कमी अंतरावरून हवेत डागता येते.

नाग क्षेपणास्त्र

हे तिसऱ्या पिढीतील क्षेपणास्त्र आहे.

डॉ. एपीजे अब्दुल कलाम यांच्या काळात भारतात अनेक क्षेपणास्त्रे अस्तित्त्वात आली. यामध्ये जमिनीवरून जमिनीवर मारा करणारी क्षेपणास्त्रे आज भारताकडे आहेत.

पृथ्वी – १, पृथ्वी – २, पृथ्वी - ३

प्रहार

मध्यम श्रेणीचे बॅलिस्टिक क्षेपणास्त्र

अग्नि- १

हे क्षेपणास्त्र स्वदेशी तंत्रज्ञानाचा वापर करून विकसित केलेल जमिनीवरून जमिनीवर मारा करणारे अणुशक्तीचे क्षेपणास्त्र आहे. त्याची मारा करण्याची क्षमता ७०० किमी आहे.

अग्नि- २

हे भारताचे मध्यम पल्ल्याचे बॅलिस्टिक क्षेपणास्त्र आहे. ते संरक्षण संशोधन आणि विकास संस्थने विकसित केले आहे. अत्याधुनिक तंत्रज्ञानाने बनवलेले २१ मीटर लांब आणि १०३ मीटर रूंद अग्नि- २ क्षेपणास्त्र अण्वस्त्रांनी सुसज्ज १ टन पेलोड वाहून नेण्यास सक्षम आहे.

इंटरमीडिएट रेंज बॅलिस्टिक मिसाइल

मध्यम पल्ल्याच्या बॅलिस्टिक क्षेपणास्त्राला ३,००० ते ५,५०० किलोमीटरचा पल्ला असलेले बॅलिस्टिक क्षेपणास्त्र म्हणतात. ते मध्यम पल्लयाच्या बॅलिस्टिक क्षेपणास्त्र आणि आंतरखंडीय बॅलिस्टिक क्षेपणास्त्रांमध्ये वर्गीकृत केले जाते. ही मध्यम पल्ल्याच्या क्षेपणास्त्रे आहेत. त्यांचा पल्ला कमी आहे.

अग्नि- ३

अग्नि-२ च्या यशस्वी प्रेक्षणानंतर, हे भारताने विकसित केले एक मध्यम पल्ल्याचे बॅलिस्टिक क्षेपणास्त्र आहे. ते संरक्षण संशोधन आणि विकास संस्थेने विकसित केले आहे. त्याची मारा करण्याची ५००० ते ५५०० किमी आहे.

अग्नि- ४

हे भारतीय दलांच्या वापरासाठी संरक्षण आणि विकास संस्थेने विकसित केलेले एक मध्यम श्रेणीचे बॅलिस्टिक क्षेपणास्त्र आहे.

अंतरखंडीय बॅलिस्टिक क्षेपणास्त्र

अंतरखंडीय बॅलिस्टिक क्षेपणास्त्र हे खंडांमध्ये अण्वस्त्रे वाहून नेण्यास सक्षम असलेले लांब पल्लयाचे क्षेपणास्त्र आहेत. हे भारताच्या अण्वस्त्र त्रिकोणाचा एक भाग आहे. संरक्षण संशोधन आणि विकास संस्थेने विकसित केलेले हे क्षपेणास्त्र आंतरखंडीय पल्ला आहे.

अग्नि- ५

हे भारताच्या अंतरखंडीय बॅलिस्टिक क्षेपणास्त्र आहे. ते संरक्षण संशोधन आणि विकास संस्थेने विकसित केले आहे. अत्याधुनिक तंत्रज्ञानाने बनवलेले हे १७ मीटर लांब आणि २ मीटर रूंद अग्नि- ५ क्षेपणास्त्र अण्वस्त्रांनी सुसज्ज १ टन पेलोड वाहून नेण्यास सक्षम आहे. ५ हजार किलोमीटरपर्यंत रेंजमध्ये वापरात येणारे हे क्षेपणास्त्र तीन-स्तरीय प्रणोदन प्रणालीने सुसज्ज आहे.

अग्नि- ६

हे एक आंतरखंडीय बॅलिस्टिक क्षेपणास्त्र आहे जे संरक्षण संशोधन आणि विकास संस्था (डीआरडीओ) द्वारे भारतीय सशस्त्र दलांच्या वापरासाठी विकसित केले जात आहे.

सूर्या

सूर्या हे भारतातील विकसित होणाऱ्या पहिल्या आंतरखंडीय बॅलिस्टिक क्षेपणास्त्राचे सांकेतिक नाव आहे. संरक्षण संशोधन आणि विकास संस्था (डीआरडीओ) ने हा प्रकल्प १९९४ मध्ये सुरू केल्याचे मानले जाते.

पाणबुडीतून सोडलेले बॅलिस्टिक क्षेपणास्त्र

पाणबुडीतून सोडले जाणारे बॅलिस्टिक क्षेपणास्त्र हे पाणबुडीतून सोडले जाणारे बॅलिस्टिक क्षेपणात्र आहे. ही एक शस्त्र प्रणाली आहे जी पाणबुडीतून आण्विक शस्त्रे वाहून नेण्यास सक्षम आहे, जी अण्वस्त्र प्रतिबंधक धोरणाचा एक महत्त्वाचा एक भाग आहे.

के-१५ सागरिका

सागरिका हे भारतीय सैन्याच्या सेवेत असलेले अणुऊर्जेला सक्षम क्षेपणास्त्र आहे जे पाणबुडीतून डागता येते. त्याचा पल्ला ७०० किमी म्हणजेच ४३५ मैल आहे.

के - ४ एसएलव्हीएम

के-४ हे अणुऊर्जेला सक्षम मध्यम पल्याच्या पाणबुडीतून सोडले जाणारे क्षेपणास्त्र आहे जे भारत सरकारच्या संरक्षण संशोधन आणि विकास संस्थेने विकसित केले आहे. हे क्षेपणास्त्र प्रामुख्याने अरिहंत श्रेणीच्या अणुऊर्जा पाणबुड्यांसाठी एक शस्त्र असले. या क्षेपणास्त्राचा मारा क्षमता ३५०० किमी. इतका आहे.

के - ५ एसएलव्हएम

के - ५ क्षेपणास्त्र हे भारतीय सामरिक दलांसाठी संरक्षण संशोधन आणि विकास संस्थेने ((डीआरडीओ) विकसित केलेल्या पाण्याखालील प्लॅटफॉमवरून सोडण्यात येणारे क्षेपणास्त्र असल्याचे वृत्त आहे.

सामरिक क्षेपणास्त्र

सामरिक क्षेपणास्त्र हे युद्धभूमित किंवा त्याच्या आसपास शत्रुचे लक्ष्य नष्ट करण्यासाठी वापरले जाणारे एक प्रकारचे क्षेपणास्त्र आहे. याला सहसा कमी पल्ल्याचे क्षेपणास्त्र असे म्हणतात.

शौय

शौय क्षेपणास्त्र हे भारतीय सशस्त्र दलांच्या वापरासाठी संरक्षण संशोधन आणि विकास संस्थेने (डीआरडीओ) विकसित केलेले जमिनीवरून जमिनीवर मारा करणारे सामरिक क्षेपणास्त्र आहे. त्याची मारा करण्याची क्षमता ७५०-१९०० किमी. इतकी आहे.

प्रहार

प्रहार हे घन इंधनाने जमिनीवरून जमिनीवर मारा करणारे कमी पल्ल्याचे सामरिक बॅलिस्टिक क्षेपणास्त्र आहे. हे क्षेपणास्त्र भारतीय संरक्षण संशोधन आणि विकास संस्थेने विकसित केले आहे.

क्रुझ क्षेपणास्त्र

क्रुझ क्षेपणास्त्र हे एक मार्गदर्शित, मानवरहित क्षेपणास्त्र आहे जे त्याच्या बहुतेक उड्डाण मार्गासाठी वायुगतिकीय लिफ्टद्वारे उड्डाण राखते. हे उच्च अचूकतेसह लांब अंरावर मोठे पेलोड वितरीत करण्यासाठी केले आहे.

ब्रह्मोस - १

ब्रह्मोस हे कमी पल्ल्याचे रॅमजेट, सुपरसॉनिक क्रूझ क्षेपणास्त्र आहे. ते पाणबुडी, विमान, बोट, किंवा जमिनीवरून देखील डागता येते. हे रशियाच्या

एनपीओमाशिनोस्ट्रोनिया आणि भारताच्या संरक्षण संस्थेने संयुक्तपणे विकसित केले आहे. हे रशियाच्या पी - ८०० अधिकृत क्रुझ क्षेपणास्त्राच्या तंत्रज्ञानावर आधारीत आहे.

ब्रह्मोस - २

हे एक हायपरसॉनिक क्रुझ क्षेपणास्त्र आहे जे सध्या रशियाच्या एनपीओ माशिनोस्ट्रोनिया आणि भारताच्या संरक्षण संशोधन आणि विकास संस्थेच्या संयुक्त देखरेखीखाली बनवले गेले आहे.

भारतीय हायपरसॉनिक क्षेपणास्त्र

हायपर टेक्नॉलजि डेमॉनस्ट्रेटर व्हेइकल हे एक मानवरहित स्क्रॅमजेट प्रात्याक्षिक विमान आहे. ते हायपरसॉनिक वेगाने उड्डाण करण्यासाठी विकसित केले जात आहे. ते संरक्षण संशोधन संस्थेने विकसित केले आहे. भारतीय हायपरसॉनिक क्षेपणास्त्र म्हणजे ध्वनीच्या वेगापेक्षा पाचपट किंवा त्याहून अधिक वेगाने प्रवास करणारे क्षेपणास्त्र. हे तंत्रज्ञान भारतात विकसित केले जात आहे आणि सध्या अनेक यशस्वी चाचण्या घेण्यात आल्या आहेत.

अति वेग

ध्वनीच्या वेगापेक्षा पाचपट किंवा त्याहून अधिक वेगामुळे ते पारंपारिक क्षेपणास्त्रापेक्षा अधिक धोकादायक बनते.

कमी उंचीवर उड्डाण : ते कमी उंचीवर उड्डाण करू शकते, ज्यामुळे रडारला ट्रॅक करणे कठीण होते.

दिशा बदलणे-उड्डाण करताना दिशा बदलण्याच्या क्षमतेमुळे त्याला ट्रॅक करणे कठीण होते.

विविध प्रकारचे पेलोड - हे विविध प्रकारचे पेलोड वाहून नेऊ शकते, ज्यामुळे ते भारतीय सशस्त्र दलांसाठी एक बहुमुख शस्त्र बनते.

अचूकता-हे क्षेपणास्त्र आपले लक्ष्य अचूकपणे प्रहार करण्यास सक्षम आहे. निर्भय निर्भय, म्हणजे निर्भय, हे एक लांब पल्ल्यांचे सबसॉनिक क्रुझ क्षेपणास्त्र आहे. हे भारतातील संरक्षण संशोधन आणि विकास संस्थेने विकसित केले आहे. जहाजाने बॅलिस्टिक क्षेपणास्त्रे जोडणे हे समुद्रावर आधारित बॅलिस्टिक क्षेपणास्त्र आहे, जे देशाच्या अणु क्षमतेचा एक महत्त्वाचा भाग आहे. हे पृथ्वी - ३ क्षेपणास्त्राचे नोदल आवृत्ती आहे, जे विशेतः भारतीय नोदलाच्या जहाजावरून प्रक्षेपित करण्यासाठी

डिझाइन केलेले आहे. धनुष क्षेपणास्त्र भारताचे सामरिक संरक्षण आणि सागरी शक्ती मजबूत करते.

धनुष्य

धनुष्य क्षेपणास्त्र हे स्वदेशी तंत्रज्ञानाचा वापर करून बनवलेल्या पृथ्वी क्षेपणास्त्राचे नौदल आवृत्ती आहे. ते ८०५६ मीटर लांब आहे. या क्षेपणास्त्रात अण्वस्त्रे वाहून नेण्याची क्षमता आहे.

टँकरोधक क्षेपणास्त्रे

अँटी टँक क्षेपणास्त्र, अँटी- टँक गाईडेड वेपन किंवा अँटी - आर्मर गाईडेड क्षेपणास्त्र आहे जे प्रामुख्याने जड चिलखती लष्करी वाहनांना मारण्यासाठी आणि नष्ट करण्यासाठी डिझाइन केलेले आहे.

नाग क्षेपणास्त्र

नाग क्षेपणास्त्र हे भारताने विकसित केलेल तिसऱ्या पिढीतील, स्वदेशी विकसित केलेल रणगाडाविरोधी क्षेपणास्त्र आहे. हे एकात्मिक मार्गदर्शित क्षेपणास्त्र विकास कार्यक्रमांतर्गत भारतीय संरक्षण प्रणालीपैकी एक आहे.

अमोघा क्षेपणास्त्र

दुसऱ्या पिढीतील अँटी-टँक गाइडेड क्षेपणास्त्र आहे. ते २०८ किमी पर्यंतच्या अंतरावर अचूकतेने मारा करू शकते.

पृष्ठभागावरून हवेत मारा करणारे

जमिनीवरून हवेत मारा करणारे क्षेपणास्त्र, ज्याला जमिनीवरून हवेत मारा करणारे क्षेपणास्त्र किंवा जमिनीवरून हवेत मार्गदर्शित शस्त्र असेही म्हणतात. हे एक असे मिसाईल आहे जे विमान किंवा इतर क्षेपणास्त्रे नष्ट करण्यासाठी जमिनीवरून किंवा समुद्रातून सोडण्यासाठी डिझाइन केलेले आहे.

कमी पल्ल्याचे क्षेपणास्त्र

हे एक बॅलिस्टिक क्षेपणास्त्र आहे ज्याची मार क्षमता ३०० किमी. म्हणजेच १९० मैल ते १००० किमी. म्हणजेच ६२० मैल आहे.

आकाश

आकाश क्षेपणास्त्र हे भारतीय स्वदेशी बनावटीचे, जवळच्या पल्ल्याच्या जमिनीवरून हवेत मारा करणारे क्षेपणास्त्र आहे.

त्रिशूल

त्रिशूल क्षेपणास्त्र हे जमिनीवरून हवेत मारा करणारे कमी अंतराचे क्षेपणास्त्र आहे ज्याची मारा क्षमता ९ किमी. आहे.

मध्यम पल्ल्याचे क्षेपणास्त्र

मध्यम पल्ल्याच्या क्षेपणास्त्रांची व्याख्या १००० ते ३००० किमी पल्ल्याची क्षेपणास्त्रे अशी केली जाते. त्यांना थिएटर बॅलिस्टिक क्षेपणास्त्रे असेही म्हणतात.

बराक-८

बराक हे भारत-इस्त्रायली दीर्घकालीन जमिनीवरून हवेत मारा करणारे क्षेपणास्त्र आहे.

बॅलिस्टिक क्षेपणास्त्रे विरोधी

अँटी-बॅलिस्टिक क्षेपणास्त्रे हे जमिनीवरून हवेत मारा करणारे क्षेपणास्त्र आहे जे उड्डाणात बॅलिस्टिक क्षेपणास्त्रे नष्ट करण्यासाठी डिझाइन केलेले आहे. ते स्फोटक रासायनिक किंवा अणु किंवा हिट टू किल कायनेटिक वॉरहेड्सद्वारे साध्य करतात, जे स्वयं-चालित देखील असू शकतात.

पृथ्वी एअर डिफेन्स

पृथ्वी एअर डिफेन्स हे वातावरणाबाहेर येणाऱ्या बॅलिस्टिक क्षेपणास्त्रांना रोखण्यासाठी विकसित केलेले अँटी-बॅलिस्टिक क्षेपणास्त्र आहे. ते पृथ्वी क्षेपणास्त्रावर आधारीत आहे.

प्रगत हवाई संरक्षण

ॲडव्हांस एअर डिफेन्स हे एक अँटी-बॅलिस्टिक क्षेपणास्त्र आहे जे ३० किमी (१९ मैल) उंचीवर देशाच्या हवाई हद्दीत येणाऱ्या बॅलिस्टिक क्षेपणास्त्रांना रोखण्यासाठी डिझाइन केलेले आहे.

हवेतून हवेत क्षेपणास्त्रे

हवेतून हवेत मारा करणारे क्षेपणास्त्र. हे एक क्षेपणास्त्र आहे जे एका विमानातून दुसऱ्या वितानात डागण्यासाठी डिझाइन केलेले आहे. या क्षेपणास्त्राचा वापर एका विमानातून दुसऱ्या विमानाला नष्ट करण्यासाठी केला जातो.

एएसडब्ल्यू- एके हे भारताच्या संरक्षण संशोधन आणि विकास संस्थेने (डीआरडीओ) विकसित केलेले दृष्यमान पल्ल्याच्या पलिकडे असलेले हवेतून हवेत

मारा करणारे क्षेपणास्त्र आहे. हे भारताने विकसित केलेले पहिले हवेतून हवेत मारा करणारे क्षेपणास्त्र आहे.

हवेतून पृष्ठभागावार

हवेतून जमिनीवर मारा करणाऱ्या क्षेपणास्त्रांना हवेतून जमिनीवर मारा करणारी क्षेपणास्त्रे किंवा हवेतून जमिनीवर मारा करणारी क्षेपणास्त्रे असेही म्हणतात. ती लष्करी विमानातून किंवा डागण्यासाठी आणि जमिनीवरून किंवा समुद्रात लक्ष्यांवर मारा करण्यासाठी डिझाईन केलेली असतात.

डीआरडीओ अँटी रेडिएशन मिसाइल

रूद्रम क्षेपणास्त्र म्हणूनही ओळखले जाते. हे स्वदेशी पद्धतीने विकसित केलेले हवेतून पृष्ठभागवार मारा करणारे क्षेपणास्त्र आहे जे शत्रुच्या रडार प्रणाली आणि इतर हवाई संरक्षण प्रणाली नष्ट करण्यासाठी डिझाइन केलेले आहे. हे क्षेपणास्त्र शत्रुच्या हवाई संरक्षणाला दडपण्यासाठी वापरले जाते, ज्याला सीड म्हणजेच शत्रुच्या हवाई संरक्षणाचे दमन असेही म्हणतात.

रूद्रम क्षेपणास्त्र संरक्षण संशोधन आणि विकास संस्थेने विकसित केले आहे. डीआरडीओ अँटी रेडिएशन मिसाइल हे संरक्षण संशोधन आणि विकास संस्थेने विकसित केलेले रेडिएशन अँटी मिसाइल आहे. हे भारताचे पहिले अँटी रेडिएशन मिसाईल आहे. हे मिसाईल शत्रुच्या रडारला अडथळा आणते आणि सिग्नल प्रसारित करते.

डॉ. अब्दुल कलाम यांचे इतर शोध

डॉ. अब्दुल कलाम यांनी त्यांच्या स्वप्नातील भारताच्या विकासासाठी क्षेपणास्त्रांव्यतिरिक्त अनेक कामे केली आहेत.

कलाम - राजू स्टेंट

१९९८ मध्ये, कलाम यांनी हृदयरोगतज्ज्ञ भूपतिराजू सोमराजू यांच्यासोबत कलाम राजू स्टेंट' नावाचा कमी किमतीचा कोरोनरी स्टेंट विकसित केला.

कलाम- राजू टॅब्लेट

१०१२ मध्ये दोघांनी ग्रामीण भागातील आरोग्यसेवा कर्मचाऱ्यांसाठी 'कलाम-राजू टॅब्लेट' नावाचा एक टॅब्लेट संगणक डिझाइन केला.

ऑर्थोसिस कॅलिपर

भारताला डब्ल्यूएचओ ने पोलिओमुक्त घोषित केले. १९९५ आणि १९९६ मध्ये डॉ. एपीजे अब्दुल कलाम आणि त्यांच्या टीमने बाजारात उपलब्ध असलेल्या ऑर्थोसिसि कॅलिपरच्या १/१० व्या वजनाचे ऑर्थोसिस कॅलिपर तयार करण्यासाठी अथक परिश्रम केले. या फ्लोअर रिॲक्शन कॅलिपरमुळे हालचाल आणि चालणे कमी वेदनादायक आणि त्रासदायक झाले, ज्यामुळे बालकांना मदतीशिवाय अधिक मुक्तपणे आणि सहजपणे चालण्यास मदत झाली.

लढाऊ विमान आणि डॉ. कलाम

डॉ. कलाम हे लढाऊ विमान उडवणारे पहिले भारतीय नेतृत्त्व पदावर होते. मद्रास इंस्टिट्यूट ऑफ टेक्नॉलजिमधून वैमानिक अभियांत्रिकीत तज्ज्ञ झाल्यांनतर, ते भारताच्या हलक्या लढाऊ विमान प्रकल्पात मनापासून सहभागी झाले. लढाऊ विमान उडवणारे ते पहिले भारतीय राष्ट्रप्रमुख देखील बनले.

मिसाइल मॅन डॉ. ए. पी. जे. अब्दुल कलाम

मिसाईल मॅन डॉ. एपीजे अब्दुल कलाम यांना बॅलिस्टिक क्षेपणास्त्रांसाठी प्रोजेक्ट डेव्हिल आणि प्रोजेक्ट व्हॅलियंटची जबाबदारी सोवपण्यात आली होती. एवढेच नाही तर कलाम यांच्या नेतृत्त्वाखाली भारताने पृथ्वी, अग्नि, आकाश, नाग आणि त्रिशुल अशी अनेक क्षेपणास्त्रे विकसित केली.

एकात्मिक मार्गदर्शित क्षेपणास्त्र विकास पृथ्वीचा विकास १९८३ मध्ये सुरू झाला आणि त्याची पहिली चाचणी २५ फेब्रुवारी १९८८ रोजी आंध्र प्रदेशातील पोटिसरेमुलु नेल्लोर जिल्ह्यातील श्रीहरीकोटा, एसएचएआर सेंटर येथून घेण्यात आली. त्याचा मारा क्षमता १५० ते ३०० किमी इतकी आहे.

भारताच्या क्षेपणास्त्र विकास कार्यक्रमांमध्ये महत्त्वपूर्ण योगदान दिल्याबद्दल डॉ. एपीजे अब्दुल कलाम यांना भारताचे क्षेपणास्त्र पुरूष म्हणून ओळखले जाते. त्यांनी अग्नि आणि पृथ्वी क्षेपणास्त्रांच्या विकासात महत्त्वाची भूमिका बजावली.

दुसऱ्या पोखरण अणुचाचणीत महत्त्वाचे योगदान दिले.

त्यांनतर डॉ. कलाम यांनी १९९२ ते १९९९ पर्यंत संरक्षण संशोधन आणि विकास संस्थेत सचिव म्हणून काम केले. ते पंतप्रधानांचे मुख्य वैज्ञानिक सल्लागार देखील

होते. १९९८ मध्ये दुसऱ्या अणुचाचणीत डॉ. कलाम यांनी महत्त्वाची भूमिका बजावली. या यशस्वी अणुचाचणीनंतरच तत्कालीन पंतप्रधान अटलबिहारी वाजपेयी यांनी भारताला पूर्णपणे विकसित अणुधारी देश घोषित केले आणि भारत जगात एक महासत्ता म्हणून उदयास आला.

उपजीविका

शिक्षण पूर्ण होण्यापुर्वीच प्रत्येक विद्यार्थी आपल्या सुवर्ण जीवनाची कल्पना करू लागतो. तो स्वप्नं साकार करण्यासाठी कठोर परिश्रम देखील करतो व प्रत्येक मानवाला एका विशिष्ट उद्देशाच्या पूर्ततेसाठी पृथ्वीवर पाठवतो. देव त्या दिशेने शिक्षणाची व्यवस्था देखील करतो. तोच तो दिशाभूल करणारा आणि मार्ग दाखवणारा आहे. तोच मानवाला सक्षम आणि शक्तिशाली बनवण्यासाठी कठोर परिश्रम करून घेतो. जेव्हा देव त्याच्या कामात यशस्वी होतो, तेव्हा मानव अशा स्थितीत पोहचतो ज्याची तो स्वतः कल्पनाही करू शकत नाही, परंतु देवाने पूर्वनियोजित केलेले, मनुष्य आरामात बसून स्वतःच्या यशाचा अभिमान बाळगतो. तो नशिबाचा निर्माता आहे. हे नशिब आहे. जे काही घडते ते देवानेच ठरवले असते.

पुन्हा एकदा पुढचे अपयश कलामची प्रतिक्षा करीत होती. वैमानिक अभियांत्रिकीमध्ये शिक्षण पूर्ण केल्यांनतर, त्यांनी एचएएल बंगळुरूमध्ये काम करण्यास सुरूवात केली. त्यांनी उड्डाण क्षेत्रात करिअर करण्याचा निर्णय घेतला होता. त्यांचे स्वप्नं लढाऊ विमान उडवण्याचे होते. यावेळी त्यांना दोन नोकरीच्या संधी मिळाल्या. एक हवाई दलाकडून आणि दुसरी संरक्षण मंत्रालयाच्या तांत्रिक विकास आणि उत्पादन संचालनालयाकडून. त्यांना दोन्ही मुलाखतींसाठी बोलावले. उत्पादन संचालनालयाची मुलाखत दिल्ली येथे झाली. आत्मविश्वासाने भरलेल्या कलाम यांना ही मुलाखत अगदी सोपी वाटली आणि त्यांना त्यांच्या निवडीची खात्री होती.

एका सामान्य तरूणाप्रमाणे त्यांनाही भारतीय हवाई दलात पायलट म्हणून देशाची सेवा करण्याची मनापासून इच्छा होती. त्यासाठी त्यांनी कठोर परिश्रम केले. कलाम यांची प्राथमिकता एअर फोर्स सिलेक्शन बोर्डाची मुलाखत होती. त्यात यश मिळाल्याने त्यांचे बालपणीचे स्वप्नं साकार होऊ शकले. मद्रास इंस्टिट्यूट ऑफ टेक्नॉलजिजवळ त्यांनी आपल्या मित्रांसोबत पहिल्यांदाच एक विमान पाहिले. विद्यार्थ्यांना विमानाच्या सर्व प्रणाली दाखविण्यासाठी तेथे दोन विमाने ठेवण्यात आली होती. कलाम यांना त्यांच्याबद्दल खूप आकर्षण होते.

"त्यांनी लिहिले आहे, हे मला पुन्हा पुन्हा त्याच्याकडे खेचत असत. ते मला माणसाच्या मर्यादेपलिकडे विचार करण्याच्या शक्तीबद्दल माहिती देत असत. ते माझ्या स्वप्नांना पंख देत असत. उडण्याच्या माझ्या

आकर्षणामुळे मी एरोनॉटिक्ल इंजिनिअरिंग निवडले होते. लहानपणापासूनच माझ्यात उडण्याची इच्छा वाढत राहिली. दुरच्या आकाशात उंच उडणाऱ्या मशीनला हाताळायचे हे माझे सर्वात प्रिय स्वप्नं होते."

वायुसेनेतील पायलटसाठी मुलाखत देहरादूनमध्ये होती. तामिळनाडू ते देहरादून हा प्रवास बराच लांब होता. पण कलाम आनंदाने भरलेले होते. ते त्या ध्येयाकडे वाटचाल करत होते. जे आतापर्यंत फक्त स्वप्नातच दिसत होते, ते आता खरोखरच पायलट होण्याच्या उंबरठ्यावर उभे होते.

पायलट

नशिबाने त्यांच्यासाठी काहीतरी वेगळेच ठेवले होते. ते लढाऊ पायलट होण्याचे स्वप्नं पूर्ण करू शकले नाही. अथक प्रयत्नानंतरही कलाम नवव्या क्रमाकावर आले. त्यावेळी भारतीय हवाई दलात फक्त आठ पायलट पदे उपलब्ध होते. पंचवीस व्या वर्षी मुलाखत दिली. कलाम नवव्या क्रमांकावर आले. हा त्यांच्या आयुष्यातील खूप निराशाजनक काळ होता. ते निराश होऊन परतले. त्यांच्या मोठ्या भावाने त्यांना प्रोत्साहन दिले आणि म्हणाले, 'तुझ्या नशिबात यापेक्षाही बरेच काही आहे. निराश होऊ नकोस आणि पुढील तयारी चालू ठेव."

यांचे माजी वैज्ञानिक सल्लागार सृजन पाल सिंग यांनी त्यांना रोबोटिक्स, वैमानिकी, न्यूरोसायन्स, मटेरिअल सायसेंस यासारख्या क्षेत्रात करिअर करण्याचा सल्ला दिला.

एकदा डॉ. कलाम म्हणाले होते, 'ते लहान असताना त्यांना वैमानिक आणि विमानांच्या कथा खूप आवडायच्या. त्यांना विमानाबद्दल जाणून घेण्याची नेहमीच उत्सुकता असायची आणि ते स्वतः वैमानिक बनू इच्छित होते."

त्यांनी त्यांच्या आत्मकथनात लिहिले आहे, "माझ्या गावात, विमानांबद्दल फक्त काही लोकच चर्चा करू शकत होते. माझ्या कुटूंबातील सदस्य शिक्षित नव्हते, परंतु मला माझ्या शिक्षकांकडून खूप मदत मिळाली. माझी उत्सुकता एका शिक्षकाने भागवली. मी तेव्हा १० वर्षांचा होतो. यामुळे माझ्या आयुष्याची दिशा बदलली.',

कलाम यांनी त्यांच्या आत्मचरित्रात एका ठिकाणी लिहिले आहे, "माझ्या शिक्षकाचे नाव शिवासुब्रमण्यम अय्यर होते. एके दिवशी ६५ विद्यार्थ्यांच्या वर्गात त्यांनी ब्लॅकबोर्डवर चित्रे काढत पक्षी कसे उडतात हे स्पष्ट केले. त्याच दिवशी ते आम्हाला रामेशवरमच्या सम्रदकिणाऱ्यावर घेऊन गेले जिथे समुद्री पक्षी उडत होते.'

या पुस्तकात माजी राष्ट्रपती कलाम यांनी पुढे लिहिले आहे, 'आमच्या शिक्षकांनी पक्षी त्यांचे पंख कसे पसरवतात, पंख आणि शेपटीचा वापर करून दिशा कशी बदलतात आणि उड्डाणामागील शक्ती काय असते हे स्पष्ट केले...ही पक्षांची जीवनशक्ती आहे. '

कलाम यांच्या मते, "शिक्षकांनी त्यांना सांगितले की विमान या तत्त्वाच्या आधारे उडते. या एक तासाच्या निरिक्षणानंतर, कलाम यांना पक्षांच्या उड्डाणाचे रहस्य समजले. कलाम यांनी नमूद केले आहे की, एका व्याख्यानाने त्यांच्या जीवनाची दिशा बदलली. माझ्या शिक्षकाने मला जीवनाचा उद्देश सांगितला. मी भौतिकशास्त्र निवडले. मी वैमानिक अभियांत्रिकीला प्राधान्य दिले. त्यांनतर एक अंतराळ शास्त्रज्ञ."

जेव्हा डॉ. अब्दुल कलाम यांचे सर्वात मोठे स्वप्नं भंगले, तेव्हा त्यांनी प्रत्येक अपयशाला एक धडा म्हणून घेतले. त्यांनी या कारणांच्या तळाशी जाऊन त्यांच्याकडून मिळालेल्या शिकण्यावर आधारीत पुढचा मार्ग निवडला. निराशेवर मात केल्यावर नवीन मार्ग उघडतील असा त्यांचा विश्वास होता.

जो माणूस आपल्या अपयशातून शिकतो आणि पुढे जातो त्याला यश निश्चितच मिळते. त्यांचा असा विश्वास होता की जोपर्यंत अपयशाची कटू गोळी चाखत नाही तोपर्यंत ते यशासाठी पूर्णपणे सामर्पित नाही.

स्वदेशी विकासाचे शिल्पकार डॉ. कलाम यांचे मत आहे की, "स्वप्ने ती नसतात जी आपण झोपेत पहातो, तर ती असतात जी आपल्याला झोपू देत नाहीत.

तांत्रिक विकास आणि उत्पादन संचलनालयात वरिष्ठ सहायक शास्त्रज्ञ पदासाठी त्यांची निवड झाली. लढाऊ विमान उडवण्याचे स्वप्नं गमावल्यानंतर वाईट वाटून घेण्याऐवेजी, त्यांनी एका नवीन क्षेत्रात जबाबदारीने स्वप्ने पहाणे आणि त्यांना प्रत्यक्षात आणण्यासाठी स्वतःला समर्पित केले.

कलाम यांनी प्रत्येक अपयशाला धडा म्हणून स्वीकारले. त्यांनी नेहमीच भविष्यासाठी आशा ठेवली.

भारतीय अंतराळ संशोधन संस्था

पायलट बनू इच्छिणारे कलाम निराश न होता १९६२ मध्ये इस्त्रामध्ये सामील झाले आणि त्यांनी कधीही मागे वळून पाहिले नाही. या काळात त्यांनी अनेक प्रक्षेपण प्रकल्पावर यशस्वीरित्या काम करत असताना त्यांनी अग्नि आणि पृथ्वी नावाची क्षेपणास्त्रे विकसित केली जी पूर्णपणे भारतीय तंत्रज्ञानाच्या आधारे विकसित केली गेली

होती. त्यांनी या सर्व गोष्टींचे तपशीलवार वर्णन त्यांच्या 'विंग्ज ऑफ फायर' या आत्मचरित्रात केले आहे.

१९६२ मध्ये, ते भारतीय अंतराळ संशोधन संस्थेत सामील झाले जिथे त्यांनी अनेक उपग्रह प्रक्षेपण प्रकल्पामध्ये यशस्वीरित्या आपली भूमिका बजावली. प्रकल्प संचालक म्हणून, त्यांनी भारताच्या पहिल्या स्वदेशी उपग्रह प्रक्षेपण वाहन एसएलव्ही-३ च्या निर्मितीत महत्त्वाची भूमिका बजावली, ज्याने जुलै १९८२ मध्ये रोहिणी उपग्रह यशस्वीरित्या अवकाशत प्रक्षेपित केला.

डॉ. एपीजे अब्दुल कलाम यांची पहिली भेट १९६० च्या दशकात टाटा इंस्टिट्यूट ऑफ फंडामेंटल रिसर्च प्रोफेसर एमजीके मेनन यांच्यामार्फत डॉ. साराभाईसोबत झाली. त्यांनतर डॉ. अब्दुल कलाम यांची भारतीय राष्ट्रीय अंतराळ संशोधन समितीमध्ये रॉकेट अभियंता म्हणून नियुक्ती झाली. डॉ. साराभाईंनी डॉ. अब्दुल कलाम यांना रॉकेट अभियांत्रिकी क्षेत्रात त्यांचे काम सुरू करण्यास मदत केलीच, परंतु देशाच्या अंतराळ कार्यक्रमासाठी त्यांच्या क्षमता आणि कल्पना ओळखल्या आणि त्यांचा समावेश केला. डॉ. साराभाईंनी डॉ. अब्दुल कलाम यांना केवळ तांत्रिक मार्गदर्शनच केले नाही तर त्यांचा आत्मविश्वास वाढविण्यातही महत्तवाची भूमिका बजावली. डॉ. अब्दुल कलाम यांनी एकदा म्हटले होते की, "*डॉ. साराभाईंनी त्यांना अशा वेळी जबाबदारी दिली जेव्हा ते त्यांच्या आत्मविश्वासाच्या सर्वात खालच्या पातळीवर होते.*" डॉ. कलाम, डॉ. साराभाईंना त्यांच्या आयुष्यातील प्रेरणास्थान मानत होते आणि त्यांच्या मार्गदर्शनाला त्यांच्या कारकिर्दीत महत्त्वाचे मानत होते.

डॉ. साराभाई आणि कलाम दोघेही देशाला वैज्ञानिक आणि तांत्रिकदृष्ट्या बळकट करण्याच्या ध्येयाने प्रेरित होते. डॉ. साराभाईंनी भारताच्या अंतराळ कार्यक्रमाला पुढे नेण्यात आणि डॉ. कलाम यांनी भारताच्या क्षेपणास्त्र कार्यक्रमाच्या विकासात महत्त्वाची भमिका बजावली.

त्यांच्या बालपणी आणि शिक्षकांबद्दल अतिशय अर्थपूर्ण विचार व्यक्त करताना त्यांनी त्यांच्या आत्मचरित्रात लिहिले आहे, 'आपल्या सर्वांच्या आयुष्यात अनेक शिक्षक आणि मार्गदर्शक असतात. जर मी माझ्या बालपणातील माझ्या पालकांकडे आणि शिक्षकांकडे पाहिले तर माझे मित्र आणि मेव्हूणे अहमद जलालुद्दीन यांनी माझ्या आयुष्यातील कठीण काळात मला मार्गदर्शन केले आणि मी एका निष्पाप मुलापासून

एक प्रौढ व्यक्ति बनलो. जेव्हा मी माझ्या कारकिर्दीच्या उंबरठ्यावर होतो, तेव्हा मी खूप भाग्यवान होतो, कारण मी डॉ. विक्रम साराभाई सारख्या माणसाच्या आश्रयाखाली काम करत होतो.

ते एक शास्त्रज्ञ, शिक्षणतज्ज्ञ, संस्था निर्माण करणारे आणि दूरदर्शी होते. आधुनिक भारताच्या उदयासाठी त्यांनी अथक परिश्रम घेतले आणि या क्षेत्रातील एक महान विचारवंत होते. त्यांनी एक सक्षम नेता आणि एक ज्ञानी माणूस यांच्यात संतुलन राखले. स्वातंत्र्यांनतर त्यांना अवकाश संबधित कार्यक्रमांची जबाबदारी देण्यात आली हे आपल्या देशाचे भाग्य आहे. त्यांच्याबद्दल आणि त्यांच्या कामगिरीबद्दल बरेच काही लिहिले गेले आहे. इस्त्रोमधील त्यांच्या कामगिरीव्यतिरिक्त, ते भारतीय अंतराळ मोहिमेचे प्रमुख तसेच अणुउर्जा आयोगाचे अध्यक्ष होते. याव्यतिरिक्त, त्यांनी अनेक संस्था स्थापन केल्या. त्यापैकी एक म्हणजे अहमदाबाद येथील इंडियन इंस्टिट्यूट आफ मॅनेजमेंट. मी त्यांच्याकडे ज्या पद्धतीने पाहिले, ते त्यांच्या क्षेत्रात उत्कृष्टता प्राप्त करणारा एक उच्च दर्जाचा नायक वाटला आणि आमच्यासारख्या रॉकेट अभियत्यांना ते त्याहून खूप पुढे होते.

रॉकेट इंजिनिअरिंगच्या एका मुलाखतीचा संदर्भ देत त्यांनी लिहिले आहे,

'डॉ. विक्रम साराभाई, प्रो. मेनन आणि अणुउर्जा आयोगात उपसचिव असलेले श्री श्रॉफ यांनी माझी मुलाखत घेतली. ते सर्व वैज्ञानिक विषयाचे तज्ज्ञ होते, सर्व ज्ञानाचे भांडार होते. त्या खोलीत मला एक वेगळ्या प्रकारची उबदारता आणि सभ्यता जाणवली. या मुलाखतीने माझ्या आणि डॉ. विक्रम साराभाई यांच्यातील भविष्यातील संबंधाचा पाया रचला. त्यांनी माझे संपूर्ण विश्लेषण केले होते. माझ्या आयुष्यातील विविध विषयांबद्दल, जसे की माझी न घेता त्यांनी माझी व्यक्तिमत्त्व, माझ्या उद्देशाच्या संदर्भात माहिती घेतली होती. माझ्या जीवनात विकासाची काय मर्यादा आहेत, ना केवळ व्यापार विषयाशी संबंधित, तर एक यशस्वी मुनष्याच्या संदर्भातही माहिती घेतली होती. ते प्रोत्साहीत करणारे तसेच मधूर भाषी होते आणि माझे म्हणणे लक्षपूर्वक ऐकून घेत होते. मला असे वाटत होते की माझी निवड एक इंजिनिअर म्हणून करीत नाहीत, तर ते माझी अधिकची क्षमता ओळखून करीत होते. ते त्यांचा मौल्यवान वेळ मला समजून घेण्यासाठी घालवत होते. ते माझी पूर्ण काळजी घेत होते. हा माझ्या नोकरीच्या काळातला पहिला अनुभव होता, एखाद्या महान व्यक्तीने माझ्या विचाराला तसेच माझ्या स्वप्नाबद्दल समजून घेण्याचा प्रयत्न केला आहे, जो देशाच्या अंतराळ ज्ञानाशी संबधित होता.

मी ज्यावेळी पहिल्यांदा त्यांना भेटलो. मला मुलाखतीसाठी 'इन्कोस्पार' मध्ये एक रॉकेट इंजिनिअरसाठी बोलावले होते. ते आमंत्रण मला अचानक मिळाले

होते, ज्याची मला कसली अपेक्षा नव्हती. हॉवरक्राफ्ट वर केलेले माझे काम पाहिले होते. या मुलाखतीत मला काय विचारले जाईल, याचा अंदाज होता. तिथे माझ्याकडून काय अपेक्षा ठेवतील तसेच त्यात भाग घेणारे कोण व्यक्ती असू शकतात, याचा मला थोडा अंदाज आला होता.''

माझ्या जीवनाचे विभिन्न विषय, जसे माझे ज्ञान याची माहिती न घेता त्यांनी माझ्या व्यक्तिमत्त्व, माझ्या जीवनाच्या उद्देशाबद्दल माहिती प्राप्त केली. माझ्या जीवनात विकासाची काय मर्यादा आहे, केवळ व्यापार विषयकच नाही, तर एक यशस्वी मनुष्याच्या संदर्भात देखील घेतली होती.

इन्कोस्पार मध्ये आपल्या निवडीवर ते खूप खुश झाले. या आनंदाला त्यांनी या प्रकारे व्यक्त केले, ''मी इन्कोस्पार मध्ये नियुक्त झालो होतो. माझ्यासाठी ते असे होते, जणू माझे स्वप्नं साकार झाले आहे! ही माझ्यासाठी मोठ्या कामाची चांगली सुरूवात होती. जसाही मी माझ्या नव्या क्षेत्रात आलो, मी त्या संस्थेत, तिचे कार्यप्रणाली तसेच त्यासंबधित लोकांची माहिती प्राप्त केली. मी माझ्या जुन्या कार्यालयातून या कार्यालयाची तुलना करीत होतो. जे एकदम वेगळे होते. इथले वातावरण तणावमुक्त होते. इथे जेष्ठता तसेच पद यात भेदभाव केला जात नव्हता. ' डॉ. अब्दुल कलाम मध्ये एक विशेष गोष्ट होती की ते लहान गोष्टीकडे लक्ष देत असत. त्यांच्या मूलतत्त्वांना समजून घेण्याचा प्रयत्न करीत. त्यांनी डॉ. विक्रम साराभाईंच्या प्रयत्नाबद्दल लिहिले आहे, 'मी डॉ साराभाईंची कथा ऐकली होती की कशाप्रकारे त्यांनी 'थुंबा इक्वेटोरियल रॉकेट लॉचिंग स्टेशनची स्थापना केली होती. ही कथा ऐकून मी कंटाळो नव्हतो, कारण माझे मत होते की हे विज्ञान आणि आध्यात्मिक विषयाचे परस्पर मिलन होते.

हे दोघेही विकासाची मजबूत ताकद आहेत. ही १९६२ सालची गोष्ट आहे. डॉ. विक्रम साराभाई अंतराळ अणु केंद्र स्थापन करण्यासाठी जागेच्या शोधात होते. ते अनेक ठिकाणी भेटी देत होते. ते केरळमध्ये थुंबा या ठिकाणी गेले. हे दक्षिण भारतात भूमध्य रेषा क्षेत्रात होते तसेच या कामासाठी उत्तम जागी होते आणि आयनमंडळ अणु केंद्रासाठी चांगले वातावरण होते. त्या क्षेत्रात एक जुने सुंदर चर्च होते. त्याच्या जवळच सेंट मेरी मागडेलेन चर्च तसेच बिशपचे निवास होते. डॉ. साराभाईने अनेक राजकारणी तसेच मोठे अधिकारी यांना भेटून संशोधन कार्यासाठी कामगिरी पार पाडली. जी थुंबा ते या कार्यक्रमापर्यंत यशस्वी करण्यासाठी सुरू झाली होती. हे स्वप्नं 'एसएलव्ही' च्या

रूपाने साकार झाले. याच काळात भारताने आपले रॉकेट टेक ऑफ सिस्टम' सुरू केले, ज्याला सेनेच्या विमानांना गुप्त स्वरूपात उडवण्यासाठी उपयोगात आणले जाऊ शकत होते. मी त्याची काम करण्याची पद्धत तसेच त्यांची विचार करण्याची पद्धत याचा अनुयायी होतो. त्यांच्या मनात डॉ. साराभाई एक चांगले नेते किंवा नायक असण्याचे सर्व गुण होते, ज्यामुळे ते साधारण अशा व्यक्तीला देखील प्रभावित करू शकत होते. माझे असे मत आहे की त्यांच्यात एका चांगल्या नेत्याचे गुण होते. मी इथे एक एक करून सर्व गुणांची चर्चा करीत आहे.

त्यांच्यात निकडीची भावना आणि त्यांचे ध्येय गाठण्याची क्षमता खूप होती. जगातील इतर देश जे ध्येय प्राप्त करण्यासंदर्भात विचार देखील करू शकत नव्हते, ते ते प्राप्त करण्याची क्षमता बळगत होते. डॉ. विक्रम साराभाईकडून त्यांनी बरेच काही शिकले. डॉ. विक्रम साराभाईत इतरांचे ऐकून व समजून घेण्याची क्षमता होती. ते प्रत्येकाचे लक्ष देऊन ऐकत होते. भारतीय संस्थेत कनिष्ठ कर्मचाऱ्याचे वरिष्ठ ऐकून घेत नाहीत, ज्यामुळे विकासात अडथळा येतो. यावरून मत बनले आहे की निर्णय शिखरावरून तळाला आणतात.

'इन्कोस्पार' मध्ये आम्हा तरूणांचा ताफा कमी अनभव असलेल्या इंजिनिअरचा ताफा होता, ज्यांच्यात उत्साह होता तसेच काही नवीन करण्याचे धाडस ठेवते होते. ही त्यांची भावना तसेच उत्साहाला प्रोत्साहीत करीत होते, म्हणजे सर्वांच्या विचाराला नवी दिशा मिळू शकेल आणि हा विश्वास वाटावा की एक मोठ्या संस्थेचा एकच भाग आहेत. त्यांच्या थुंब्याच्या दौऱ्याच्या आधी आम्हा सर्व तरूणात एक नवा उत्साह होता.

डॉ. अब्दुल कलाम तन्मयतेने प्रयोगशाळेत सावधपणे कामात गुंतले होते. व्यापक अर्थाने डॉ. साराभाईने भारत अंतरिक्ष कार्यक्रमाचा एकिकृत आणि उत्पादन कार्यक्रम म्हणून पाहिला. ज्यात रॉकेटचे निर्माण, उपग्रह लॉच वाहन तसेच प्रक्षेपण सुविधांचे उत्पादन समाविष्ठ होते. याव्यतिरिक्त, रॉकेट इंधन, प्रणोदन प्रणाली, वैमानिकी आणि अंतराळ साहित्य, ट्रॅकिंग प्रणाली आणि उपकरणे यांच्या विकासाशी संबंधित एक व्यापक कार्यक्रम अंतराळ विज्ञान आणि तंत्रज्ञान केंद्र आणि भौतिक संशोधन प्रयोगशाळा, अहमदाबाद येथे एकत्रित करण्यात आला. जेव्हा डॉ. साराभाईंनी हे स्वप्नं साकार करण्याचा विचार केला तेव्हा त्यांना अनेकांनी प्रश्न उपस्थित केले की देशातील बहुतेक लोकसंख्या भूक आणि गरिबीच्या समस्यांशी झुंजत असताना भारतासारख्या देशाने रॉकेटसारख्या विषयावर काम करणे योग्य ठरेल का?

जवाहरलाल नेहरूंशी एक करार होता की जर भारताला स्वालंबी करायचे असेल किंवा जगात स्वतःचे स्थान निर्माण करायचे असेल, तर आपल्याला सर्व क्षेत्रात आधुनिक आणि प्रगत तंत्रज्ञानाचा अवलंब करावा लागेल, जे वास्तवीक जीवनातील समस्यांना तोंड देऊ शकेल. म्हणून अवकाश संबंधित कार्यक्रम हा विकसित देशांसारखा नवीन कार्यक्रम नव्हता आणि तो इतर देशांच्या शर्यतीशी जुळवून घेण्याचा विषय नव्हता. उलट, या तंत्रज्ञानाचा अवलंब करणे आणि दूरसंचार हवामानशास्त्र आणि शिक्षण क्षेत्रात यश मिळवणे ही काळाची गरज होती.

डॉ. साराभाई यांच्या तिसऱ्या गुणाचा उल्लेख करताना ते लिहितात,

मी माझ्या आयुष्यात जे अनुभवले आणि स्वीकारले ते म्हणजे त्यांच्यात संघात काम करण्याची क्षमता होती. डॉ. साराभाईमध्ये हा अद्वितीय गुण होता. त्यांना विशिष्ट कामासाठी योग्य व्यक्ती कशी निवडायची हे माहित होते. त्यांनतर ते प्रत्येक वळणावर त्या व्यक्तीला प्रोत्साहन देत असत. जरी त्यांच्याकडे अनुभवाची कमतरता असली तरी ते त्यांना प्रत्येक प्रकारे मदत करत असत. त्यांच्या संघाला प्रोत्साहन देण्याची त्यांची स्वतःची पद्धत होती, ज्यामुळे ते एक यशस्वी आणि कार्यक्षम बनले आणि शेवटी, त्यांचा सर्वांत अद्वितीय गुण म्हणजे ते अपयशाच्या पलिकडे विचार करायचे. मला आठवते की तरूणांमध्ये, आम्ही एसएलव्हीच्या कार्यप्रणाली आणि अंतराळ यानाच्या नोज कोन - सिस्टम'वर प्रयोग करत होतो. तेव्हा डॉ. साराभाईंना बटण दाबावे लागले, जे टायमर सर्किटशी जोडले असल्याने पायरो सिस्टम आपोआप काम करू शकले असते - परंतु जेव्हा त्याने बटन दाबले तेव्हा काहीही झाले नाही. '

डॉ. अब्दुल कलाम, डॉ. विक्रम साराभाई यांच्या सर्वात अद्वितीय वैशिष्ट्याबद्दल लिहायला विसरले नाहीत. त्यांनी लिहिले आहे की, ते अपयशाच्या पलिकडे विचार करायचे. मला आठवते की थुंबा येथे आम्ही एसएलव्हीच्या कार्यप्रणाली आणि तंत्रज्ञानावर काम करत होतो. आम्ही वाहनाच्या नोज कोन सिस्टम'वर प्रयोग करता होतो, तेव्हा डॉ. साराभाईंना टायमर सर्किटशी जोडलेले बटन दाबावे लागले. ज्यामुळे पायरो सिस्टीम आपोआप काम करत असल्याचे आढळले, विशेषतः आमच्या क्षेत्रात, जिथे अपयश नेहमीच जोडलेले असतात. जेव्हा त्यांना समजले की परिस्थिती कठीण असू शकते, तेव्हा अशा वेळीही ते आम्हाला प्रोत्साहन देत साध्य केलेले नाही हे जाणूनही ते आम्हाला तणावमुक्त ठेवण्यासाठी वातावरण आल्हाददायक बनवत असत. त्यांच्या या भावनेमुळे, सर्व सदस्य प्रामाणिकपणे त्यांच्यासोबत उभे राहिले

आणि त्यांचे ध्येय साध्य करण्यासाठी पूर्ण सहकार्य केले. सर्वांना माहित होते की त्यांना पूर्ण सहकार्य मिळेल आणि त्यांच्या मेहनतीला पूर्ण महत्त्व दिले जाईल."

एका संध्याकाळी डॉ. साराभाईंनी डॉ. अब्दुल कलाम यांना त्रिवेंद्रम येथील कोवलम पॅलेस हॉटेलमध्ये बोलावले. त्यावेळी डॉ. अब्दुल कलाम काळजीत होते. पण डॉ. विक्रम साराभाई त्यांच्या नेहमीच्या शैलीत त्यांना भेटले. दोघेही रॉकेट प्रेक्षेपण केंद्राबद्दल बोलले. त्यांनतर दोघेही सकाळच्या घटनेबद्दल बालू लागले. डॉ. अब्दुल कलाम यांना समजले की त्यांना या मुद्यांवर विरोध ऐकावा लागेल. डॉ. साराभाईंनी संबधित विषयावर सविस्तर चर्चा करण्यास सुरूवात केली, आपण आपल्या कामाबद्दल उत्साहीत नाही का की हे काम आपल्यासाठी आव्हानात्मक आहे? त्यांच्याशी बोलून डॉ. विक्रम साराभाई सकाळच्या घटनेच्या तशाळाशी पोहचले होते.

डॉ. कलाम यांना त्यांचे हितचिंतक डॉ. साराभाई यांच्या निधनाची बातमी ऐकून धक्काच बसला. १९७१ मध्ये डॉ. अब्दुल कलाम यांनी दिल्लीहून डॉ. विक्रम साराभाई यांच्याशी संवाद साधला. ज्यामध्ये डॉ. कलाम यांनी त्यांना क्षेपणास्त्र समितीच्या बैठवीबद्दल माहिती दिली. डॉ. अब्दुल कलाम काही दिवसापूर्वी त्या समितीत सहभागी झाले होते. डॉ. विक्रम साराभाईंनी त्यांना तिरूवंतपूरम विमानतळावर भेटण्यास सांगितले. ते दिल्ली ते मुंबई प्रवासात होते. दुर्देवाने आम्ही भेटू शकलो नाही. डॉ. अब्दुल कलाम लिहितात, तिरूवंतपुरम विमानतळावर काही तासांनतर मला बातमी मिळाली की डॉ. विक्रम साराभाई हृदयाविकाराच्या झटक्याने हे जग सोडून गेले आहेत. माझ्याशी बोलल्यांनतर सुमारे एक तासानी त्यांचे निधन झाल्याचे मला कळले. देशाच्या विकासासाठी शास्त्रज्ञ आणि अभियंत्यांना तयार करणारी महान व्यक्ति आज आपल्यात नाही. त्यांनी आपल्याला एकटे सोडले होते. पण जाण्यापुर्वी त्यांनी आपल्या सर्वांना ज्ञानाचा साठा भरून दिला होता, आपल्याला

धीर आणि दूरदृष्टी दिली होती. त्यांना आपली खरी श्रद्धांजली फक्त हीच असू शकते की आपण त्यांचा विश्वास कायम ठेवू आणि पहिल्याच भेटीत त्यांनी आपल्या सर्वांमध्ये ज्या क्षमतेची चाचणी घेतली होती त्या क्षमतेनुसार जगू."

त्यांचा एक प्रसंग सांगताना डॉ. कलाम यांनी लिहिले आहे, 'कदाचित ही दुर्देवी घटना माझ्यासोबत घडत आहे. ज्या व्यक्तीच्या मी खूप जवळ होतो, ती अचानक मला कोणताही संदेश न देता सोडून जात असे आणि मला सोडून जाणाऱ्या प्रत्येक व्यक्तीसाठी मला दुःखाच्या एका विचित्र लाटेतून जावे लागेत असे. मी नेहमीच त्या

व्यक्तिमत्त्वाचे गुण माझ्यात आत्मसात करीत असे. मग ते त्यांचे निरपेक्ष प्रेम असो, त्यांची सभ्यतेची भावना असो, धर्माप्रति असलेली त्यांची निष्ठा

असो. डॉ. साराभाईमध्ये त्यांच्या ध्येयाकडे पाहण्याची शक्ती होती. योजना आखण्याची, त्या तयार करण्याची आणि त्या निमार्ण करण्याची. जर मी माझ्या कार्यक्षेत्रात त्या गुणांपैकी थोडेसे अंमलात आणू शकलो किंवा माझ्या आयुष्यात ते साध्य करू शकलो, तर मी स्वतःला भाग्यवान समजेन.

डॉ. अब्दुल कलाम यांनी त्यांच्या आत्मचरित्रात प्रत्येक लहान मोठे अनुभव सांगितले आहेत. जेव्हा आत्मचरित्राचा लेखक स्वतःबद्दल सत्य सांगतो, तेव्हाच तरूणांना त्यांच्या यशाबद्दल कळते. डॉ. कलाम यांनी नासाचा त्यांचा अनुभव या शब्दात वर्णन केला आहे, 'मी नासात माझे काम लँगली रिसर्च सेंटरमधून सुरू केले. ही नासा संस्था व्हर्जिनिया राज्यातील हॅम्प्टन शहराजवळ आहे. एलआरसी हे सर्वात प्रगत एरोस्पेस तंत्रज्ञानासाठी संशोधन आणि विकासाचे प्राथमिक केंद्र आहे. एलआरसीच्या आठवणीमध्ये मला अजूनही एक गोष्ट आठवते. येथे एक अदभूत पुतळा ठेवण्यात आला आहे. या पुतळयाच्या ठिकाणी एका सारथीला दोन घोडे फिरवताना दाखवले आहे. या दोन घोड्यांपैकी एक वैज्ञानिक संशोधन दाखवत आहे आणि दुसरा तांत्रिक विकास आहे. एकूणच हा पुतळा संशोधन आणि विकास यांच्यातील परस्पर संबंध दर्शवत आहे. एलआरसीमधून, मी मेरिलँडमधील ग्रीनबेल्ट येथे असलेल्या गोडार्ड स्पेस फ्लाइट सेंटरमध्ये गेलो. हे केंद्र नासाच्या बहुतेक उपग्रहांचा विकास करते आणि त्यांचे व्यवस्थापन पाहते. यापैकी बहुतेक उपग्रह विज्ञान आणि अणुप्रयोगाशी संबंधित आहेत. हे केंद्र नासाच्या सर्व अंतराळ मोहिमांचे नेटवर्क चालवते. माझ्या अमेरिकेन दौऱ्याच्या शेवटी, मी व्हर्जिनियाच्या पूर्व किणारी बेटावर असलेल्या वॉलॉप फ्लाइट सेंटरमध्ये गेलो. मी त्या सुविधेत

गेलो. हे ठिकाण नासाच्या रॉकेट कार्यक्रमांसाठी मुख्य तळ होता. येथे मला रिसेप्शनमध्ये खास ठेवलेले एक चित्र दिसले. त्या चित्रात युद्धाचे दृष्य दाखवण्यात

आले होते आणि या युद्धाच्या दृष्याच्या पार्श्वभूमिवर काही रॉकेट उडताना दाखवण्यात आले होते. अश प्रकारचे चित्र विमान सुविधेतील एक अतिशय सामान्य वस्तू असावी. पण त्याने माझे लक्ष वेधून घेतले कारण त्यात रॉकेट सोडले जाणाऱ्या जागेचे चित्रण होते. पण जे उभे असलेले सैनिक दिसत होते ते गोरे नसून श्वेत होते. ते दक्षिण आशियातील सैनिकांसारख्याच रंगाचे होते."

प्रकल्प महासंचालक

भारतीय अंतराळ संशोधन संस्थेचे प्रकल्प संचालक म्हणून, अब्दुल कलाम यांना भारताचे पहिले स्वदेशी उपग्रह (एसएलव्ही) प्रक्षेपण वाहन बनवण्याचे श्रेय मिळाले. १९८० मध्ये त्यांनी रोहिणी उपग्रह पृथ्वीच्या जवळच्या कक्षेत सोडला होता. अशाप्रकारे भारत आंतरराष्ट्रीय अंतराळ क्लबचा सदस्यही बनला.

इस्त्रोच्या प्रक्षेपण वाहन कार्यक्रमाला चालना देण्याचे श्रेय त्यांना जाते. कलाम यांनी स्वदेशी लक्ष्यभेदक मार्गदर्शित क्षेपणास्त्रे तयार केली. डॉ. कलाम यांनी देशाला अनेक क्षेपणास्त्रे देऊन भारत सुरक्षित केला.

पृथ्वी क्षेपणास्त्र

पृथ्वी हे भारताच्या संरक्षण संशोधन आणि विकास संस्थेने (डीआरडीओ) एकात्मिक मार्गदर्शित क्षेपणास्त्र विकास कार्यक्रमातंर्गत विकसित केलेले एक सामरिक पृष्ठभागावरून पृष्ठभागवर मारा करणारे कमी पल्ल्याचे बॅलिस्टिक क्षेपणास्त्र आहे. हे भारताच्या स्ट्रॅटेजिक फोर्सेस कमांडद्वारे तैनात केले जाते.

पृथ्वी-१: आर्मी आवृत्ती. १५०, ज्याचे पेलोड १००० किलो (२,२०० पौंड) आहे. त्याची मारा क्षमता ९ मैल आहे.

पृथ्वी-२ : हवाई दलाची आवृत्ती, ३५० किलो म्हणजेच २२० मैलाच्या पल्ल्यासह, ५०० किलो म्हणजेच १,१०० पौंड पेलोडसह.

पृथ्वी- ३ : नौदल आवृत्ती, १००० किलो) २,२०० पौंड) वजनासह ३५० रॉकेट. किलोमीटर म्हणजे २२० मैलांचा पल्ला.

त्यांनी स्वदेशी तंत्रज्ञानाचा वापर करून अग्नि आणि पृथ्वीसाखी क्षेपणास्त्रे बनवली. कलाम हे जुलै ते डिसेंबर १९९९ पर्यंत संरक्षणमंत्र्याचे विज्ञान आणि संरक्षण संशोधन आणि विकास विभागाचे सचिव होते. त्यांनी सामरिक क्षेपणास्त्र प्रणालीचा वापर बंदुका म्हणून केला. त्याचप्रमाणे पोखरणमधील दुसरी अणुचाचणी देखील अणुउर्जेचे मिश्रण करून करण्यात आली. अशाप्रकारे भारत अणुशस्त्र तयार करण्याची क्षमता प्राप्त करण्यात यशस्वी झाला. कलाम यांनी २०२० पर्यंत विज्ञान क्षेत्रात

भारताच्या विकासाची पातळी निश्चित केली. त्यांनी ते अतिआधुनिक बनवण्यासाठी एक अनोखी विचारसरणी दिली. ते भारताच्या सरकारचे मुख्य वैज्ञानिक सल्लागार देखील होते. १९८२ मध्ये, ते भारतीय संरक्षण संशोधन आणि विकास संस्थेत संचालक म्हणून परतले आणि त्यांचे सपूंर्ण लक्ष 'मार्गदर्शित क्षेपणास्त्र' या विकासावर केंद्रीत केले. अग्नि क्षेपणास्त्र आणि पृथ्वी क्षेपणास्त्राच्या यशस्वी चाचणीचे त्यांना खूप श्रेय जाते. जुलै १९९२ मध्ये, त्यांना भारतीय संरक्षण मंत्रालयात वैज्ञानिक सल्लागार म्हणून नियुक्त करण्यात आले. त्यांच्या देखरेखीखाली १९९८ मध्ये भारताने पोखरण येथे दुसरी यशस्वी अणुचाचणी केली आणि अणुशक्ती असलेल्या राष्ट्राच्या यादीत सामील झाला.

प्रभावशाली प्रसंग

एका महान शास्त्रज्ञानाच्या सर्व घटनांचे वर्णन करणे हे खूप कठीण काम आहे. म्हणूनच त्यांचे अनुभव त्यांच्याच शब्दात वाचणे अधिक प्रेरणादायी आहे. त्यांनी लिहिले आहे, 'आजही मला अशा काही घटना आठवतात, ज्यांचा माझ्या आयुष्यावर खोलवर परिणाम झाला आहे. जेव्हा एसएलव्ही - ३ उपग्रह प्रक्षेपण वाहन आणि पहिले स्वदेशी क्षेपणास्त्र अग्नि' च्या प्रकल्प पथकाचा प्रमुख होतो, तेव्हा सरकार आणि जनतेला माझ्याकडून आणि माझ्या पथकाकडून खूप अपेक्षा होत्या. त्यावेळी माध्यमे इतक्या बारकाईने आणि खालेवर तपास करत होती की आज ती जवळजवळ नगण्य आहे. एसएलव्ही पहिल्या टप्प्यातच अपयशी ठरते आणि त्याचप्रमाणे 'अग्नि'ची चाचणी कठीण परिस्थितीतून जात होती. यामध्ये अनेक चढ-उतार दिसून येत होते आणि प्रक्षेपणापुर्वी अडचणी दिसत होत्या. या दोन्ही विसंगतीमुळे मी आणि माझी संपूर्ण टीम काळजीत होतो. '

आमच्यावर खूप दबाव होता कारण त्याच्याशी खूप अपेक्षा जोडल्या गेल्या होत्या. या दोन्ही संशोधन प्रकल्पांमधील अडचणीमुळे आम्हाला अनेक नकारात्मक परिणाम अनुभवावे लागत होते. या वातावरणात, अनेक अडचणीमधून गेल्यानंतर मिळालेले यशही अंधूक दिसत होते. आमच्या आत्मनिरिक्षणाच्या आणि उणीवांच्या पुनरावलोकनाच्या आठवणी अजूनही माझ्यासोबत आहेत. मला सर्वात जास्त प्रभावित करणारा विषय म्हणजे त्याच्या डिझाइनमध्ये सहभागी असलेल्या सहकाऱ्यांचे विचार, ज्यांच्यात वेगळया प्रकारची समर्पण भावना होती. या लोकांनी या प्रक्रियेत त्रास सहन केला होता. मी त्या भावना शब्दात वर्णन करू शकत नाही."

खूप “१९६० आणि १९७० च्या दशकात मी थुंबा इक्वेटोरियल रॉकेट लाँचिंग स्टेशनवर काम करत होतो. डॉ. विक्रम साराभाईंच्या नेतृत्त्वाखाली आम्ही आमचे स्वतःचे रॉकेट, एसएलव्ही आम्ही उपग्रह बनवत होतो. याशिवाय, आम्ही काही प्रयोगशाळेत रॉकेटला ध्वनी देण्यासाठी पेलोड तयार करण्यासाठी काम करता होतो. बहुतेक भौतिकशास्त्र प्रयोगशाळा रॉकेट पेलोडला ध्वनी देण्याच्या कार्यक्रमात सहभागी होत्या. प्रत्येकाचे स्वतःचे ध्येय आणि पेलोड होते. हे पेलोड रॉकेटच्या रचनेशी एकत्रित करावे लागेत होते. पेलोडची तयारी प्रयोगशाळेशी संबंधित असलेल्या माझ्या एका सहकाऱ्याचे नाव सुधाकर होते. एकदा तयारी करत होतो, ज्यामध्ये सोडियम आणि थर्माइटचे मिश्रण भरणे समाविष्ट होते. हा प्रयोग पूर्व किनाऱ्यावर असलेल्या थुंबा येथे केला जात होता, तिथे वातावरण खूप उष्ण आणि दमट होते. सुधाकर आणि मी बराच वेळ कामात व्यस्त होतो. तिथे खूप उष्णता होती, ज्याची आम्हाला माहिती नव्हती. सुमारे सहा मिश्रनानंतर, आम्ही मिश्रण योग्यरित्या भरले आहे की नाही हे पाहण्यासाठी प्रयोगशाळेत गेलो. आम्ही विज्ञानाचे मुख्य तत्त्व शिकलो होतो की जेव्हा शुद्ध सोडियम पाण्यात मिसळते तेव्हा त्याचे स्वरूप धक्कादायक बनू शकते. जेव्हा सुधाकर आणि मी तपासणी करण्यासाठी खाली वाकलो तेव्हा सुधाकरच्या कपाळावरचा घामाचा एक थेंब त्यांच्यावर पडला. आम्हाला काही समजण्यापुर्वीच एका प्रचंड स्फोटाने आम्हाला मागे ढकलले.”

त्या धक्क्याने मला काही क्षणांसाठी स्तब्ध केले. स्फोटाने संपूर्ण खोली हादरली आणि आम्ही दोघेही खाली पडलो. त्यांनतर लगेचच स्फोटामुळे आग लागली. आमच्यासमोर संपूर्ण प्रयोगशाळा जळू लागली. ही आग सोडियममुळे लागली होती. त्यामुळे पाणिही त्यावर परिणाम करू शकले नाही. यामुळे ती अधिकच भयानक रूप घेऊ शकली असती. आता संपूर्ण प्रयोगशाळेने भयानक आगीचे रूप धारण कले होते. नंतर जेव्हा मी त्या घटनेतून सावरलो तेव्हा संपूर्ण घटना माझ्यासामोर हळूहळू उलगडू लागली. एक एक करून, ही दुर्घटना स्फोटाच्या स्वरूपात आणि नंतर भयानक आगीच्या स्वरूपात दिसू लागली. प्रत्यक्षात पाहिले तर हे सर्व काही क्षणात घडले होते. मी माझ्या पायावर उभा राहिलो तोपर्यंत सुधाकरने त्याचे सावध मन दाखवले. त्याने आपल्या हातानी खिडकीच्या काचा फोडल्या, त्यांनतर कोणताही संकोच न करता, तो माझ्याकडे वळला आणि मला बाहरे ढकलले. मी बाहेर उडी मारण्यापूर्वी काही वेळातच हे सर्व घडले. जर एखाद्याने आगीची भीषणता पाहिली असती, तर त्या आगीतून कोणी कसे सुटले असते याची कल्पना करणे कठीण झाले असते.”

या घटनेचा उल्लेख करताना डॉ. अब्दुल कलाम पुढे लिहितात, "मला वाचताना सुधाकर गंभीर जखमी झाला. तो गंभीर भाजला होता आणि त्याने काच फोडल्यामुळे त्याचे हातही रक्ताने माखले होते. आम्ही त्या खोलापासून दूर गेलो होतो, जी आता आगीत भयानकपणे वेढली गेली होती. मी सुधाकरकडे गेलो आणि माझे प्राण वाचल्याबद्दल त्याचे आभार मानले. खूप वेदना सहन करूनही तो हसत होता. पण त्याने माझ्या भावनांचा आदर केला. त्यांनतर त्या जखमा आणि जखमामुळे त्याला आठवडाभर रूग्णालयात रहावे लागले. खूप वेदना सहन करूनही तो हसत होता, पण त्याने माझ्या भावनांचा आदर केला. त्यांनतर त्या जखमा आणि जखमामुळे त्याला रूग्णालयात रहावे लागले. माझ्यासाठी तो अपघात खूप भयानक होता, उलट इतक्या मोठ्या धोक्यातून बाहेर पडल्यावर मला जिवंत राहण्यासाठी भावना वाटत होती. तुमचा जीव वाचवण्यासाठी कोणी किती आश्चर्यकारक आणि सहजपणे आपला जीव धोक्यात घालू शकतो हे जाणून झेणे, हा अनुभव माझ्यासाठी अद्वितीय होता. जे वाचतात, जर सुधाकरच्या शौर्याची घटना पाहिली तर ती कायमची प्रेरणादायी असते. जेव्हा जेव्हा मी माझ्या छोट्या कामगिरीसाठी स्वतःला मोठ्या वातावरणात किंवा स्वरूपात पाहतो, तेव्हा मला असे वाटते की मी या जगातील लाखो लोकांपैकी एक आहे, त्याचवेळी मी या महान व्यक्तीला आठवायला विसरत नाही आणि जेव्ह मी बाहेर पडतो तेव्हा धोकादायक परिस्थितीत, अनेक प्रकारच्या भावना त्यांच्याशी जोडल्या जातात - धोक्यातून बाहेर पडण्याची भावना, अपराधीपणा आणि कृतज्ञतेच्या भावना ओसंडू लागतात. जर सुधाकरला वाटत असेल की माझे जीवन अधिक मौल्यवान होते, म्हणूनच त्याने त्याच्या जीवाची पर्वा न करता मला वाचवले, तर मी त्यापेक्षा जास्त विचार न करता आपण सर्वजण एकत्र करत असलेल्या कामात सहभागी व्हावे. जर सुधाकरच्या शौर्याची घटना पाहिली तर ती कायमस्वरूपी प्रेरणेचा स्रोत बनत होती. जेव्हा जेव्हा मी माझ्या छोट्या कामगिरीसाठी स्वतःला महत्त्व देतो, तेव्हा मला असे वाटते की मी या जगातील लाखो लोकांपैकी एक आहे, त्याचवेळी मी या महान व्यक्तीचे स्मरण करायला विसरत नाही. तो आपल्यासारखाच एक शास्त्रज्ञ वाटला, जो की नोकरी करीत होता.

तरीही तो आम्हा सर्वांच्या पुढे निघून गेला होता. कारण त्याने भीतीची भावना गमावली होती. त्याने त्याच्या जीवाची पर्वा न करता एक वीर कृत्य केले होते.

जसे त्याच्या शब्दात आधी लिहिले आहे की डॉ. अब्दुल कलाम यांच्यासोबत अनेक घटना घडत असतात. अशाच एका घटनेचा उल्लेख करताना त्यांनी लिहिले

आहे, 'मला आणखी एक घटना आठवते, ज्याने माझ्या मनावर वेदनेची खोल छाप सोडली ती घटना १९९९ मधील अराक्कोनम अपघात होती. त्या घटनेने मला प्रचंड वेदना दिल्या, माझा अहंकार कायमचा बदलला. या अनुभवाने माझ्या मनात मूळ धरले होते. यासोबतच या घटनेच्या आठवणी माझ्या कामासोबत माझ्या हृदयातही स्थिरावल्या. काही वर्षांपूर्वी, जेव्हा मी माझ्या मित्रासोबत पुस्तक लिहिण्यात व्यस्त होतो, तेव्हा मी वेदना आणि भावनांमध्ये न बुडता ही घटना पूर्णपणे सांगू शकलो."

डॉ. एपीजे अब्दुल कलाम त्यांचे कार्य आणि सामाजिक जबाबदाऱ्या पार पाडण्यास कधीही विसरले नाहीत. डॉ. कलाम यांनी त्यांच्या आत्मचरित्रात एका घटनेचे वर्णन केले आहे,

"११ जानेवारी १९९९, वैज्ञानिक मोहिमेसाठी एरियल सर्व्हेलन्स प्लॅटफॉर्म' साठी बंगळुरूहून अराक्कोनम - चेन्नई किणारपट्टीवर दोन विमान पाठवण्यात आली होती, ज्यामध्ये विमान सर्व्हेलन्स सिस्टम बसवण्यात आली होती. त्यात मोटोडोमच्या स्वरूपात विमान सर्व्हेलन्स सिस्टमसह एवरो होता. ज्यामध्ये विमानाच्या शरीरावर एक बशी किंवा डिशसारखी रचना होती. ते १०,००० फूट उंचीवर उडू शकत होते आणि रडार प्रयोगासाठी ते उतरवले गेले होते. एवरोने उड्डाण घेण्याच्या १५ मिनीटे आधी, एएन- ३२ ने बंगळुरूहून उड्डाण केले. रडार चाचणीसाठी ते लक्ष्य विमान होते. या प्रयोगाची प्रक्रिया सुमारे दीड तास सुरळित चालली. हे विमान रडार रेंजमध्ये राहिले, ज्यामुळे आम्हाला खूप आनंद झाला. एएन-३२, ४ वाजता अराक्कोनम येथे डूडडाण करण्यात आले. जेव्हा ते १०,००० फूट उंचीवरून उडडाण करत होते, तेव्हा ते ५,००० फूट उंचीवर पोहचेपर्यंत सर्व काही सुरळीत चालले होते, पण जेव्हा एवरो एअरफील्डपासून ५ नॉटिकल मैल अंतरावर आणि ३,००० ते ५,००० फूट उंचीवर होते. विमानाचा तोल गेला आणि ते कोसळू लगले. दुर्देवाने विमानातील सर्व ८ जण ठार झाले. जेव्हा मला ही माहिती देण्यात आली तेव्हा मी साऊथ ब्लॉकमध्ये संरक्षण संशोधन परिषदेच्या बैठकीत होतो.

मी बैठक अर्ध्यावरच सोडून एअर चीफ मार्शल ए. वा. टिपणीस यांच्यासोबत बंगळुरूला निघालो. पुढचे दिवस खूप दुःखद होते. मी शहीदांच्या कुटूंबाना भेटलो. त्यापैकी काही तरूण विधवा होत्या ज्यांचे पती अपघातात शहीद झाले होते. काहींच्यासोबत त्यांची लहान मुले होती. मला त्यांचे सांत्वन कसे करावे हे कळत नव्हते. ज्यांनी प्रिय पती आणि लेकरांनी या बचावाच्या परीक्षेत त्यांचे प्राण गमावले होते. काय त्यांचे सांत्वन केल्या जाऊ शकत होते, ज्यांची सर्वांत वाईट भीती खरी

ठरली होती. जेव्हा एका आईने तिच्या मुलाकडे बोट करत म्हटले, 'आता या लहान मुलाची काळजी कोण घेईल? तेव्हा मी पूर्णपणे अवाक आणि मानसिकदृष्ट्या स्तब्ध झालो होतो. दुसरी आईही असेच काहीतरी म्हणाली, जे माझ्या मनाला स्पर्शन गेले. "तुम्ही आमच्यासोबत असे का केले?"

तो स्फोट इतका भयानक होता की अपघातानंतर आठ मृतांचा कोणताही पत्ता लागली नाही. कुटूंबातील सदस्यांच्या सांत्वनासाठी काही शवपेट्या ठेवण्यात आल्या होत्या. त्या हवाई दलाच्या मुख्य सभागृहात ठेवण्यात आल्या होत्या. डॉ. अब्दुल कलाम यांनी त्या शवपेट्यांना श्रद्धांजली वाहताना भाषण दिले. त्यांच्या आंतरिक वेदनांचे वर्णन करताना त्यांनी लिहिल, 'जेव्हा मी माझ्या खोलीत परतलो तेव्हा मी दुःखात बुडालो होतो. मी स्वतःला दोषी समजत होतो. मी माझ्या डायरीत लिहिले,

'दिवे वेगळे आहेत,
पण
फक्त एक प्रकाश आहे
ते परत केले
जगाला आंनद
माझ्या आत्म्यात
फक्त तुझाच आवाज आहे.

या घटनेनंतर अनेक वर्षांनी, मी साऊथ ब्लॉकमधील माझ्या ऑफिसमधून राष्ट्रपती भवनात रहायला गेलो, पण त्या विधवांचे आक्रोश माझ्यासोबत होते. यासोबतच, उद्ध्वस्त झालेल्या शहीदांचे निराधार पालकांचे आणि मुलांचे आक्रोश माझ्या मनात अजूनही ताजे होते. हे खरे होते की ते त्यांच्या प्रियजनांना पुन्हा कधीही पाहू शकले नाहीत, ज्यांनी त्यांना अशा आवस्थेत सोडले होते आणि फक्त शवपेटीच्या खुणा म्हणून मागे सोडले होते. या सर्व गोष्टींचा विचार करून माझे हृदय तुटेल. जेव्हा विज्ञान आणि संरक्षण तंत्रज्ञानातील नवीन शोधांची चर्चा होईल, तेव्हा सत्तेत असलेले लोक प्रयोगशाळा आणि क्षेत्रात या लोकांनी केलेल्या त्यागाची आठवण ठेवतील का? राजकारणात गुंतलेले लोक या त्यागाशिवाय, कठोर परिश्रम आणि नैतिक गुणाशिवाय हा देश बांधू शकले नसते. राष्ट्र उभारणी हीच खरी गोष्ट आहे.

बहुतेक लोक जेव्हा इतरांपेक्षा जास्त शक्ती मिळवतात तेव्हा त्यांना वाटते की ते प्रगतीच्या शिखरावर पोहचले आहेत. आशावेळी त्यांनी मागे वळून पाहिले पाहिजे आणि कोणाच्या मेहनतीमुळे आणि त्यागामुळे आपण किल्ले बांधू शकलो हे जाणून

घेतले पाहिजे. या विषयावर आपले विचार व्यक्त करताना, डॉ. अब्दुल कलाम यांनी लिहिले आहे, 'जेव्हा मी माझे मित्र श्री अरूण तिवारी यांच्याशी अशा विषयावर बोलत होतो, तेव्हा त्यांनी मला विचारले, याचा अर्थ काय आहे?

माझे उत्तर होते, 'स्वतःला मेणबत्ती समजू नका, स्वतःला एक पतंग समजा. भावनांना लपलेली शक्ती समजा. आपण फक्त राजकीय घटनानां राष्ट्र उभारणी म्हणून पहातो. परंतु त्याग, कठोर परिश्रम आणि निर्भयता हेच खऱ्या अर्थाने राष्ट्र उभारणीचे काम करतात."

आत्मिय क्षण

डॉ. कलाम आणि वाजपेयी यांची पहिली भेट १९८० मध्ये झाली होती. तत्कालीन पंतप्रधान इंदिरा गांधी यांनी एसएलव्ही - ३ च्या यशस्वी प्रक्षेपणानंतर त्यांना आणि प्राध्यापक सतीश धवन यांना प्रमुख संसद सदस्यांना भेटण्यासाठी आमंत्रित केले होते.

कलाम यांना या निमंत्रणाची बातमी कळताच ते घाबरले आणि धवन यांना म्हणाले, 'सर, माझ्याकडे सूट किंवा बूट नाही. माझ्याकडे फक्त माझे (चेरपू तमिळ भाषेत चप्पल) आहे." मग सतीश धवन हसत हसत त्यांना म्हणाले, 'कलाम, तुम्ही आधीच यशाचा सूट परिधान केला आहे. म्हणून कोणत्याही किंमतीत तिथे हजर रहा."

प्रसिद्ध पत्रकार राज चेंगप्पा त्यांच्या पेयन्स ऑफ पीस' या पुस्तकात लिहितात. त्या भेटीत जेव्हा इंदिरा गांधींनी कलाम यांची अटलबिहारी वाजपेयींशी ओळख करून दिली तेव्हा त्यांनी कलाम यांच्याशी हस्तांदोलन करण्याऐवेजी त्यांनी त्यांना मिठी मारली. हे पाहून इंदिरा गांधी खोडकरपणे हसल्या आणि वाजपेयीना चिडवत म्हणाल्या, "अटलजी, पण कलाम मुस्लिम आहेत."

त्यावर वाजपयींनी उत्तर दिले, "हो, पण ते प्रथम भारतीय आहेत आणि एक महान शास्त्रज्ञ आहेत."

वाजपेयी जेव्हा दुसऱ्यांदा प्रतप्रधान झाले, तेव्हा त्यांनी कलाम यांना त्यांच्या मंत्रिमंडळात सामील होण्यासाठी आमंत्रित केले. जर कलाम यांनी हे मान्य केले असते तर वाजपेयींना केवळ एक सक्षम मंत्री मिळाला नसता तर संपूर्ण देशातील मुस्लिमांना संदेश गेला असता की भाजप सरकारमध्ये त्यांची उपेक्षा केली जाणार नाही.

कलाम यांनी या प्रस्तावावर दिवसभर विचार केला. दुसऱ्या दिवशी ते वाजपेयींना भेटले आणि अतिशय विनम्रपणे पद नाकारले. ते म्हणाले, 'संरक्षण संशोधन आणि अणुचाचणी कार्यक्रम अंतिम टप्प्यात पोहचत आहे. ते त्यांच्या सध्याच्या जबाबदाऱ्या

पार पाडून देशाची अधिक चांगल्या प्रकारे सेवा करू शकतात.' जबाबदारी म्हणजे काय हे त्यांना चांगलेच माहिती होते. जबाबदारी म्हणजे पदाची इच्छा नसून ती विशेष असते कारण एखाद्याला कधीही पदावरून काढून टाकता येते परंतु जी जबाबदारी सोपवण्यात आली आहे ती केवळ ती व्यक्तीच पूर्ण करू शकते ज्याच्यावर ती सोपवण्यात आली आहे. हि विचारसरणी डॉ. अब्दुल कलाम यांना इतरांपेक्षा वेगळे करते.

दोन महिन्यानंतर पोखरणमधील अणुस्फोटानंतर, कलाम याने ते पद का स्वीकारले नाही हे स्पष्ट झाले. तेव्हा देशवाशीयांना समजले की डॉ. अब्दुल कलाम यांची प्राथमिकता मंत्री बनणे नाही तर देशात आणि जगात त्यांची विश्वासर्हता निर्माण करणे होती. नंतर कलाम यांची राष्ट्रपती पदासाठी निवड केली.

कलाम यांच्या स्वप्नातील भारत

जर आपण इतिहासाची पाने उलटली तर आपल्याला कळेल की भारत हा जगातील काही सुसंस्कृत आणि समृद्ध देशापैकी एक होता. सिंधू संस्कृती आणि मोहेंजोदारो आणि हडप्पा यांचे अवशेष हे सिद्ध करतात की इ. स. पूर्व २५०० च्या सुरूवातीलाच भारतात शेती, मातीकाम, हत्यारे, दागिने, मानवनिर्मित वस्तू आणि मिश्र धातूंच्या मूर्ती बनवण्याचे कौशल्य होते. नंतर, सहाव्या शतकाच्या सुमारास, मगध साम्राज्यात शहरे बांधली गेली आणि नाणी वापरली जाऊ लागली. त्यांनतर मौर्य काळात कौटिल्याने अर्थशास्त्र' सारखे ग्रंथ लिहिले. सम्राट अशोकाच्या काळात समृद्धी आणि प्रगती चालू राहिली आणि मौर्य साम्राज्याने आपले साम्राज्य दूरवर पसरवले. भारताला वेळोवेळी परकीय आक्रमकांना तोंड द्यावे लागले, जे त्याच्या विकासात अडथळा ठरले. पश्चिमेला, आर्थिक विकासात शक्ती बनवणाऱ्या औद्योगिक क्रांतीला देशाला मुकावे लागले. वाढती लोकसंख्या, दुष्काळ आणि गरिबीमुळे कधीकाळी संपन्न असणारा देश परदेशी शासकांच्या अत्याचार आणि गरिबीचा बळी पडला.

१८५७ मध्ये स्वातंत्र्याच्या पहिल्या स्वप्नामुळे बदलाची प्रक्रिया सुरू झाली. नंतर, स्वातंत्र्य चळवळीने राजकारण, सार्वजनिक जीवन, संगीत, कविता साहित्य आणि विज्ञान या क्षेत्रातील महान नेते निर्माण केले. ही चळवळ देशभक्ती आणि समर्पणाने प्रेरित होती. मनाची एकता आणि उद्देश होता. अनेक भारतीयांनी जीवनाच्या प्रत्येक क्षेत्रात परदेशी लोकांना मागे टाकण्याची आकांक्षा बाळगली. यामुळे अनेक भारतीयांना त्यांच्या वैयक्तिक प्रतिभेचे प्रदर्शन करण्याची प्रेरणा मिळाली. कामेश्वर बाली यांनी लिहिलेल्या प्रसिद्ध खगोल भैतिकशास्त्रज्ञ श्री एस. चंद्रशेखर यांच्या चरित्रात असे नमूद केले आहे. १९१० पूर्वी अंतराष्ट्रीय ख्यातीचा एकही भारतीय शास्त्रज्ञ नव्हता, परंतु पहिल्या महायुद्धानंतर, १९२० ते १९२५ दरम्यान, अचानक अंतरराष्ट्रीय ख्यातीचे पाच शास्त्रज्ञ उदयास आले, ते म्हणजे जे. सी. बोस, सी. व्ही. रमन, मेघनाद साहा, श्रीनिवास रामानुजन आणि पी. ओ. चंद्रशेखर.

डॉ. ए. पी. जे अब्दुल कलाम यांना भारतीय इतिहासाचे सखोल ज्ञान होते आणि भारतीय शास्त्रज्ञांबद्दल आदर होता. तरूणांना उद्देशून ते एकदा म्हणाले होते, 'मी या उल्लेखनीय घटनेला आत्म-अभिव्यक्तीच्या गरजेशी जोडतो, जी राष्ट्रीय चळवळीचा

एक भाग होता. आपण पश्चिमेला त्यांच्या स्वतःच्या क्षेत्रात दाखवू शकतो की आपण त्यांच्या बरोबरीचे आहोत. विज्ञानाप्रमाणेच, स्वातंत्र्य चळवळीच्या पहिल्या स्वप्नाने जीवनाच्या प्रत्येक क्षेत्रात सर्वोत्तम नेते निर्माण केले. आता भारतात कुशल आणि कार्यक्षम मानवी संसाधनांचा प्रचंड साठा आहे."

सरकारने सुरू केलेल्या पंचवार्षीक योजना आणि केंद्रिय मिशन मोड कार्यक्रमामुळे मानवी संसाधनांचा मोठ्या प्रमाणात विकास झाला. साद्याचा जीडीपी विकास दर फक्त ४.५ टक्के आहे, २६ टक्के लोकसंख्या दारिद्र्यरेषेखाली आहे आणि बेरोजगार ३० टक्के आहे. ही परिस्थिती बदलण्याची गरज आहे. देशाच्या विकासाच्या दुसऱ्या अंतर्दृष्टीने, म्हणजेच भारताचे स्वप्नं पाहूनच सकारात्मक चळवळ सुरू होऊ शकते.

२००० वर्षांच्या इतिहासात, भारतावर ६०० वर्षे राज्य केले आहे. विकासासाठी देशात शांतता प्रस्थापित होते. याच कारणास्तव, देश शक्तीशाली होण्यासाठी पक्षशास्त्र विकसित केले गेले. डॉ. कलाम यांचेही असेच विचार होते.

अब्दुल कलाम हे राजकीय व्यक्ति नव्हते पण राष्ट्रपती झाल्यांनतर त्यांच्या राष्ट्रवादी विचारसरणी आणि भारताच्या कल्याणकारी धोरणामुळे त्यांना काही प्रमाणात राजकीयदृष्ट्या यशस्वी मानले जाऊ शकते. त्यांनी त्यांच्या इंडिया २०२० या पुस्तकात त्यांचे दृष्टीकोण स्पष्ट केले आहे. त्यांना भारताला अंतराळ विज्ञानाच्या क्षेत्रात जागतिक नेता बनताना पहायचे होते. त्यासाठी त्यांच्याकडे एक कृती योजना देखील होती. ते अण्वस्त्रांच्या क्षेत्रात देखील भारताला महासत्ता बनवण्याचा विचार करत होते. त्यांना विज्ञानाच्या इतर क्षेत्रातही तांत्रिक विकास हवा होता. कलाम म्हणायचे, 'साफ्टवेअरचे क्षेत्र सर्व प्रकारच्या प्रतिबंधांपासून मुक्त असले पाहिजे जेणेकरून अधिकाधिक लोकांना त्याच्या उपयुक्ततेचा फायदा घेता येईल. अशा परिस्थितीत माहिती तंत्रज्ञानाचा विकास जलद गतीने होऊ शकेल. '

डॉ. कलाम, त्यांच्या इंडिया २०२०' अ व्हिजन फॉर न्यू मिलेनियम' या पुस्तकात त्यांच्या स्वप्नातील भारताचा उल्लेख करताना अगदी स्पष्टपणे लिहितात, ' हे पुस्तक लिहिण्याची प्रेरणा एका लहान मुलीकडून मिळाली."

त्यांनी त्या मुलीला विचारले होते, "तुझ्या जीवनाचे काय ध्येय आहे." मुलीने उत्स्फुर्तपणे उत्तर दिले, विकसित भारतात रहाणे."

येथूनच डॉ. कलाम यांना वाटले की भारताने केवळ अवकाश विज्ञानातच नव्हे तर प्रत्येक महत्त्वाच्या क्षेत्रात विकास केला पाहिजे. हे त्यांचे स्वप्नं होते. आपल्या

स्वप्नातील भारताच्या विकासासाठी त्यांनी एक कृती आराखडा तयार केला. त्यांना २०२० पर्यंत त्यांचे स्वप्नं पूर्ण करायचे होते. साफ्टवेअरचे क्षेत्र सर्व अडथळयांपासून मुक्त असले पाहिजे जेणेकरून सर्वांना त्याच्या उपयुक्ततेचा फायदा घेता येईल असा त्यांचा विश्वास होता. डॉ. कलाम २०२० पर्यंत भारताला जगातील चार महासत्तांच्या रांगेत उभे असलेले पाहू इच्छित होते. ते म्हणायचे, 'भारत प्राचीन काळापासून ज्ञानाच्या क्षेत्रात एक महासत्ता आहे, परंतु आता ज्ञानाच्या या शक्तीचा आणि क्षमतेचा वापर करीत भारताचा सर्वांगीन विकास करण्याची वेळ आली आहे.'

त्यांचे मत असे होते की प्रत्येक भारतीयाला यासाठी संकल्प करावा लागेल. देशाच्या विकासाचे स्वप्नं पहावे लागेल. एकटा काहीही करू शकत नाही.

म्हणूनच ते म्हणाले, 'हे काम माझ्या एकट्याच्या स्वप्नाने शक्य नाही. प्रत्येक भारतीयाला हे स्वप्नं पहावे लागेल.

ते प्रत्यक्षात आणण्यासाठी एखाद्याने योगदान दिले पाहिजे.

या पुस्तकात डॉ. एपीजे अब्दुल कलाम यांनी १२ महत्त्वाचे पैलू अधारेखित केले आहेत, जसे-

१. इतर देशांनी स्वःसाठी कोणती उद्दिष्टे ठेवली आहेत?

२. तंत्रज्ञानाची उत्क्राती व्हिजन २०२०.

३. अन्न, शेती आणि संसाधने,

४. साहित्य आणि त्यांचा भविष्यातील वापर,

५. रासायनिक संपत्ती,

६. रासायनिक उद्योग आणि आपले जैविक आरोग्य,

७. भविष्यासाठी उत्पादन,

८. सार्वजनिक सेवाः एक अमूल्य संपत्ती,

९. धोरणात्मक उद्योग,

१०.सर्वांसाठी आरोग्य सुविधा,

११. सखोल अभ्यास कसा करायचा.

डॉ. एपीजे अब्दुल कलाम यांचे देशाच्या भविष्यासाठी काय दृष्टीकोण होते हे जाणून घेणे खूप महत्त्वाचे आहे. यासोबतच आपल्याला उर्वरित जगाची गती आणि प्रगती देखील लक्षात ठेवावी लागेल. जगासोबत ताळमेळ राखणे आपल्यासष्ठी महत्त्वाचे आहे.

तंत्रज्ञानाची उत्क्रांती व्हिजन २०२०

तंत्रज्ञानाची उत्क्रांती व्हिजन २०२०वरील टास्क फोर्सने देशाच्या मुख्य क्षमतांना इच्छित उद्दिष्टांसह एकत्रित करण्याचा सल्ला दिला आहे. देशाच्या क्षमता प्रामुख्याने त्याच्या नैसर्गीक आणि मानवी संसाधनांमध्ये आहेत.

भारताकडे विशाल किणारपट्टी, सागरी संसाधने आणि तेल संपत्ती आहे. हे सर्वांना माहीतच आहे की पारंपारिक खनिज संसाधनांसह, भारतात टायटॅनियम, बेरिलियम आणि टंगस्टनचे सर्वांत मोठे साठे आहेत. भारत हा जगातील प्रमुख देशांपैकी एक आहे. विशेषतः हर्बल क्षेत्रात, पोषण आणि रोगांवर उपचार करण्यासाठी विविध उत्पादने विकसित करण्याची प्रचंड क्षमता आहे. सध्या, ६१ अब्ज डॉलर्सच्या जागतिक हर्बल चीनचा वाटा ३ अब्ज डॉलर्स आहे, तर भारताचा वाटा १०० दशलक्ष डॉलर्स देखील नाही.

त्यामुळे या क्षेत्रात विकासाच्या मोठ्या संधी आहेत. भारतात फुलशेती म्हणजेच फुलांच्या लागवडीसाठी प्रचंड क्षमता आहे.

शेती आणि मत्स्यपालन या क्षेत्राचा मोठ्या प्रमाणावर विकास करण्याची क्षमता देखील आहे. या नैसर्गीक संसाधनांमध्ये जीवनावश्यक मूल्यवर्धन म्हणजे केवळ कच्चा मालापेक्षा मूल्यवर्धन असेल. मूल्यवर्धित उत्पादनाची निर्यात व्यापारीकरण आणि विपणनासाठी माहिती तंत्रज्ञानाचा वापर आपली पाहोच आणि गती मोठ्या प्रमाणात वाढवू शकतो. आपले प्राचीन ज्ञान हे एक अद्वितीय संसाधने आहे कारण त्यात जवळजवळ पाच हजार वर्षांच्या संस्कृतीची संपत्ती आहे. राष्ट्रीय कल्याणासाठी आणि जगाच्या नकाशावर देशासाठी योग्य स्थान निर्माण करण्यासाठी या संपत्तीचा फायदा घेणे महत्त्वाचे आहे.

मानवी संसाधने, विशेषताः तरूणांची प्रचंड लोकसंख्या, ही देशाच्या अद्वितीय केंद्रीय शक्ती आहे. विविध शैक्षणिक आणि प्रशिक्षण कार्यक्रमांद्वारे ही संसाधने बळकट केली जाऊ शकतात. कुशल, कच्ची आणि सृजनशील मानवी शक्ती संपत्ती उत्पादकांमध्ये रूपातंरीत केली जाऊ शकते.

विशेषतः सेवा क्षेत्र आणि कृषी संबंधित उद्योगांमध्ये हे करता येते. उच्च दर्जाचे सॉफ्टवेअर आणि हार्डवेअरची मागणी लक्षात घेता विद्यमान उद्योगांमधून ज्ञानावर आधारित उद्योग निर्माण करता येतात. असे म्हटले जाते की कंपनी किंवा देशाची सर्वांत मौल्यवान संपत्ती म्हणजे त्यातील लोकांचे कौशल्य, प्रतिभा आणि कल्पनाशक्ती. जागतिकीकरणामुळे हे आणखी महत्त्वाचे होईल कारण प्रत्येकाला उपलब्ध होईल

आणि मुख्य फरक म्हणजे विविध देशांतील लोक तंत्रज्ञानाचा सर्वोत्तम वापर करण्यासाठी त्यांची कल्पनाशक्ती वापरण्याच्या क्षमतेत असेल. खरं तर पारदर्शक व्यवस्थापन संरचना आणि आयटी सक्षम वातावरणासह विविध तंत्रज्ञानाचा विकास आणि नाविन्यपूर्ण वापर भारताला बौद्धिक महासत्ता बनवेल. हे मत डॉ. एपीजे अबुल कलाम यांनी त्यांच्या 'इंडिया ऑफ माय ड्रीम्स' या पुस्तकात व्यक्त केले आहे.

सोप्या शब्दांत स्पष्टीकरण देताना त्यांनी लिहिले आहे की, सभ्यतेच्या विकासात आणि राहणीमानात सुधारणा करण्यासाठी तंत्रज्ञान हा सुधारणा एक महत्त्वाचा घटक असल्याचे सिद्ध झाले आहे. आगामी काळात, जीवनाच्या सर्व क्षेत्रांवर तंत्रज्ञानाचे वर्चस्व असेल. भारत २०२० पर्यंत विकसित देश बनण्यासाठी वचनबद्ध आहे आणि तंत्रज्ञान यामध्ये महत्त्वाची भमिका बजावेल. तंत्रज्ञान व्हिजन २०२० दस्तऐवजात हे स्वप्ने साकार करण्यासाठी ज्या क्षेत्रांवर भर देण्याची आवश्यकता आहे, ते ओळखले गेले आहे. त्याचे स्वप्नं साकार करण्यासाठी, भारताने नैसर्गीक आणि मानवी संसाधनांच्या स्वरूपात त्याच्या मुख्य क्षमतांचा पूर्ण वापर करण्यासाठी कोणतीही कसर सोडू नये. आपण स्वप्ने आणि मोहिमेंचे शिल्पकार पाहिले आहेत आणि त्यांच्यासोबत काम केले आहे. एक मजबूत स्वप्नं तरूण मनांना उर्जा देते. 'योग सूत्र' मध्ये महर्षी पतंजली म्हणाले आहेत, "जेव्हा तुम्ही काही महान उद्देशाने, काही असाधारण कल्पनाशक्तीने प्रेरित असता तेव्हा तुमचे सर्व विचार त्यांच्या मर्यादा तोडतात. तुमचे मन सीमांच्या पलिकडे जाते. तुमची चेतना प्रत्येक दिशेने विस्तारते आणि तुम्ही स्वतःबद्दल कधीही कल्पना केली नव्हती त्यापेक्षा एक महान व्यक्ती बनता."

हे पवित्र विधान भारतातील तरूणांच्या मनात शिरले पाहिजे आणि त्यांना असे रूपातंरीत केले पाहिजे की ते दोन दशकांत विकसित भारत' निर्माण करण्यासाठी घाम गाळू शकतील. हे ध्येय साध्य करण्यासाठी तंत्रज्ञान हा सर्वांत महत्त्वाचा घटक आहे. तर आता आपण तंत्रज्ञानाच्या आयामावर चर्चा करूया.

पहिली हरित क्रांती

पहिल्या हरित क्रांतीने भारताला 'हाजारो तोंडाला पाणिपुरवठा' (६०च्या दशकाततील अन्नटंचाईच्या काळात भारत अन्नधान्यासाठी गव्हाणे भरलेल्या जहाजांची प्रतिक्षा करीत होता) अशा परिस्थितीतून स्वयंपूर्णतेच्या स्थितीत आणले. दुसऱ्या हरीत क्रांतीमध्ये आपल्याला अनेक देशांमध्ये धान्य आणि उत्पादने निर्यात करताना दिसेल.

काही काळापूर्वी, नोबेल पारितोषिक विजेते प्रो. नॉर्मन बोरलॉग, जे भारतातील पहिल्या हरित क्रांतीशी संबंधित होते, त्यांनी नवी दिल्लीतील विज्ञान भवन येथे भाषण दिले. त्यांनी पुढील दोन दशकांसाठी जागतिक लोकसंख्येसाठी गव्हू उत्पादनाचे त्यांचे स्वप्नं स्पष्ट केले. आज जगाची लोकसंख्या ६ अब्ज होईल. या वाढत्या लोकसंख्येची गरज पूर्ण करण्यासाठी अन्न उत्पादन दुप्पट करावे लागेल. परंतु उपलब्ध जमीन आणि पाण्याच्या समान प्रमाणात किंवा कदाचित त्याहूनही कमी प्रमाणात. केवळ तंत्रज्ञान आणि कार्यक्षम व्यवस्थापनच विद्यमान कृषी पद्धतीमध्ये सुधारणा करून अन्न उत्पादन दुप्पट करू शकते. जैवतंत्रज्ञान कीटक प्रतिरोधक बियाणे विकसित करण्यास देखील मदत करेल, ज्यामुळे उत्पादकता १० टक्क्यांनी वाढेल.

दुसरी हरित क्रांती

या प्रास्तावित दुसऱ्या हरित क्रांतीच्या मुख्य संकल्पना म्हणजे बियाणे- अनुकूल जमीन तपशील, संकरित बियांण्यांचा विकास आणि योग्य बियाणे निवड, योग्य खते, पाणि व्यवस्थापन, शेतकरी प्रशिक्षण, पीक व्यवस्थापन, अन्न प्रक्रिया आणि विपणन. संशोधन शास्त्रज्ञ, पाणि व्यवस्थापन अधिकारी आणि शेतकरी यांच्या संयुक्त प्रयत्नानी या ध्येयात यश मिळवता येते. शेतकऱ्यांनी नवीन प्रयोगासाठी खुले मन ठेवावे आणि सर्व संबंधित क्षेत्रातील प्रगत तंत्रज्ञान आणि प्रशिक्षण स्वीकारले पाहिजे.

डॉ. अब्दुल कलाम यांनाही कृषी विज्ञानाची जाणीव होती. त्यांनी आपले विचार व्यक्त करताना लिहिले, “भारताचा आर्थिक विकास अजूनही मोठ्या प्रमाणात शेतीवर आधारीत आहे. शेती आणि कृषी - अन्न उद्योगाशी आधुनिक तंत्रज्ञानाचे एकत्रिकरण या क्षेत्रात क्रांती आणेल आणि मोठ्या प्रमाणात रोजगार आणि आर्थिक विकासाला प्रेरणा देईल. असे म्हटले जाते की जेव्हा ग्राहक, अंमलबजावणी करणारे आणि ज्ञान आणि कौशल्यधारक एकमेकांशी जोडले जातात तेव्हा प्रभावीपणे आणि अनेक स्वरूपात यश मिळते.” शेतकऱ्यांना प्रशिक्षण आणि तंत्रज्ञानासह दुसरी हरित क्रांती २०२० पर्यंत कृषी उत्पादन ३६० दशलक्ष टनांपर्यंत वाढवेल. साठवणूक आणि कापणीनंतरच्या व्यवस्थापन धोरणाद्वारे होणारे नुकसान कमी केल्याने गरिबी दूर करणे आणि प्रत्येक नागरीकाला अन्न पुरवणे शक्य होईल. आमचा विश्वास आहे की आमचे तरूण हे आव्हान स्वीकारण्यास तयार आहेत. आता आपण ज्ञान युगात बांधकाम क्षेत्राचे विश्लेषण करूया.”

भविष्यासाठी उत्पादन

माहिती आणि दळणवळण तंत्रज्ञानाच्या शोधामुळे अलिकडच्या काळात झालेल्या प्रगतीच्या पार्श्वभूमिवर उत्पादन क्षेत्रात झालेल्या प्रगतीवर प्रकाश टाकताना ते लिहितात, "संगणक साह्यक डिझाइन आणि संगणक साह्यक उत्पादनामुळे उत्पादन क्षेत्रात क्रांती घडली आहे आणि जलद डिझाइन तंत्रज्ञान आणि ग्राहक केद्रित उत्पादन झाले आहे. स्वयंचलित साहित्य हाताळणी प्रणाली, स्वयंचलित मार्गदर्शित वाहने, उद्योगिक रोबोट, लवचिक उत्पादन प्रणाली यासारख्या तंत्रज्ञानाचा वापर वाढत्या प्रमाणात होत आहे. शेवटी, भारताला औद्योगिक परिस्थितीची चर्चा केली आहे, ज्यामध्ये लघु उद्योगांनी बजावलेल्या महत्त्वाच्या भूमिकेवर विशेष भर दिला आहे."

'तंत्रज्ञान, भांडवल आणि नवीन विपणन पद्धतीचा वापर करून आपल्या पारंपारिक कौशल्याचा आणि ज्ञानाचा वापर करून उत्पादन क्षेत्र सिकसित केले जाऊ शकते.'

फॅब्रिकेशन आणि मायक्रो इलक्ट्रॉनिक्समधील प्रगती

गेल्या १ ५० वर्षात वीज आणि इतर नवीन तंत्रज्ञानाच्या शोधामुळे बांधकाम क्षेत्रात जलद परिवर्तन झाले आहे. ही क्रांती संख्यात्मकरित्या नियंत्रित रोबोटिक्सच्या क्षेत्रातही सुरू राहिली. जागतिकीकरणाच्या उदयोन्मुख आव्हानांना सक्षम करण्यासाठी एक सुरक्षित वातावरण तयार करावे लागेल. त्यांच्या मते, यामध्ये खालील रूपायांचा समोवश असू शकतो.

पहिल्या प्रकरणात विद्यमान युनिटसचे आधुनिकीकरण आणि तंत्रज्ञान अपग्रेडेशन यावर लक्ष केंद्रीत केले आहे. लघु आणि ग्रामिण उद्योगाच्या प्रोत्साहन आणि वाढीसाठी विशेष पॅकेजसच्या डिझाइन विकासावर विशेष भर आणि नवीन तंत्रज्ञानाच्या विकासासाठी भारतीय संशोधन आणि विकास प्रयोगशाळा आणि उद्योगांचा वापर

विद्याशाखा

तंत्रज्ञान साह्य,

विपणन साह्य,

कर्ज साह्य,

उद्योजगकता विकास,

स्वयंरोजगाराला प्रोत्साहन,

पायाभूत सुविधा,

सोपेकरण

ग्रामीण विकास आणि रोजगार पुरवठ्यात प्रचंड क्षमता असल्याने लघुउद्योगाची आम्ही सविस्तर चर्चा केली. मोठे उद्योग हे लघु उद्योगाचे पालक आहेत आणि ते राष्ट्रीय विकासात मदत करतात. विकसित भारताची उभारणी करण्यासाठी आपल्याकडे उपलब्ध असलेल्या संसाधने आणि मनुष्यबळाव्यतिरिक्त, आपल्याला बदल घडवून आणणारे तरूण नेतृत्त्व आवश्यक आहे. नेते हे नवीन महान संघटनांचे निर्माते आहेत. चांगले नेते चुंबकासारखे असतात जे संस्थेसाठी संघ तयार करण्यासाठी

सर्वोत्तम लोकांना आकर्षित करतात. आणि ते जोखमीला घाबरत नाहीत. बांधकाम क्षेत्राप्रमाणेच, आरोग्य क्षेत्रातही क्रांती होत आहे.

धोरणात्मक उद्योग

धोरणात्मक उद्योगांबद्दल त्यांचे स्पष्ट दृष्टीकोण होते. महत्त्वाच्या प्रणालींच्या विकासात तंत्रज्ञानाची भमिका महत्त्वाची असते. या प्रकरणात तंत्रज्ञानाची सद्यस्थिती, आतापर्यंत झालेली प्रगती आणि भविष्यात वैमानिकी, अवकाश, संरक्षण आणि अणुउर्जा यासह संपूर्ण धोरणात्मक क्षेत्रात प्रभावी ठरणाऱ्या प्रणालीवर प्रकाश टाकण्यात आला आहे. हे विविध अवकाश कार्यक्रमाच्या क्रमात भारताद्वारा विकसित विभिन्न आधुनिक तंत्रज्ञानाची चर्चा केली आहे. २०२० सालासाठी भविष्यातील एरोस्पेस प्रोफाइल जसे की प्रवासी विमाने, प्रगत जीएसएलव्ह आणि पीएसएलव्ही, हायपरसॉनिक, पुनर्वापर करण्यायोग्य वाहने, ग्राहय मोहिमा इत्यादीवर देखील चर्चा करण्यात आली आहे. त्यांनी असे मत व्यक्त केले की, 'एखाद्या देशाची सुरक्षा सुनिश्चित करण्याची आणि स्वतंत्र परराष्ट्र धोरण तयार करण्याची क्षमता संरक्षण प्रणालींमध्ये त्याच्या स्वावलंबनाच्या पातळीवर अवलंबनू असते.

युगानुयुगे युद्ध

भारतीय संस्कृतीला शतकानुशतके अंतर्गत संघर्ष आणि बाह्य आक्रमणाला तोंड द्यावे लागले आहे. काही आक्रमकांनी आपली संपत्ती हिरावून घेतली, काहींनी आपली संस्कृती हिरावून घेतली आणि काहींनी आपल्यावर नीन संस्कृती लादल्या. ही सर्व युद्धे लढताना भारतीय संस्कृती गतिमानपणे स्वतःला पुररूजीवित करत आहे ही एक आश्चर्यकारक गोष्ट आहे. आणि भारतीय समाजाची महानता अशी आहे की भारत विविध जीवनशैली आणि विचारसरणी स्वीकारत आहे. आपल्या तीन हजार वर्षांच्या इतिहासात, असा कोणताही भारतीय सम्राट झाला नाही ज्याने इतर देशांवर आक्रमण करून राज्य केले असेल. भारताने कोणत्याही देशाला वश केलेले नाही.

त्यांनी या संदर्भात दोन विचारसरणी मांडल्या. हे का घडले नाही? एक बाजू म्हणते की भारतीय सहिष्णू आहेत आणि त्यांनी इतर संस्कृती आत्मसात केल्या. दुसऱ्या बाजूचा असा विश्वास आहे की हे आपल्या विचारसरणीतील कमतरता आणि उत्कृष्ट शस्त्रांच्या अपुरेपणामुळे घडले.

सध्या, भारतावर इतर देशांकडून विविध प्रकारच्या व्यावसायिकदृष्ट्या प्रेरित माहिती माध्यमांद्वारे अत्याचार केले जात आहेत. आपण वेगळी विचारसरणी स्वीकारावी का याचा विचार करायला हवा? युद्ध जिंकणे आणि देशाची सुरक्षा यांचा थेट संबंध धोरणात्मक विचारसरणी आणि शस्त्रांशी आहे.

या परिस्थितीत, भारतासारख्या देशाला बाजारपेठांचे जागतिकीकरण आणि तंत्रज्ञान नियंणांसह पेटंट प्रणालींचा सामना करावा लागत आहे. विकसित देशांकडून हे एक नवीन प्रकारचे आक्रमण आहे. याचे एकमेव उत्तर म्हणजे तांत्रिक क्षमता आणि समान विचारसरणीच्या देशांची एक संघटना.

प्रवासी विमान

भारताच्या व्हिजन २०२० मधील तज्ञांच्या समितीने केलेल्या अभ्यासातून भारतात विमान उत्पादनाची मोठी क्षमता असल्याचे दिसून आले आहे. तंत्रज्ञान व्हिजन २०२० ने असा अंदाज लावला आहे की भारतीय बाजारपेठेत ५६ ३०० आसनी विमाने, ३१ - २०० आसनी विमाने, ७० १५० आसनी विमाने आणि ६५ १०० आसनी विमानांची मागणी आहे. त्याचप्रमाणे, निर्यात बाजारात, सुमारे, २८० १०० आसानी विमानांची मागणी आहे. या निष्कर्षामुळे असा निष्कर्ष निघाला आहे की भारतात १२० आसनी विमाने तयार करणे आर्थिकदृष्ट्या शक्य होईल.

एलसीए, एएलएच, आयजेटी आणि संयुक्त संरचना असलेले क्षेपणास्त्रे, ब्रेक पॅड, फ्लाय-बाय-वायर नियंत्रण प्रणाली, इनर्शिअल नेव्हिगेशन प्रणाली, नियंत्रण पॅकेजेस आणि विशेष साहित्य आपल्या देशात उपलब्ध आहेत. फक्त या तंत्रज्ञनांना हलक्या वाहतूक विमानांशी एकत्रित करण्याची आणि १२० आसनी प्रवासी विमान विकसित करण्याची आवश्यकता आहे. भारत आणि रशिया संयुक्तपणे एरोस्पेस उद्योग आणि शैक्षणिक संस्थांमधील तंत्रज्ञान भागीदारीद्वारे हलके वाहतूक विमान विकसित करत आहेत.

सौर उर्जा उपग्रह

त्यांच्या मते, तेल आणि वायुसारख्या जुन्या इंधनांची उपलब्धता २०७५ पर्यंत आणि कोळसा २१०० पर्यंत संपेल. म्हणूनच येणाऱ्या उर्जा संकटाला तोंड देण्यासाठी

उर्जा संकटाला तोंड देण्यासाठी, बाह्य अवकाशाचा विकास आणि व्यापक व्यावयायिक वापर सुचवण्यात आला आहे. फोटो- व्होल्टेइक सौर उर्जा उपग्रह बांधले जातील, जे पृथ्वीवर वापरण्यासाठी विद्यूत उर्जा निर्माण करतील. सौर उर्जा ९९ टक्के वेळेसाठी पृथ्वीच्या वरच्या कक्षेत उपलब्ध असते आणि ती पृथ्वीवर उपलब्ध असलेल्या उर्जेपेक्षा खुपच जास्त असते. मोठे सौर उर्जा केंद्र सौर प्रवाहाचे मायक्रोवेव्ह उर्जेमध्ये रूपांतर करतात आणि ते पृथ्वीवरील किणाऱ्यावरील ठिकाणी असलेल्या रिसीव्हिंग स्टेशनवर पाठवतात. परंतु अवकाशात सौर उर्जा केंद्रांच्या बांधकामात प्रगत हवाई-अवकाश तंत्रज्ञानाचा वापर करून हायपरप्लेन, एक हेवी लिफ्ट उच्च क्षमतेचे अंतराळ मालवाहू वाहन वापरावे लागेल.

असा अंदाज आहे की सुमारे १००० मेगावॅट वीज निर्मिती करणाऱ्या सौर केंद्रासाठी १२ चौरस किलोमीटर प्रकाश व्होल्टेज सेल्सची आवश्यकता असेल आणि त्याचे वजन १,०००,००० टन असेल. अशा सौर उर्जा केंद्राच्या बांधकामासाठी तीन वर्षे लागतील, ज्यामुळे कमी पृथ्वीच्या कक्षेत बांधकाम साहित्य पोहचवण्यासाठी हारप्लेनची आवश्यकता असेल.

स्पेस कॉलनी

जगाची लोकसंख्या अंदाजे ६ अब्ज असून शंभर वर्षात ती ३० अब्जांपर्यंत पोहचेल, त्यामुळे अवकाशात लोकांची वसाहत करून तेथे शहरे बांधण्याची शक्यता शोधण्याचे प्रयत्न सुरू आहेत, जिथे हजारो पृथ्वीवासी राहू शकतील. वसाहतीत हवा, पाणि, तलाव आणि पर्वत असतील. कृत्रीम गुरूत्वाकर्षण आणि पृथ्वीसारखी पर्यावरणीय रचना, वायुवीजन आणि तापमान असेल आणि लोक पृथ्वीप्रमाणेच तेथे उभे राहू शकतील आणि चालू शकतील. एका महाकाय परावर्तित आरशाद्वारे प्रकाश व्यवस्था केली जाईल, जी वसाहतीत राहण्यायोग्य जागा डोनटच्या आकाराची असतील.

एक शास्त्रज्ञ म्हणून डॉ. ए. पी. जे अब्दुल कलाम यांनी वरील सर्व मुद्यांवर आपले विचार व्यक्त केले. त्यांनी लिहिले, 'येत्या दशकात, जागतिक स्तरावर धोरणात्मक क्षेत्रात पाच प्रमुख तांत्रीक क्रांती होतील, सुपरसॉनिक विमाने, क्षेपणास्त्रे आणि अंतराळयानांच्या विविध तंत्रज्ञानाचे एकत्रीकरण करून मानवरहित सुपरसॉनिक लांब पल्ल्याचे आणि कमी रडार क्रॉस सेक्शन विमान तयार करणे. मानवयुक्त लढाऊ विमाने देखील सादर केली जाऊ शकतात. सद्याच्या सबसॉनिक क्रूझ क्षेपणास्त्रांची जागा उच्च अचूकता सुपरसॉनिक क्रूझ क्षेपणास्त्रांनी घेतली जाईल. या जलद आणि कमी रडार

क्रॉस सेक्शन क्षेपणास्त्रांना शोधणे कठीण होईल आणि शत्रुला पळून जाण्यासाठी खूप कमी वेळ मिळले. जमीन आणि हवाई सुरक्षेसाठी त्यांच्या उपग्रह नेटवर्कसह अँटी-बॅलिस्टिक क्षेपणास्त्रे राष्ट्रीय सुरक्षेचा अविभाज्य भाग बनवतील. त्यात अण्वस्त्रे नष्ट करण्याची क्षमता असेल. भविष्यातील युद्धामध्ये सायबर युद्ध प्रबळ असेल, ज्यामध्ये शत्रू देशांना महत्त्वाच्या संसाधनावर नियंत्रण मिळवण्यासाठी दुसऱ्याच्या संगणक नेटवर्कमध्ये घुसण्याचा प्रयत्न करतील. माहिती युद्ध अधिक घातक होईल. माहिती तंत्रज्ञानातील त्याच्या केंद्रीय क्षमतेद्वारे भारत आघाडी घेऊ शकतो. अनेक उद्देशांसाठी पुन्हा वापरता येण्याजोग्या आणि कमी किमतीच्या प्रक्षेपण वाहन, हायपरप्लेनची रचना आणि विकास या मोहीमेसाठी बहुराष्ट्रीय सहभाग आवश्यक आहे.

वरील पाच महत्त्वाच्या प्रणालींचा धोरणात्मक क्षेत्रातील माहिती आणि संवाद तंत्रज्ञानावर मोठा प्रभाव पडतो, ज्याचा बौद्धिक अर्थव्यवस्थेवरही परिणाम होतो.

सर्वांसाठी आरोग्य सुविधा

त्यांनी तंत्रज्ञानावर आधारित आरोग्य प्रणालीचे महत्त्व आणि संरक्षण तंत्रज्ञानाचा वापर याबद्दलही चर्चा केली आहे. जैवविविधता, पारंपारिक उपचार आणि हर्बल औषध उत्पादनात समृद्ध भारतावरही त्यांनी भर दिला. याशिवाय, आरोग्य सेवा सुधारण्यात जैवतंत्राज्ञानाच्या आशादायक भमिकेबद्दल जागरूकता वाढवण्याच्या उपाययोजनांवर प्रकाश टाकण्यात आला आहे. भविष्यात आरोग्य सेवा संस्था कशा आकार घेतील याबद्दल त्यांना चिंता होती? येत्या काळात आपल्याला कोणते ट्रेंड आणि बदल दिसतील? तंत्रज्ञान, व्यवस्थापन आणि औषध यांचा मेळ घालणारी व्यावहारिक आणि आर्थिकदृष्ट्या सवीकारार्ह युती आपण कशी निर्माण करू?

आपल्या मार्गात कोणते अडथळे नक्कीच येतील आणि आपण त्यावर मात कशी करू शकतो? आपण कोणत्या संशोधन विषयावर लक्ष केंद्रीत केले पाहिजे?

आरोग्यासाठी तंत्रज्ञान दृष्टी २०२०

भारत हा विविध हवामान परिस्थिती आणि खूप मोठी लोकसंख्या असलेला एक विशाल देश आहे. अपुऱ्या आरोग्य सुविधा, जागरूकतेचा अभाव आणि कुपोषणामुळे अनेक आजार उद्भवतात.

लोकसंख्या आणि आरोग्य

गेल्या चार दशकात देशात विविध पातळ्यावर केलेल्या उल्लेखनीय विकास प्रयत्नांमुळे, अनेक राज्यांमध्ये लोकसंख्याशास्त्रीय परिवर्तन दिसून आले आहे. काही

राज्यांमध्ये सध्याचा कल मृत्यूदर अनेक युरोपीय देशांच्या तुलनेत समान आहे आणि दरवर्षी प्रति १००० व्यक्तिमागे ८ वर स्थिर होत आहे.

भारत आणि अमेरिका यांची तुलना

सध्याचा जन्मदर दरवर्षी प्रति हजार २५-३० आहे आणि बिहार, उत्तर प्रदेश आणि मध्यप्रदेशात तो उर्वरित भारतापेक्षा जास्त आहे, ज्यामुळे राष्ट्रीय लोकसंख्या दरवर्षी प्रति हजार १७ व्यक्तीच्या दराने वाढत आहे. असे दिसून आले आहे. म्हणून महिला शिक्षणावर भर दिला पाहिजे.

आरोग्य दृष्टी २०२०

देशाच्या विविध भागांतून निवडलेल्या आरोग्यसेवा तज्ञांच्या पॅनलने आरोग्यसेवेसाठी तंत्रज्ञान व्हिजन २०२० तयार केले होते. आपल्या संपूर्ण समाजाला परवडणारी, सुलभ आणि दर्जेदार आरोग्यसेवा प्रदान करण्याच्या उद्दिष्टासह, या पथकाने सध्याच्या आरोग्यसेवा व्यवस्थेची मुख्य ताकद, उदयोन्मुख समस्या आणि आरोग्यसेवा सुधारण्याचे मार्ग यांचा अभ्यास केला.

पुढील दशकापर्यंत तीन प्रमुख आजार क्षयरोग, एचआयव्ही एडस आणि पाण्यामुळे होणारे आजार नष्ट करण्याचे मार्ग या पथकाने विचारात घेतले आहेत. हृयरोग, न्यूरो सायकियाट्रिक डिसऑर्डर, किडनीचे आजार आणि उच्च रक्तदाब, पोटाचे विकार, डोळयांचे विकार अनुवांशिक आजार आणि अपघात आणि आघात यासारखे अनेक आजार आहेत ज्यांना लक्ष देण्याची आवश्यकता आहे. आरोग्य दृष्टीमध्ये दंत आरोग्याचाही समावेश असावा असे मत आहे. अशा समस्यांना तोंड देण्यासाठी देशातील आरोग्य सेवा प्रणाली सुधारण्यासाठी आपण तंत्रज्ञानाचा वापर केला पाहिजे असे त्यांचे मत होते. अशा प्रयत्नामुळे सर्वांना उपलब्ध आणि सुलभ असलेले कार्यक्षम वैधकीय तंत्रज्ञान आणि साधने तयार होण्यास मदत होईल. आपल्या देशात आरोग्यसेवा वितरणाचे नियोजन करण्यासाठी कालबद्ध दृष्टीकोन असण्याची नितांत आवश्यकता आहे.

तंत्रज्ञान आणि पारंपारिक औषधी वनस्पती

जगभरातील विविध वार्गातील लोक अनेक शतकांपासून पारपारिक औषधे वापरत आहेत. पारंपारिक उपचार प्रणाली, जसे की आयुर्वेद, सिद्ध आदीने बचाव तसेच उपचारात्मक चिकित्सा पद्धतीचा पुरस्कार आणि वापर केला गेला आहे. प्रतिबंधात्मक किंवा उपचारात्मक गुणधर्मांसाठी शरीर, मन, अन्न आणि पर्यावरणाचा

वेळोवेळी विचार केला गेला आहे. पारंपारिक औषध आधुनिक ॲलोपॅथीपेक्षा वेगळे आहे. परंतु जर आपण दोन्ही विज्ञानांमध्ये परस्पर समजूतदारपणा स्थापित करू शकलो तर त्याचा सर्व समाजावर परिणाम होईल. मानवी जीनोम सिक्वेन्सिंग, पोटेमिक्स, केमोजेनोमिक्स, अल्ट्रा-हाय थ्रूपुट स्क्रीनिंग यासारख्या नवीन तंत्रज्ञानामुळे औषधामध्ये क्रांती घडत आहे.

हर्बल औषधी

येथे आपण एका घटनेचा उल्लेख करू इच्छितो की समर्पित आरोग्य सेवा आणि स्वदेशी औषधी वनस्पतींनी हिमबाधा पूर्णपणे बरी करण्यास कशी मदत केली. हिमाचल प्रदेशाच्या वरच्या टेकड्यांमध्ये स्नो अँड ॲवलांच स्टडी इस्टेब्लिशमेंट (एसएएसई) नावाची डीआरडीओ प्रयोगशाळा आहे. या संस्थेत १५,००० आणि १९,००० फूट उंचीवर बाह्य स्टेशन वेधशाळा आहेत.

अलिकडेच शास्त्रज्ञांची एक टीम एका ठिकाणाहून दुसऱ्या ठिकाणी चालली होती. तशात त्यांना एका बर्फाच्या वादळाने गाठले. शास्त्रज्ञांना कसली इजा झाली नाही, पण एक शास्त्रज्ञ बर्फामध्ये फसला. दोन दिवसानंतर त्याला बाहेर काढल्यावर त्याच्या पायांना आणि हातांना तीव्र ग्रेड ४ हिमबाधा झाली होती.

स्थानीक हॉस्पीटलमध्ये डॉक्टरने जखमी बाधित भागाला कापून टाकण्यास सांगितले. त्यानंतर दिल्लीच्या डी. आर. डी ओ प्रयोगशाळेतील डिफेंस इंस्टिट्यूट ऑफ फिजियोलॉजि अँड एलाइड साइंसेस ॲलोपॅथि उपचारांसोबतच एक भारतीय हर्बल उत्पादन एलोवेराचा वापर करून उपचार सुरू ठेवण्यास सांगितले. डी. आई. पी. ए. एस. ने याला एक आव्हान म्हणून स्वीकारले आणि पेशंटवर उपचार सुरू केले. या प्रयत्नाचा परिणाम सकारात्मक निघाला आणि याचा परिणाम म्हणून पाय न कापता पंचेचाळीस दिवसाच्या आत शरीराचा कोणताही भाग कापल्याशिवाय पूर्णपणे बरा झाला. भारतीय हर्बल उपचारावर ठेवलेला विश्वास कायम राहिला. हा अनुभव विभिन्न आजाराचा सामना करताना भारतीय हर्बल पद्धतीची अमर्याद क्षमता तसेच पेशंट उपचारासंदर्भाला देखील स्पष्ट करतो. आम्ही सांगू इच्छितो की उपचार तसेच मेडिकल तज्ज्ञ पेशंटला एकात्मिक मानव किंवा मानसिक- शारीरिक अस्तित्त्व म्हणून पहातात आणि त्यासाठी उपचारांनी अनेकांगी असायला हवे. रुग्णाच्या स्थितीनुसार काही आजार फक्त भारतीय पद्धतीद्वारेच बरे होऊ शकतात, तर काहींना भारतीय आणि ॲलोपॅथिक पद्धतींचे संयोजन आवश्यक असू शकते.

जैवतंत्रज्ञान

जैवतंत्रज्ञानाने विशेषतः डीएनए तंत्रे, पेशी आणि ऊती संवर्धन, रोगप्रतिकारक, शक्ती, एन्झाइमोलॉजी, बायोप्रोसेस अभियांत्रिकी आणि लसीकरण या क्षेत्रात मोठी प्रगती केली आहे. प्रौढ सस्तन प्राण्यांच्या क्लोनिंगमध्ये डीएनएचा शोध आणि त्याचा वापर यामुळे एक नवीन क्षेत्र खुले झाले आहे. नवीन जैवतंत्रज्ञान साधनांची उपलब्धता आणि चांगल्या स्वभावाच्या सूक्ष्मजीव उत्पादनामुळे सुधारित उत्पादने आणि प्रक्रियांसाठी संधी उपलब्ध झाल्या आहेत. या क्षेत्रातील उल्लेखनीय कामगिरीमध्ये एम्युनोडायग्नोस्टिक, विविध संसर्गजन्य आणि असंसर्गजन्य रोगांचे लवकर निदान करण्यासाठी निदान साधनांचा विकास यांचा समावेश आहे.

आरोग्य उद्योग

आरोग्यसेवा उद्योग एका मोठ्या वाढीच्या उंबरठ्यावर आहे जिथे सर्व नवीन तंत्रज्ञानाचा वापर करून परवडणाऱ्या किमतीत आरोग्यसेवा उपलब्ध करून दिली जाऊ शकते. हा उद्योग सर्व देशांमध्ये सर्वात मोठा नियोक्ता बनणार आहे आणि उपलब्ध असलेल्या सर्व भांडवलालाच नव्हे तर कुशल कामगारांच्या मोठ्या भागालाही रोजगार देईल. हा उद्योग सर्व नवीन तंत्रज्ञानाचा सर्वात मोठा ग्राहक देखील बनेल. येणाऱ्या काळातील आव्हानाना तोंड देण्यासाठी आरोग्यसेवा उद्योगाने नवीन तंत्रज्ञानाचा अवलंब करण्यासाठी स्वतःला अनुकूल केले पाहिजे.

विकसित भारताच्या स्वप्नातील आरोग्यसेवा हे एक महत्त्वाचे क्षेत्र आहे कारण ते सामाजिक उद्देशासाठी जैवविविधता, बौद्धिक संसाधने, माहिती तंत्रज्ञान आणि ज्ञान नेटवर्क, जैवमाहितीशास्त्र तसेच अवकाश, संरक्षण आणि आण्विक तंत्रज्ञानाचे फायदे वापरण्याच्या प्रचंड संधी देते.

गेल्या काही दशकांमध्ये विकसित झालेल्या आरोग्य तंत्रज्ञानामुळे निदान आणि उपचारांमध्ये अभूतपूर्व मदत मिळाली आहे. सरकारी आणि गैर-सरकारी संस्थानी लोकांना ज्ञान मिळवण्यासाठी प्रसारित करण्यासाठी आणि सुस्थापित करण्यासाठी एक प्रक्रिया विकसित केली पाहिजे.

बौद्धिक समाज आपले थर उघडत आहे आणि मानवी अज्ञान आणि चुकीच्या वर्तनाचे काळे कोपरे उजळवत आहे. ज्ञानावर आधारित अर्थव्यवस्था आणि समाज शिक्षण, आरोग्य आणि योग्य रोजगारासह जबाबदार नागरिकत्वाला जन्म देतो. यामुळे स्थिर लोकसंख्या असलेल्या समृद्ध राष्ट्राचा मार्ग मोकळा होईल. औद्योगिक भागीदार

आणि सामाजिक संघटनासह विविध विभागांनी ग्रामीण विकासाचे समन्वित लक्ष देखील आवश्यक आहे.

समृद्ध जैवविविधता असलेल्या काही देशांमध्ये भारताचा क्रंमाक लागतो. हर्बल क्षेत्रात, पोषण, प्रतिबंध आणि रोगांवर उपचार यासाठी विविध उत्पादने विकसित करण्याची प्रचंड क्षमता आहे. ६१ ट्रिलियन अमेरिकन डॉलर्सच्या जागतिक हर्बल उत्पादनांच्या बाजारपेठेत, चीनचा वाटा सुमारे ६ ट्रिलियन अमेरिकन डॉलर्स आहे, तर भारताचा वाटा १ ट्रिलियन अमेरिकन डॉलर्सचाही नाही. या क्षेत्रात प्रगतीसाठी मोठी संधी आहे.

भारतातही मोठ्या प्रमाणावर फुलशेती आणि मत्स्यशेती करण्याची अशीच क्षमता आहे. या नैसर्गीक संसाधनांमध्ये ज्ञानावर आधारित मूल्यवर्धन म्हणजे केवळ कच्चा मालापेक्षा मूल्यवर्धित उत्पादनांची निर्यात करणे. व्यापारीकरण आणि विपणनासाठी माहिती तंत्रज्ञानाचा वापर आपली पोहच आणि गती मोठ्या प्रमाणात वाढवू शकतो.

व्यावसायिक घराण्यांसह भारतीय जैवतंत्रज्ञान शास्त्रज्ञांना उपलब्ध जीनोमिक डेटाचे विश्लेषण करण्याची संधी मिळले, ज्यामुळे आरोग्य सेवा आणि उपचारांसाठी औषधांचे उत्पादन होईल. तंत्रज्ञानात रूपातंरीत होणाऱ्या जैव-संशोधनामुळे कृषी उत्पादनांचे उत्पादन वाढण्यास मदत होईल. उत्पादकता वाढवण्यासाठी अनुवांशिकरित्या सुधारित बियाण्यांसह कीटकमुक्त कृषी उत्पादन प्रदान करण्याची जैवतंत्रज्ञान प्रचंड क्षमता आहे.

कोणत्याही समाजाच्या सर्व स्तारांवर आरोग्य सेवा उद्योगाच्या विकासाला राजकीय इच्छाशक्ती आणि सामाजिक जागरूकता यांचे पाठबळ असले पाहिजे. म्हणूनच मानवी जीवनाची गुणवत्ता सुधारेल अशा प्रकारे किफायतशीर आरोग्य सेवा प्रदान करून उदयोन्मुख आव्हानांना तोंड द्यावे लागेल. २०२० पर्यंत सर्वांसाठी आरोग्य हे ध्येय आहे. विविध गांवासाठी मोबाईल क्लिनिक सुरू करून स्वयंसेवी संस्था यामध्ये योगदान देत आहेत.

आरोग्य क्षेत्राप्रमाणेच, धोरणात्मक तंत्रज्ञानातील प्रगतीचा मानवी जीवनावर आणि देशांच्या सुरक्षेवर महत्त्वपूर्ण परिणाम झाला आहे.

सखोल अभ्यास कसा करावा

एकविसावे शतक हे विज्ञानयुग किंवा बौद्धिक युगाचे आहे जिथे ज्ञानाचे संपादन, प्राप्ती आणि वापर हे सर्वात महत्त्वाचे साधन आहे. म्हणूनच, भारतासारख्या

विकसनशील देशाने बौद्धिक समाज म्हणून विकसित होणे आणि स्वतःला बौद्धिक अर्थव्यवस्थेत रूपांतरित करण्याचे मार्ग आणि साधने शोधणे आवश्यक आहे. या प्रकरणात या पैलूचे तपशीलवार परीक्षण केले आहे. या प्रकरणात भारतासाठी

विशिष्ट नवीन आदर्श देखील सादर केले आहेत. जसे की सरकारी प्रशासन आणि व्यवस्थापनात पारदर्शकता आणण्याचे प्रयत्न. 'एकविसाव्या शतकात, भांडवल किंवा श्रमापेक्षा ज्ञान हे प्राथमिक उत्पादन साधन आहे. '

बौद्धिक समाज - व्याख्या आणि वैशिष्ट्ये

पीटर एफ. एकर यांच्या मते, बौद्धिक समाज म्हणजे असा समाज ज्यामध्ये खालील गोष्टी असतात-

अमर्यादता, कारण ज्ञान पैशापेक्षा अधिक मुक्तपणे प्रवास करते. सहजतेने मिळवलेल्या औपचारीक शिक्षणाद्वारे प्रत्येकासाठी उपलब्ध असलेली वरची गतिशलता, अपयश आणि यश दोन्हीची शक्यता. प्रत्येकजण उत्पदानाचे साधन' मिळवू शकतो, म्हणजेच नोकरीसाठी आवश्यक असलेले ज्ञान, परंतु प्रत्येजण जिंकू शकत नाही. एकविसावे शतक बौद्धिक समाजाशी संबंधित आहे. म्हणूनच विविध देश ज्ञानाची गतिशीलता समजून घेऊन आणि त्याचे संपत्तीत रूपांतर करून स्वतःला बौद्धिक समाजात रूपांतरीत करतील.

बौद्धिक समाजाची वैशिष्ट्ये

तो ज्ञानाचा त्याच्या सर्व घटकाद्वारे वापर करतो आणि आपल्या लोकांना सक्षम आणि समृद्ध करण्याचा प्रयत्न करतो. सामाजिक बदल घडवून आणण्यासाठी तो ज्ञानाचा एक शक्तीशाली साधन म्हणून वापर करतो.

हा एक विद्वान समाज आहे जो नवीन प्रयोगासांठी वचनबद्ध आहे. त्याच्याकडे ज्ञान निर्माण करण्याची, आत्मसात करण्याची, प्रसारित करण्याची, जतन करण्याची आणि आर्थिक समृद्धी आणि सामाजिक कल्याणासाठी त्याचा वापर करण्याची क्षमता आहे.

सामाजिक बदल

गेल्या काही शतकांमध्ये जगात अनेक सामाजिक बदल झाले आहेत. त्याचा विकास कृषीप्रधान समाज म्हणून झाला जिथे शारीरिक श्रम हा सर्वात महत्त्वाचा घटक होता आणि आर्थिक विकास मुख्यत्त्वे कच्चा माल आणि कृषी उत्पादनासारख्या नैसर्गीक उत्पादनावर आधारीत होता.

औद्योगिक क्रांतीच्या आगमनाने विकासाला मोठ्या प्रमाणात तांत्रीक प्रगतीचा आधार मिळाला ज्याने मानवी संसाधनांची जागा यंत्रांने घेतली. त्या दशकांमध्ये आपला देश परकीय राजवटीखाली असल्याने भारत औद्यागिक क्रांतीचे पूर्ण फायदे घेऊ शकला नाही. परंतु परवानाधारक औद्योगिक प्रतिष्ठाने उदयास आली.

या समाजाने स्पष्ट ज्ञानाद्वारे म्हणजेच तंत्रज्ञानाद्वारे आपल्या उत्पादनामध्ये मूल्य जोडून औद्योगिक उत्पादने तयार केली, ज्यामुळे देशांच्या आर्थिक विकाला चालना मिळाली. अशाप्रकारे तंत्रज्ञान, भांडवल आणि कामगारांच्या व्यवस्थापनाने आर्थिक विकासाच्या या सक्रमणासाठी स्पर्धात्मक फायदा प्रदान केला.

जगाने माहितीच्या समाजात प्रवेश केला आहे. नेटवर्किंगद्वारे ज्ञानात मूल्य जोडून हा समाज आर्थिक विकास साध्य करतो. या जगात, कनेक्टिव्हिटी आणि सॉफ्टवेअर उत्पादने आता देशांच्या अर्थव्यस्थेला चालना देत आहेत. भारताची बौद्धिक परंपरा आपण आधी चर्चा केल्याप्रमाणे, भारत हा समृद्ध नैसर्गीक संसाधनांनी युक्त देश आहे आणि त्याच्याकडे अब्जावधी लोक मौल्यवान मानवी संसाधने आहेत.

या व्यातिरिक्त, देशाला काही क्षेत्रांमध्ये स्पर्धात्मक फायदे आहेत. आपल्यासाठी उपलब्ध असलेल्या या मालमत्तेच्या विस्तृत श्रेणी आणि त्यांच्याशी संबंधित समस्यावर आपण नजर टाकूया.

भारतीय संस्कृतीच्या प्रभावी कामगिरीकडे पाहता, असे मानले जाते की गेल्या सहस्त्राब्दीमध्ये भारत एक प्रगत समाज होता. बौद्धिक पुनर्जागरणाची प्रक्रिया अनेक धर्मांच्या संत, तत्त्वज्ञानी, कवी, शास्त्रज्ञ, खगोलशास्त्रज्ञ आणि गणितज्ञांच्या योगदानामुळे टिकून राहिली. त्यांच्या नवीन आणि मूळ कल्पना, सिद्धांत आणि पद्धतीनी आपल्या स्वतःच्या बौद्धिक समाजासाठी एक भक्कम पाया प्रदान केला.

शिक्षणाच्या क्षेत्रात भारत खूप प्रगत होता. तक्षशिला आणि नालंदा सारखी उत्तम विद्यापीठे होती, जिथे विद्यार्थी केवळ भारतातूनच नव्हे तर बॅबिलोन, ग्रीस, सीरिया, अरबस्तान आणि चीन सारख्या दुरच्या देशांतून भाषा, व्याकरण, तत्त्वज्ञान, वैधकशास्त्र, शस्त्रक्रिया, धनुर्विद्या, संगीत, नृत्य आणि लपलेले खनिज शोधण्यासाठी कला यासारखे विविध विषय शिकण्यासाठी येत असत. शिक्षकांच्या पॅनेलमध्ये काटिल्य पाणिनी, जीवक, अभिनवगुप्त आणि पतंजली सारखे प्रसिद्ध आचार्य होते.

भारताने शून्याचा शोध लावला, ज्यामुळे आजचे संगणक ज्या दुहेरी गणना प्रणालीवर अवलंबून आहेत त्याचा पाया घातला गेला. अल्बर्ट आइनस्टाइन म्हणाले, आपण भारतीयांचे ऋषी आहोत ज्यांची आपल्याला गणना कशी करायची हे

शिकवले, ज्याशिवाय कोणतेही महत्त्वाचे वैज्ञानिक शोध लावता आले नसते. त्याचप्रमाणे, भारताने दशांश प्रणालीचा शोध लावला.

युक्लिडच्या खूप आधी भारतात ज्योतिराम या नावाने भूमिती वापरली जात होती. आर्यभट्टांनी वर्तूळाच्या परिघाचे आणि व्यासाचे गुणोत्तर पाया असे परिभाषित केले आणि त्याचे अचूक मूल्य चार दशांश स्थनांपर्यंत दिले.

त्याचप्रमाण, १५०० वर्षांपूर्वी भास्कराचार्य यांनी 'सूर्यसिद्धांत' मध्ये पृथ्वीला सूर्याभोवती फिरण्यासाठी लागणारा ९ दशांश स्थानांचा वेळ मोजला होता. तसेच, कोपर्निकसच्या १००० वर्षांपुर्वी आर्यभट्टांनी म्हटले होते की पृथ्वी सुर्याभोवती फिरते. तर भास्कराचार्य यांनी सूर्यसिद्धांत' मध्ये गुरूत्वाकर्षणाचा नियम ओळखला. वैद्यकशास्त्राच्या क्षेत्रात, चरक यांनी आयुर्वेदाचे एकत्रिकरण केले आणि २५०० वर्षापुर्वी, सुश्रुत यांनीं जटील शस्त्रक्रिया केल्या.

आपल्याला आपल्या वैज्ञानिक कामगिरीचा अभिमान असला पाहिजे. परंतु ही सर्व माहिती भारताबाहेरील जगाला माहिती नाही कारण त्यावर अधिक संशोधन किंवा प्रसार केला जात नाही.

भारतीय संस्कृतीच्या प्रभावी कामगिरीकडे पहाता, असे मानले जाते की गेल्या सहस्त्राब्दीमध्ये भारत एक प्रगत समाज होता. अनेक धर्मांच्या संत, तत्त्वज्ञानी, कवी, शास्त्रज्ञ, खगोलशास्त्रज्ञ आणि गणितज्ञांच्या प्रेरणादायक योगदानाद्वारे बौद्धिक पुनर्जागरणाची प्रक्रिया चालू राहिली. त्यांच्या नवीन आणि मूळ कल्पना, तत्त्वे आणि पद्धतींनी आपल्या स्वतःच्या बौद्धिक समाजासाठी एक भक्कम पाया प्रदान केला.

युक्लिडच्या खूप आधी भारतात 'ज्योमित्री' या नावाने भूमिती वापरली जात होती. आर्यभट्टांनी वतूळाच्या परिघाचे आणि व्यासाचे गुणोत्तर पाया असे परिभाषित केले आणि त्याचे अचूक मूल्य चार दशांश स्थनांपर्यंत दिले. आपल्या वैज्ञानिक कामगिरीचा आपल्याला अभिमान असला पाहिजे. परंतु ही सर्व माहिती भारताबाहेरील जगाला माहिती नाही कारण तिचे अधिक संशोधन किंवा प्रसार झाला नाही.

स्वप्नांसाठी ध्येय

देशभरातील सर्व स्तरातील लोकांशी संवाद साधताना, मग ते केरळमधील दुर्गम गाव असो किंवा नागालँडमधील दुर्गम ग्रामीण भाग असो किंवा जम्मू आणि काश्मीरमधील उरीचा परिसर असो, आम्हाला पुढील दोन दशकांत समृद्ध भारतात रहाण्याची आणि आपल्या देशाला विकसित बनवण्याची आशा वाटली.

म्हणून आता परिभाषित उद्दिष्टे, प्रत्येक उद्दिष्टासाठी ओळखल्या जाणाऱ्या प्रमुख कृती आणि योग्य व्यवस्थापन रचना आणि निधीसह पुढे जाण्याची वेळ आली आहे.

साक्षरता चळवळ

प्राचीन काळी, भारत हे शिक्षणाचे एक मोठे केंद्र होते. तीस देशांतील विद्वानांनी नालंदा विद्यापीठात वेद, तर्कशास्त्र, व्याकरण, धार्मिक तत्त्वज्ञान, खगोलशास्त्र, वैद्यकशास्त्र आणि गणित यांचा अभ्यास केला. दुर्दैवाने, आज भारताला शिक्षणाच्या क्षेत्रात ते वैभव नाही.

आपला साक्षरता दर फक्त ६५ टक्के आहे. भारत आपल्या सकल राष्ट्रीय उत्पादनाच्या ३.८ रक्कम शिक्षकणवर खर्च करतो. पंधरा वर्षांवरील आपल्या लोकसंख्योपैकी ४६ टक्के लोक निरक्षर आहेत. शिक्षणाबाबत अनेक राष्ट्रीय धोरणे आली आणि गेली, परंतु निरक्षरता पूर्णपणे निर्मलन करण्यासाठी अजूनही मोठ्या प्रमाणात गंभीर प्रयत्नांची आवश्यकता आहे. काही राज्यांनी या क्षेत्रात चांगली कामगिरी केली आहे, परंतु बरेच काही करायचे बाकी आहे. हायस्कुल स्तरापर्यंत शिक्षण सक्तीचे करण्यासाठी अलिकडे एक शिक्षण विधेयक मंजूर करण्यात आले आहे.

ते आवश्य कार्यान्वीत स्वप्नासाठी देशभरात, मग तो केरळमधील दुर्गम गाव असो किंवा नागालँडमधील दुर्गम ग्रामीण भाग असो किंवा जम्मू आणि काश्मीरमधील उरी असो, आम्हाला पुढील दोन दशकांत समृद्ध भारताला राहण्याची आणि आपला देश विकसित बनवण्याची आशा वाटली, म्हणून आता परिभाषित उद्दिष्ट्ये, प्रत्येक उद्दिष्टासाठी ओळखल्या जाणाऱ्या प्रमुख कृती आणि योग्य व्यवस्थापन रचना आणि निधीसह पुढे जाण्याची वेळ आली आहे.

आपण भाग्यवान आहोत की आपल्याकडे इंडियन सायन्स, इंडियन इस्ट्यूिट ऑफ टेक्नॉलजी आणि इंडियन स्कूल ऑफ मॅनेजमेंट सारख्या काही सर्वोत्तम शाळा आणि व्यावसायिक संस्था आहेत. आपण एका बौद्धिक समाजात रूपांतरीत होत असताना, शिक्षणाला सर्वोच्च स्थान मिळणे आवश्यक आहे. ३५ वर्षांखालील ७० कोटी लोकांच्या प्रचंड संसाधनाचा वापर समृद्ध अर्थव्यवस्था उभारण्यासाठी केला जाऊ शकतो. परंतु त्याच वेळी कमी उत्पन्न गटांनाही शिक्षण परवडेल याची खात्री केली पाहिजे.

महिला शिक्षण

आपल्या देशात महिलांच्या शिक्षणाला प्राधान्य दिले पाहिजे. जेव्हा महिला सक्षम होतील तेव्हा एक स्थिर समाज उदयास येईल. यामुळे लहान कुटूंब आणि मुलांसाठी चांगले शिक्षण मिळेल. आपल्याला मुलींसाठी माध्यमिक शिक्षण आणि विद्यापीठ शिक्षण सुनिश्चित करावे लागेल. शाळा आणि महाविद्यालये जोडून आपण ई- शिक्षण स्थापित केले पाहिजे. शिक्षणाने व्यावसायिक प्रशिक्षणाच्या संधी देखील उपलब्ध करून दिल्या पाहिजेत आणि विद्यार्थ्यांना उद्योजक बनवले पाहिजे. प्रौढ शिक्षण १० कोटी निरक्षर प्रौढांना शिक्षित करण्यासाठी एक पद्धतशीर योजना आखण्याची गरज आहे. सुट्टीच्या काळात, हायस्कुलमधील विद्यार्थी आणि शिक्षक जवळच्या गावातील प्रौढांना शिकवू शकतात. प्रत्येक विद्यार्थ्यांने किमान पाच प्रौढांना शिक्षित करावे आणि त्यांना लिहिण्याचे - वाचण्याचे शिकवावे. पालकांनी त्यांच्या मुलांच्या अशा उपक्रमांना प्रोत्साहन द्यावे.

सक्षम शिक्षक

शिक्षक हा देशातील सर्वोत्तम बौद्धिक वर्ग असला पाहिजे. त्यांच्या युद्ध आणि नैतिक मूल्यांद्वारे, चागले शिक्षक विद्यार्थ्यांना संशोधनाकडे आकर्षित करतात आणि त्यांना चांगले गुण देतात. यामुळे विद्यार्थी देशाच्या विकासात एकमेव उद्दिष्ट असलेले चांगले नागरीक बनतात.

उच्च शिक्षण आणि औद्योगिक भागीदारी

बौद्धिक अर्थव्यवस्था आणि सामाजिक परिवर्तन साकार करण्यासाठी उच्च शिक्षण हा एक महत्त्वाचा घटक आहे. म्हणूनच उच्च शिक्षणाला राष्ट्रीय विकासाशी जोडणे आवश्यक आहे. हे अनेक उपायांचा अवलंब करून शक्य होऊ शकते. जसे की विकासातील गुतंवणूक आणि शिक्षणातील गुतंवणूक एकत्रित करणे. निवडक विद्यापीठांना संशोधनाचे शक्तीस्त्रोत बनविण्यासाठी विकसित करणे. नवीन अर्थव्यवस्था उद्योग आणि निवडक विद्यापीठ गटांमध्ये समन्वय स्थापित करणे. धोरणात्मक संशोधनासाठी विद्यापीठ केंद्रे स्थापित करणे. उद्योगाकडून गुंतवणुकीला प्रोत्साहन देणे. संयुक्त प्रयत्नांसाठी शैक्षणिक संस्थांमध्ये यंत्रणा स्थापन करणे.

माहिती आणि संवाद तंत्रज्ञानाचा वापर विद्यापीठातील प्राध्यापकांना वेगवेगळ्या वर्गखोल्या आणि इतर विद्यापीठांशी जोडण्यासाठी केला जाऊ शकतो. शक्यतो फायबर ऑप्टिक लाईनचा वापर केला जाऊ शकतो. आज तंत्रज्ञान इतके प्रगत झाले आहे की आपण सर्व मानवी ज्ञान डिजिटल स्वरूपात साठवण्याचा

विचारही करू शकतो. या दिशेने एक प्रयत्न म्हणजे भाषेपलिकडे एक सार्वत्रिक डिजिटल लायब्ररी तयार करणे. भारताने दोन वर्षात २५ कोटी पृष्ठे किंवा सुमारे १० लाख पुस्तके डिजिटल करण्याचा कार्यक्रम आखला आहे. यासाठी आपल्याकडे आधुनिक तंत्रज्ञान आणि यंत्रसामग्री उपलब्ध आहे.

'पोहच' मिशन

विज्ञान आणि तंत्रज्ञान विभागाचे REACH म्हणजे रेलिवेंस अँड एक्सीलेंस अचिव्हिंग न्यू हाइटस या घोषणेसह एक ध्येय पुढे नेले आहे. औद्योगिक महत्त्वाच्या क्षेत्रांना प्रोत्साहन देण्यासाठी आणि ध्येयात सहभागी होणाऱ्या उद्योगांना प्रशिक्षित मनुष्यबळ प्रदान करण्यासाठी विद्यमान अभियांत्रिकी संस्थामध्ये 'उत्कृष्टता केंद्र' स्थापन करण्याच्या उद्देशाने हे ध्येय सुरू करण्यात आले आहे.

२०२० पर्यंत विकसित भारताचे अनेक ध्येय साध्य करण्यासाठीच्या अनेक मोहिमांपैकी हे एक आहे. समान शैक्षणिक कार्यक्रमांसह आणि संयुक्त संशोधन आणि उत्कृष्टता साध्य करण्यासाठी समर्पणाचे समान दृष्टीकोण असलेली ८०-१०० केंद्र स्थापन करण्याचे उद्दिष्ट्ये आहे जे देवाण-घेवाणीद्वारे इलेक्ट्रॉनिक पद्धतीने जोडले जातील.

पाण्याचे लक्ष्य

जाणून आज, ६ अब्ज लोकसंख्येसह, किमान ३ अब्ज लोकांना मर्यादित किंवा मुबलक पाणिपुरवठा उपलब्ध आहे. परंतु २०२५ पर्यंत, जेव्हा जगाची लोकसंख्या ८ अब्जापर्यंत पोहचेल, तेव्हा फक्त १.५ अब्ज लोकांनाच पाणि असेल हे घेणे अस्वस्थ करणारे आहे. जागतिक स्तरावर पाणि टंचाईच्या या समस्यांवर काही उपाय आहेत. परंतु आपल्याला आतापासूनच सुरूवात करावी लागेल. हे पाण्याचे पुनर्वितरण करून करता येते.

ग्रामीण आणि शहरी भागात पावसाच्या पाण्याच्या साठवणुकीला मोठ्या प्रमाणात प्रोत्साहन देऊन आणि नद्यांचे जाळे निर्माण करून आम्ही या दिशेने प्रयत्न सुरू केले आहेत. या व्यतिरिक्त, आपण पाण्याचा मोठ्या प्रमाणात होणारा अपव्यय थांबवला पाहिजे आणि ग्रामीण भागात पाण्याची पुनप्रक्रिया तंत्रज्ञान उपलब्ध करून देणे आश्यक आहे. किणारी भागात आणखी एक प्रादेशिक उपाय म्हणजे समुद्राच्या पाण्याचे क्षारीकरण करून गोड्या पाण्याचे नवीन शाश्वत स्त्रोत निर्माण करणे. या सर्व उपायांमध्ये भारताचा पुढाकार इतर देशांकडून अनुकरण केला जाईल.

नद्यांचे नेटवर्किंग

पूर आणि दुष्काळ नियंत्रित करण्यासाठी, सर्व भागात पिण्याचे पाणि पुरवण्यासाठी, मालाची वाहतूक करण्यासाठी आणि शेतीयोग्य जमीन निर्माण करण्यासाठी नेटवर्किंग आवश्यक आहे. हे अभियान ग्रामीण भागातील लोकांना रोगजगाराच्या संधी देखील प्रदान करेल. आणि सर्वांत महत्त्वाचे म्हणजे, हे नेटवर्किंग पर्यावरणीय उन्नती आणि राष्ट्रीय कनेक्टिव्हिटीला चालना देईल.

विविध उच्च तंत्रज्ञान विकास

विज्ञान आणि तंत्रज्ञान अशा ध्येय साध्य करण्यात निश्चित मदत करू शकते. रिमोट सेसिंगचा वापर इष्टतम जलप्रवाहाचे सर्वेक्षण आणि विकास करण्यासाठी, पर्यावरणीय आणि वृक्षारोपन आवश्यकतांचे मॅपिंग करण्यासाठी आणि सर्व ऋतूंमध्ये आणि सर्व वेळी पाण्याच्या प्रवाहाचे सतत निरिक्षण करण्यासाठी केला जाऊ शकतो. आपल्या नदी प्रणालींना एकत्रित करण्यासाठी एका समर्पित उपग्रह नक्षत्राची आवश्यकता असेल. अशी योजना शक्य आहे ज्याद्वारे उत्तर भारतातील गंगा आणि ब्रह्मपुत्रा नदीच्या चौदा हिमालयीन उपनद्या विंध्य पर्वतामधील कालवे आणि पंपिंग स्टेशनच्या मालिकेद्वारे दक्षिणेकडे जोडल्या जाऊ शकतात आणि हस्तातंरित केल्या जाऊ शकतात, ज्यामुळे गोदावरी, कृष्णा आणि कावेरीसह सतरा दक्षिणेकडील नद्यांचे पुनर्जलीकरण केले जाऊ शकते. हे टप्प्याटप्प्याने करायचे आहे. सरकारने स्थापन केलेल्या कार्यदलाचा या योजनेचा अभ्यास करत आहे. नद्यांचे नेटवर्किंग हे तरूणांसाठी एक आव्हान आहे.

भारत ज्ञानयुगाच्या उजाडत्या टप्प्यावर उभा आहे. आपण ही संधी गमावू नये. आपली संस्कृती आणि सभ्यता युगानुयुगे महान विचारवंतानी समृद्ध केली आहे, ज्यांनी जीवनाला नेहमीच मन, शरीर आणि बुद्धिचे संश्लेषण म्हणून पाहिले आहे. येत्या काही दशकांमध्ये, आपले तरूण संस्कृती आणि आधुनिक तंत्रज्ञानाच्या प्रवाहाचा संगम पाहतील.

आज आपले तरूण शास्त्रज्ञ संशोधन, शोध आणि नावोपक्रामात सहभागी होण्यासाठी चांगल्या स्थितीत आहेत, कारण हे उच्च तंत्रज्ञान विकासाचे प्रमुख घटक आहेत. या घटकांमध्ये फरक करणे उपयुक्त आहे. वैज्ञानिक संशोधन भौतिक जगाच्या स्वरूपाचे ज्ञान मिळवण्यासाठी संबंधित आहे. शोध म्हणजे नवीन उत्पाद, प्रक्रिया किंवा सेवा तार करणे किंवा अस्तित्त्वात नसलेल्या गोष्टींची निर्मिती करणे. भारताच्या मुलांना आणि तरूणांना विज्ञान आणि तंत्रज्ञानाचा वापर करून २०२० पर्यंत 'विकसित

भारत' या देशाच्या ध्येयात योगदान देण्याची एक अनोखी संधी आहे. भारतीय मनांमध्ये बौद्धिक पराक्रमावर आधारीत उत्तम संस्कृती क्षमता आणि मूल्य प्रणाली आहेत. विशिष्ट तंत्रज्ञानातील आपली मुख्य क्षमता आणि उत्कृष्ट मानवी संसाधने आणि चांगल्या आरोग्य सेवा संसाधनांमध्ये मूल्यवर्धन करण्याची प्रवत्ती यामुळे भारताचे विकसित देशात रूपातंर करणे शक्य होते. अब्जावधी लोकांची तांत्रीक क्षमता विश्वाच्या विकिरणित उर्जेच्या समतुल्य आहे. तुमचे विचार आणि विचार कृतीत रूपातंरीत करा. विकसित भारताचे आपले ध्येय पुढे नेण्यासाठी प्रत्येक नागरीकाचे सहकार्य आवश्यक आहे.

प्रज्वलीत तरूण मन ध्येय साध्य करण्यासाठी शक्तीशाली इंजिन म्हणून काम करतात. तरूणांचा उत्साह, राष्ट्र उभारणीची क्षमता आणि सर्जनशील नेतृत्त्व भारताला स्पर्धात्मक फायदा आणि जगात त्याचे योग्य स्थान देईल.

२०२० पर्यंत भारत एक विकसित राष्ट्र कसा बनेल?

डॉ. कलाम म्हणायचे, स्वप्ने ती नसतात जी झोपी गेल्यावर पडतात, तर ती असतात जी तुम्हाला झोपू देत नाहीत."

देशाच्या विकासाच्या वाहनाला उर्जा आणि गती देणारे इंधन म्हणून त्यांनी तंत्रज्ञानाला मानले. म्हणूनच त्यांनी नेहमीच अर्थव्यवस्थेतील अर्थसंकल्पाचा मोठा भाग उच्च शिक्षणावर आणि विशेषतः तांत्रीक शिक्षणावर खर्च करण्याचे समर्थन केले.

त्यांनी प्रक्षेपण तंत्रज्ञानाचे तपशीलवार वर्णन केले आहे, जसे की क्षेपणास्त्र तंत्रज्ञान, प्रणाली अभियांत्रिकी, प्रणाली एकत्रिकरण, विमान प्रणाली इत्यादी. डॉ. कलाम म्हणाले, "पावसाळ्यात पक्षी आश्रय शोधतात पण गरूड पावसाची पर्वा न करता उडत रहोतो आणि इतका उंच उडतो की तो ढगांच्या पलिकडे जातो.

एका ठिकाणी बोलताना ते म्हणाले होते, जर तुम्हाला सूर्यासारखे चमकायचे असेल तर आधी त्याच्यासारखे जळायला शिका."

राष्ट्रपती पदावरून निवृत्त झाल्यांनतर, शिलाँगमधील एका शैक्षणिक संस्थेत व्याख्यान देताना ते म्हणाले, 'जोपर्यंत माणूस जिवंत आहे तोपर्यंत त्याने काम करीत राहिले पाहिजे."

शिक्षण प्रणाली

डॉ. एपीजे अब्दुल कलाम हे शिक्षण वैयक्तिक विकासाचे प्रमुख प्रेरक शक्ती असल्याचे एक महान पुरस्कर्ते होते. ज्ञान हेच व्यक्तिला महान बनवते असे त्यांचे मत होते. त्यांच्या आयुष्यात त्यांनी अनेक पदव्या मिळवल्या असूनही, दूरदर्शी व्यक्तीने

शिक्षक म्हणून ओळखले जाणे पसंत केले. दिल्ली सचिवालयात झालेल्या एका कार्यक्रमात दिल्लीच्या मुख्यमंत्र्याच्या उपस्थितीत डॉ. कलाम यांनी दावा केला की ते त्यांच्या कारकिर्दीच्या सुरूवातीपासूनच शिक्षक होते. डॉ. कलाम यांचा असा विश्वास होती की आपल्या शिक्षण व्यवस्थेत काही सुधारणांची आवश्यकता असो किंवा ज्ञान देण्याची व्यावहारिकता असो. दिल्ली सचिवालयातील भाषणात त्यांनी शालेय स्तरावर कौशल्य - आधारीत शिक्षणाचा समावेश करण्यावर भर दिला. दिल्लीत झालेल्या कार्यक्रमात डॉ. अब्दुल कलाम म्हणाले, 'जेव्हा विद्यार्थी वरिष्ठ माध्यमिक शाळांतून उत्तीर्ण होतात, तेव्हा त्यांच्याकडे दोन प्रमाणपत्रे असणे आवश्यक आहे. १०+ १२ परीक्ष उत्तीर्ण झाल्याचे आणि शालेय शिक्षणादरम्यान मिळवलेल्या कोणतेही विशिष्ट कौशल्याचे. '

त्यांच्या मते, सामान्य अभ्यासक्रमाव्यतिरिक्त, मुलांना कौशल्य संचासाठी विशेष प्रशिक्षण दिले पाहिजे, जे अतिरिक्त प्रमाणपत्र प्रदान करेल जे त्यांना शाळेनंतर नोकरी मिळविण्यास मदत करेलच, परंतु वास्तवीक जगातील उद्योग कसे कार्य करतात याची जाणीव देखील करून देईल. पायाभूत सुविधांच्या खर्चाला तोंड देण्यासाठी, त्यांनी एका दिवसात अनेक शाळांना कव्हर करू शकणाऱ्या अभियांत्रिकी प्रयोगशाळांचा समावेश असलेल्या मोबाईल सेटअपवर प्रकाश टाकला.

बेरोजगारी

भारतरत्न पुरस्कार विजेत्याचा बेरोजगारीच्या मुद्यांवर वेगळ्या दृष्टीकोणावर विश्वास होता. त्यांनी सद्याच्या रोजगार परिस्थितीचा समग्र दृष्टीकोणावर भर दिला. आयआयटी मुंबईच्या ५४ व्या स्थापना दिनी डॉ. अब्दुल कलाम म्हणाले, 'सद्याच्या संदर्भात, शिक्षण प्रणाली अशा प्रकारे डिझाइन केली पाहिजे की ती केवळ नोकरी शोधणारेच नव्हे तर मोठ्या संख्येने नोकरी निर्माण करणारे निर्माण करेल."

त्यांच्यानुसार, कमी वयात त्यांनी एखादी खास कौशल्य संपादन केल्याने उद्योजकतेला चालना मिळेल. अशा प्रकारच्या शिक्षणप्रणालीमुळे नोकरी मागणारे नाही, तर देणारे निर्माण होतील.

अष्टपैलू प्रतिभा : कलामचे कलाम

डॉ. कलाम अष्टपैलू होते. खास करून असे दिसते की विज्ञानाच्या सर्व विषयात पारंगत व्यक्ति साहित्य आणि कविता आदीत आवड होती. त्यांचा विषय सोडून इतर विषयात लक्ष देण्याइतका वेळ त्यांच्याकडे नव्हता. आपले नाव सार्थक करताना डॉ.

कलामने 'कलाम' म्हणजे कविता लिहिली. अर्थातच कविता असली तरी तिच्यात विज्ञान होतेच परंतु ती प्रेरणास्त्रोत आहे. डॉ. कलामच्या एका कवितेचा हिंदी अनुवाद-

ज्ञान का दीप जलाए रखूगां
हे भारतीय युवक, ज्ञानी - विज्ञानी, मानवतेचे प्रेमी,
संकीर्ण तुच्छ लक्ष्य की लालसा पाप है,
मेरे सपने बडे है, जिन्हे पूरा करने के लिए,
मैं बड़ी मेहनत करूंगा,
मेरा भारत महान हो, यह प्रेरणा का भाव अमूल्य है,
इसी धरती पर दीप जलाउंगा,
ज्ञान का दीप जलाए रखूंगा,
जिससे मेरा भारत महान हो, मेरा भारत महान हो।

३०० करोड लोकांना समर्थ बनवायचे आहे

डॉ. कलाम यांच्या भेटीदरम्यान, भारत सरकारची अंमलबजावणी करणारी संस्था म्हणून, टीसीआयएलने दक्षिण गोलार्धातील देशांमध्ये परस्पर सहकार्य वाढविण्यासाठी तंत्रज्ञानावर आधारीत उपक्रम म्हणून आफ्रिकन खंडातील सर्व देशांमध्ये भारतीय शिक्षण आणि आरोग्य सेवा प्रदान करण्यासाठी पॅन आफ्रिकन ई नेटवर्क प्रकल्प सुरू केला आहे. या अंतर्गत, ५ भारतीय विद्यापीठे, १२ भारतीय सुपर स्पेशालिटी रुग्णालये आणि टीसीआयएल भवन येथील डेटा सेंटर हे एमपीएलएस नेटवर्कवरील सॅटेलाईट ने अवर्कद्वारे ५३ आफ्रिकन देशांशी जोडलेले आहेत आणि प्रत्येक आफ्रिकन देशात एक अभ्यास केंद्र, एक बाह्यरुग्ण रुग्णालय, एक व्हीव्हीआयपी नोड आहे. टीसीआयएल डेटा सेंटर आणि डक्कन, सेनेगल येथील सॅटेलाईट हब स्टेशन दरम्यान भारत आणि आफ्रिकेला जोडणारा एक आयपीएलसी लिंक आहे. या नेटवर्कचे उदघाटन २६ फेब्रुवारी २००९ रोजी झाले. भारतीय विद्यापीठे आणि सुपर स्पेशालिटी रुग्णालयांमधून टेली- एज्युकेशन, टेली- मेडिसिन आणि सीएमईसाठी याचा वापर केला जात आहे. भारतीय विद्यापीठांद्वारे पदव्युत्तर अंडर ग्रॅज्युएट, डिप्लोमा आणि प्रमाणपत्र कार्यक्रम प्रसारित केले जात आहेत. भारतीय विद्यापीठांमध्ये ८२०० हून अधिक विद्यार्थी नोंदणीकृत आहेत. स्थापनेपासून, ३००० हून अधिक टेली- एज्युकेशन सत्रे, २२१४ हून अधिक टेली- मेडिसिन सल्लामसलत आयोजित करण्यात आली आहेत. या नेटवर्कवरून निर्धारीत उद्दिष्टांनुसार टेलि-एज्युकेशन आणि टेलि-मेडिकल सेवा यशस्वीरित्या प्रसारीत केल्या जात आहेत.

या नेटवर्कचा उद्देश टीसीआयएल भवन येथील पॅन आफ्रिकन ई नेटवर्क प्रोजेक्टच्या स्टुडिओमधून कला, संस्कृती, शिक्षण आणि तंत्रज्ञान इत्यादी विविध क्षेत्रांवर भारत आणि आफ्रिकन नामांकित व्यक्तिंचे विशेष व्याख्याने प्रसारीत करणे हा होता. विद्यार्थी, डॉक्टर, प्रशासक आणि विविध क्षेत्रातील महत्त्वाच्या बाबींमध्ये निर्णायक भूमिका बजावणारे लोक आधुनिक युगात सामाजिक-आर्थिक विकासासाठी वरील नामांकित व्यक्तींच्या ज्ञानाचा आणि अनुभवांचा फायदा घेऊ शकतात. विशेष व्याख्यानमालेतील पहिले व्याख्यान भारताचे माजी राष्ट्रपती आणि पॅन आफ्रिकन ई-नेटवर्क प्रोजेक्टचे जनक डॉ. अब्दुल कलाम यांनी दिले. त्यांच्या व्याख्यानाचा विषय ३०० कोटी लोकांना सक्षम करणे हा होता.

३०० कोटी लोकांना सक्षम बनवण्यावरील त्यांचे टार्गेट ३०० कोटी' या पुस्तकावर आधारीत होते, जे अविकसित, अविकसनशील आणि विकसित जगातील सर्वांत गरीब प्रदेशात राहणाऱ्या ३०० कोटी लोकांना सक्षम बनवण्याच्या ध्येयावर लक्ष केंद्रत करते. या लोकांची स्थिती अशी आहे की त्यांच्या प्रतिभेचा आणि संसाधनांचा विकासाच्या जागतिक मॉडलशी पूर्णपणे वापर केला जात नाही, परिणामी ते गरिबीतून बाहेर पडू शकत नाहीत. डॉ. कलाम यांच्या मते, ग्रामीण भागात शहरी सुविधा उपलब्ध करून देण्यासाठी आणि ग्रामीण भांगांना बाह्य बाजारपेठांशी जोडण्यासाठी नाविण्यपूर्ण आणि पर्यावरणपूरक उपायांद्वारे ३०० कोटी लोकांना सक्षम बनवता येते.

डॉ. ए पी जे कलाम यांचे व्याख्यान

पॅन-आफ्रिकन ई नेटवर्क प्रकल्पावर त्यांनी एक प्रेरणादायी व्याख्यान दिले. त्यातील काही उतारे खालीलप्रमाणे आहेत:

प्रिय मित्रांनो! भारतीय शैक्षणिक संस्थामध्ये नोंदणी केलेल्या पॅन आफ्रिकन ई नेटवर्कच्या विद्यार्थ्यांना संबोधित करताना मला खूप आनंद होत आहे. तुम्ही सर्वजण भारतीय विद्यापीठे आणि शैक्षणिक संस्थांमधून विविध पदवीपूर्व आणि पदव्यूत्तर, व्यावसाकि आणि व्यवस्थापन अभ्यासक्रम घेत आहात याचा मला आनंद आहे. पॅन आफ्रिकन ई-नेटवर्कद्वारे सुमारे ८००० विद्यार्थ्या भारतीय विद्यापीठातून विविध पदवीपूर्व, पदवीत्तर, व्यावसायिक आणि भाषा अभ्यासक्रम आणि आरोग्य सेवा अभ्यासक्रम आणि भारतीय आरोग्य सेवा संस्थांमधून सीएमई अभ्यासक्रम घेत आहेत हे जाणून मला आनंद झाला. आतापर्यंत ४७ देश पॅन आफ्रिकन ई- नेटवर्क प्रकल्पात सामील झाले आहेत. भारतातीत पाच विद्यापीठे, आफ्रिकेतील ५ सुपर स्पेशालिटी रुग्णालये पॅन आफ्रिकन

देशांमध्ये शिक्षण आणि आरोग्य सेवा प्रदान करत आहेत. ई-गव्हर्नन्स सेवा प्रदान करण्यासाठी सुमारे ४७ शीर्ष प्रशासकीय केंद्रे जोडली गेली आहेत. मी परराष्ट्र मंत्रालय, भारत सरकार, पॅन आफ्रिकन देश, टीसीआयएल आणि इतर भागीदार संघटनांचे आभार मानतो. पॅन आफ्रिकन ई-नेटवर्कद्वारे तुमच्याशी जोडण्याची संधी दिल्याबद्दल मी खाजगी उद्योग, शैक्षणिक संस्था आणि आरोग्य सेवा संस्थांचे अभिनंदन करतो. हे एक वास्तव आहे जे अनेक देशांनी अनुसरणे आवश्यक आहे, विशेषताः या कठीण काळात. मी या क्षणी तुमच्यासोबत आहे. मी ' ३ अब्ज लोकांना सक्षम करणे' या विषयावर बोलेन. "

भेदक इतिहास

प्रत्येक विषयाचा एक इतिहास असतो जो प्रत्येकाने अभ्यासला पाहिजे परंतु विज्ञानाचे विद्यार्थी केवळ ज्ञान मिळविण्यासाठी त्यांच्या विषयाचा इतिहास अभ्यासतात आणि त्यावर समाधानी असतात. जो व्यक्ती त्याच्या विषयाचा इतिहास आत्मसात करतो आणि त्या आधारावर त्याचे संशोधन पूर्ण करतो त्यालाच विज्ञानात पारंगत मानले जाते. डॉ. कलाम प्राचीन इतिहासाचे तज्ज्ञ होते. टीसीआयएल म्हणजेचे टेलिकम्युनिकेशन्स कन्सलटंटस इंडिया लिमिटेडच्या एका कार्यक्रमात आपले विचार व्यक्त करताना ते म्हणाले, 'प्राचीन शास्त्रज्ञ आणि प्राचीन मानवांनी जीवनाच्या उत्पत्तीचा इतिहास खूप चांगल्या प्रकारे व्यक्त केला आहे. जीवनाची उत्पत्ती ६०० दशलक्ष वर्षापुर्वी झाली आणि २०० दशलक्ष वर्षापुर्वी खंडीय विचलन झाले, ज्यामुळे पाच खंड निर्माण झाले. सस्तन प्राण्यांची उत्पत्ती १४० दशलक्ष वर्षांपुर्वी झाली. मानव, म्हणजेच मानवी गटाची उत्पत्ती २६ दशलक्ष वर्षापुर्वी झाली. परंतु आधुनिक मानवाची उत्पत्ती २०००,००० वर्षापुर्वी झाली. त्यांनी पृथ्वीवर वेगवेगळया ठिकाणी सुमारे ५००००० वर्षांपुर्वी वसाहती केल्या. बोलीभाषेची उत्पत्ती सुमारे १०,००० वर्षापुर्वी झाली. तसेच लेखी भाषेचा उगम काही हजार वर्षांपुर्वीच झाला. ही सर्व असाधारण

प्रगती २०० ते ४०० पिढ्यांच्या, म्हणजेच १०,००० ते ५०,०००वर्षांच्या अल्पावधीत झाली आहे. नवीन डीएनए तंत्रज्ञानामुळे मानवी इतिहासाचा सूक्ष्मदृष्ट्या शोध घेण्यास खूप मदत झाली आहे. मानवाचा संपूर्ण इतिहास त्याच्या डीएनएवरून जाणून घेता येतो. बुद्धिमत्ता, आकलनशक्ती, नशेला प्रतिसाद, वर्तणुकिशी संबंधित समस्या, सर्वकाही जनुकाकांशी संबंधित आहे."

जागतिक आव्हाने

जागतिक आव्हानांबद्दल बोलताना डॉ. कलाम म्हणाले, 'आज जगासमोर गरिबी, निरक्षरता, स्वच्छ पिण्याचे पाणि, स्वच्छ आणि नैसर्गीक उर्जा, संसाधनांचे समान वाटप, सर्वांसाठी नैतिक मूल्यांसह चांगले शिक्षण, तरूणांची रोजगारक्षमता, वाढती सामाजिक असतोल, रोगांवर उपचार, सर्वांसाठी सर्वोत्तम आरोग्य सेवा आणि चांगले राहणीमान या आव्हानांचा सामना करावा लागत आहे."

या आव्हानांना कसे तोंड द्यायचे हे अत्यंत महत्त्वाचे आहे. 'प्रत्येक देश या आव्हानांवर उपाय शोधण्याचा प्रयत्न करत आहे. ते एका देशाद्वारे सोडवता येत नाहीत. म्हणूनच उपायांसाठी काम करणे ही जागतिक समुदायाची सामूहिक जबाबदारी आहे. जेव्हा सर्व देश निरक्षरता, खराब आरोग्य सेवा इत्यादी सामान्य शत्रुंना नष्ट करण्यासाठी काम करतात, तेव्हा ते सुधारित परस्पर विश्वासासह राष्ट्रीय, प्रादेशिक आणि जागतिक शांततेवर लक्ष केंद्रीत करतील." असे ते म्हणाले.

त्यांनी पुढे स्पष्ट केले- 'जागतिक अभिव्यक्तीची गतिशीलता आजचे जग चार गतिमान दुव्यांद्वारे अविभाज्यपणे जोडलेले आहे. हे चार म्हणजे पर्यावरण, लोकसंख्या, अर्थव्यवस्था आणि विचार.

हून, आपल्या सर्वांना माहित आहे की जागतिक तापमानवाढ आणि हवामान बदल ही आता एकाच देशाची समस्या नाही, तर संपूर्ण जगाची समस्या आहे. आजच्या युगात अनेक खंडांमधून आयात केलेल्या घटकांपासून एक उत्पादन बनवता येते आणि ते उत्पादन त्याच्या उत्पादन बाजारपेठेते जाऊ शकते. आपण हे देखील पाहिले आहे की जगाच्या एका भागात आर्थिक अस्थिरता संपूर्ण जगाला हादरवून टाकू शकते. आज जगासमोर वाढत्या महागाईचा दबाव, मंदी आणि विकास दारात घसरण अशा समस्या तोंड वासून उभ्या आहेत. ज्याचा विकासासाठी केल्या जाणाऱ्या मौल्यवान प्रयत्नानांवर परिणाम होतो. एका बेटावर असलेल्या देशात ज्वालामुखीचा उद्रेक झाल्यामुळे संपूर्ण विमान वाहतूक उद्योग आणि ५००० अधिक व्यावसायिक उड्डाणे बंद पडली आणि अलिकडेच एका बेटावर असलेल्या देशात त्सुनामीमुळे सुरक्षिततेची

संकल्पना बदलून गेली आहे. त्यासोबतच वाहतुकीच्या साधनांमध्ये पगती झाल्यामुळे एका देशातून दुसऱ्या देशात लोकांची वाहतूक अधिक सोपी झाली आहे. यामुळे एका देशातून दुसऱ्या देशात मुक्तपणे जाणाऱ्या तज्ञ आणि प्रतिभांचे जागतिकीकरण होत आहे. यामुळे मानवी रोगांचे जागतिकीकरण देखील होत आहे. अलिकडेच, जगभरात विविध प्रकारचे ताप वेगाने पसरले आणि संपूर्ण मानवजातीसाठी धोक्याचे संकेत बनले. एका बेटावर वसलेल्या देशात अणु अपघातामुळे संपूर्ण जग चिंतेत पडले आणि जागतिक समुदायाने त्याचे अणु सुरक्षा उपाय आणखी मजबूत केले. त्याचप्रमाणे, कल्पना आणि नवीन बदल आता भौगोलिक किंवा राजकीय सीमांपुरते मर्यादित राहिलेले नाहीत. जगात कुठेही लागलेला कोणताही शोध हजारो मैल दूर त्याची बाजारपेठ खूप लवकर शोधतो.

माहिती आणि संवाद तंत्रज्ञानाचा प्रसार आणि तांत्रिक साधनांचे एकत्रिकरण यामुळे ज्ञानाच्या नवीन संरचना निर्माण होत आहेत, ज्या अंतर्गत जगाच्या विविध भागातील अनेक तज्ञ जगाच्या एका भागातील समस्या सोडवू शकतात. माहिती आणि लोकांच्या मुक्त हालचालीचा अर्थ असा आहे की स्थानिक किंवा प्रादेशिक समस्या जागतिक स्तरावर महत्त्वाच्या बनतील आणि गरिबीसारख्या दुर्लक्षित समस्या लवकरच जागतिक दहशतवादात बदलू शकतात, ज्याचा आपण आधीच सामना करीत आहोत. विचरांच्या प्रवाहामुळे जागतिक मानवी हक्काचे महत्त्व वाढले आहे आणि लोकशाहीच्या कल्पनेला चालना मिळाली आहे. मी या संदर्भात माझा एक अनुभव सांगेन."

जागतिकीकरण

त्यांचा अनुभव सांगताना डॉ. कलाम एकदा म्हणाले होते की, 'मी अमेरिकन विमानातून प्रवास करीत असताना मला सांगण्यात आले की विमानाचे नियंत्रण प्रामुख्याने सॉफ्टवेअरद्वारे केले जाते आणि यातील बहुतेक सॉफ्टवेअर भारतात विकसित केले गेले आहेत. जेव्हा मी माझे क्रेडीट कार्ड त्यांच्यासमोर ठेवले तेव्हा मला सांगण्यात आले की त्याला मॉरिशस येथे शेवटच्या सर्व्हरवर संशोधित केले जात आहे. जेव्हा मी बंगळूरमधील एका बहुराष्ट्रीय कंपनीला भेट दिली तेव्हा मला हे पाहून खूप आनंद झाला की तिथे खरोखरच बहुसांस्कृतीक वातावरण आहे. चीनमधील एक सॉफ्टवेअर डेव्हलपर एका कोरियन टीम लीडरच्या हाताखाली काम करीत होता. एक भारतीय सॉफ्टवेअर इंजिनिअर एका अमेरिकन हार्डवेअर आर्किटेक्ट आणि एका जर्मन कम्युनिकेशन तज्ञासोबत काम करीत होता. हे सर्वजण ऑस्ट्रेलियातील बॅंकिंग

समस्येचे निराकरण करण्यासाठी एकत्र काम करीत होते. जेव्हा मी त्यांना एका कुटूंबासारखे एकत्र काम करताना पाहिले, ते वेगवेगळ्या संस्कृती आणि भाषिक भेद विसरून, तेव्हा मला जाणवले की या ग्रहावरील प्रत्येक मानवी क्रियाकलापात देश, भाषा आणि संस्कृतीचे अडथळे आपल्या मनातून काढून टाकले तरच विचारांची अशी सीमारहित देवाण घेवाण सुरू राहू शकते."

व्हिजन २०२०

विकसित भारत व्हिजन २०२० ची रूपरेषा सादर करताना ते म्हणाले "गावातील देशांसाठी एक विशिष्ट रेपरेषा तुमच्यासमोर सादर करताना मला आनंद होत आहे."

तुम्ही २०३० सालासाठी जगातील देशांसाठी एक विशिष्ट रोडमॅप तयार केला आहे. जसे की-

१) राष्ट्रांचे एक असे एक जग ज्यामध्ये ग्रामीण आणि शहरी, श्रीमंत आणि गरीब, विकसित आणि विकसनशील यांच्यातील फरक खूपच कमी आहे.

२) असे जग जिथे ऊर्जा आणि चांगले पाणि समान प्रमाणात वितरित केले जाईल आणि सर्वांना पुरेशा प्रमाणात पाणि उपलब्ध होईल.

३) असे जग जिथे प्रत्येक देशाच्या मुख्य क्षमता उच्चभ्रू असतील. विविध देशांच्या मुख्य क्षमता विकसित करणे हेच एक मिशन असेल, ज्यामुळे संपूर्ण जगाच्या समाजाला आर्थिक फायदे मिळतील आणि त्याचा विकसा जलद गतीने होईल. ४) असे जग जिथे जागतिक समाजातील सर्व विद्यार्थ्यांना नैतिक मूल्यांचे शिक्षण दिले जाईल.

५) असे जग जिथे सर्व देशांमध्ये चांगल्या दर्जाची आरोग्य सेवा उपलब्ध असेल जी सर्वांना परवडेल.

६) असे जग जिथे प्रशासन मैत्रिपूर्ण, प्रामाणिक आणि भ्रष्टाचारमुक्त असेल. ७) असे जग जिथे कोणीही महिला आणि मुलांवर अत्याचार करणार नाही आणि समाजात कोणालाही एकटे वाटणार नाही.

८) असे जग जिथे प्रत्येक देश आपल्या सर्व नागरीकांना स्वच्छ आणि नैसर्गीक वातावरण प्रदान करू शकेल.

९) समृद्ध, निरोगी, सुरक्षित, दहशतवादमुक्त, शांत आणि आंनदी आणि शाश्वत विकासाच्या मार्गावर वाटचाल करणारे जग.

१०) जगात शांतता आणि समृद्धी राखण्याच्या उद्देशाने राष्ट्रे आणि समाजातील संघर्षाचे वेळेवर निराकरण करण्यासाठी नेतृत्व आणि प्रभावी यंत्रणा असलेले जग.

दोन शक्य असणारे उपाय

एक शास्त्रज्ञ आणि नंतर राष्ट्रपती, एक विकसित देश, एक स्वप्नातील भारत अशा सर्व उद्दिष्टांची पूर्तता करण्याचे स्वप्नं पूर्ण करण्यासाठी दोन शक्य असणारे उपाय आहेत. जसे की-

पहिला उपाय

पहिला उपाय म्हणजे आतापर्यंत जगात अवलंबला जाणारा पारंपारिक दृष्टीकोण, स्थानीक सीमा आणि स्थानीक संदर्भात राष्ट्रीय समृद्धी आणि शांतीसाठी काम करून त्याची सुरूवात होते, या आशेने की दीर्घकाळ हे प्रादेशिक समृद्धी आणि शांततेत पसरेल आणि शेवटी जागतिक पातळीवर समृद्धी आणि शांती निर्माण करील. संपूर्ण जगाच्या सामूहिक अनुभवावरून प्रामुख्याने असे दिसून आले आहे की या उपायाने अपेक्षित परिणाम दिलेले नाहीत आणि जागतिकीकरणाकडे वाटचाल करणाऱ्या जागात भविष्यात जागतिक समृद्धी आणि शांती निर्माण होईल याची खात्री नाही.

दुसरा उपाय

दुसरा उपाय म्हणजे जागतिक समृद्धी आणि शांतता हे संपूर्ण जगाचे एकमेव ध्येय म्हणून पहाणे, ज्यामुळे प्रादेशिक समृद्धी आणि शांतता येईल आणि शेवटी सहभागी देशांची राष्ट्रीय समृद्धी आणि शांतता सुनिश्चित होईल. हा जागतिक संदर्भात केलेला अभ्यास आहे आणि त्याचा निष्कर्ष असा आहे की प्रत्येक देश जागतिक ध्येयाकडे कसा वाटचाल करतो. हे देखील लक्षात ठेवले पाहिजे की राष्ट्रीय ध्येय नागरीकांना प्रेरित करतात. ही भावना जागतिक महत्त्वाच्या उद्दिष्टाकडे वळवली पाहिजे. २०३० मध्ये जगातील देशांसाठी असलेल्या विशिष्ट चौकटीत नवीन विचरसणीला अनुकूल केले पाहिजे.

ही तीनशे कोटी सक्षम करणे

जगभरातील ग्रामीण आणि शहरी भागातील दरी कशी कमी करावी? या विषयावर आपले विचार व्यक्त करताना डॉ. कलाम म्हणाले, '३०० कोटीहून अधिक लोकसंख्या ग्रामीण भागात रहाते... जगातील सर्वसमावेशक विकास, शाश्वत शांतता आणि सामायिक समृद्धीच्या संदर्भात जगातील ग्रामीण भागांचे सक्षमीकरण खूप महत्त्वाचे आहे. ग्रामीण लोकसंख्या आणि प्रतिभा यांचा वापर न केलेली क्षमता एक मोठी संपत्ती आहे. जगातील सर्वांत विकसित देशांमध्येही गाव आणि शहर यांच्यात मोठी दरी आहे. जेव्हा मी सुदान, टांझानिया - झांझिबार, दक्षिण आफ्रिका आणि मॉरिशस सारख्या

आफ्रिकन देशांना भेटी दिल्या तेव्हा मला जाणवले की आफ्रिकन देशांमध्ये गावे आणि शहरांमधील दरी कमी करण्यासाठी रोजगार, आरोग्य सेवा आणि शिक्षणाच्या संधी निर्माण करणे आवश्क आहे. उदाहरणार्थ, गेल्या वर्षी मी अमेरिकेतील केंटकीच्या ग्रामीण भागात अजूनही सामाजिक आणि आर्थिक विकासाची आवश्कता आहे. जेव्हा मी ऑस्ट्रेलियाला गेलो तेव्हा मी पाहिले की अनेक क्षेत्रांमध्ये सरकार आणि इतर संस्था त्या भागातील आदिवासींच्या कल्याणासाठी काम करीत आहेत. अनेक भागातील आदिवासी अजूनही मागासलेले आहेत. विकसिनशील आणि अविकसित देशांमध्ये सामाजिक आणि आर्थिक विकासाची आवश्यकता आहे यात शंका नाही. बहुतेक लोकसंख्या जग ग्रामीण भागात रहाते, ज्याकडे विशेष लक्ष देण्याची गरज आहे. गावे आणि शहरांमधली दरी कमी करण्याचे काम आणि गरिबी आणि असमानता दूर करण्याचे ध्येय यांचा ऐकमकांशी खोलवर संबंध आहे. जगातील अत्यंत गरीब लोकसंख्यापैकी ७० टक्के लोक गावे आणि ग्रमीण भागात राहतात. परंतु ही समस्या केवळ एवढ्यापुरती मर्यादित नाही. ग्रामीण लोकसंख्या शिक्षण, आरोग्य सेवा आणि अधिक उत्पन्न मिळविण्यासाठी

शहरी भागात स्थलांतरीत होत आहे. तेथे त्यांना चांगल्या संधी मिळतील या आशेने त्यांना अनेकदा निराशा होते. यामुळे शहरांमध्ये गरिबी वाढत आहे आणि त्यासोबतच तणाव आणि सामाजिक अशांतता देखील वाढत आहे.

या विषयावर बोलताना पुढे ते म्हणाले, '३०० कोटी लोकांना सक्षम बनवण्याचे ध्येये कसे साध्य करता येईल? यासाठी आपल्याला पारंपारिक कल्पनापेक्षा वेगळे विचार मांडावे लागतील. या पुर्वी केला नसेल असा विचार आपल्याला करण्याची गरज आहे. आपल्याला शाश्वत विकास प्रणाली तयार करण्याची आवश्यकता आहे जी शाश्वतता आणि सक्षमीकरण एकत्र आणते आणि औद्योगिक पद्धतीने परिणाम देते. ग्रामीण भागात शहरी सुविधा आणि सक्रिय ग्रामीण विकास संस्था प्रदान करणे ही काळाजची गरज आहे जेणेकरून जगातील देशांमध्ये समावेशक (सर्व घटकांना समाविष्ट करून) प्रगती आणि समग्र विकास घडवून आणणारी शाश्वत प्रणाली तयार केली जाईल.

अशीच एक शाश्वत विकास प्रणाली म्हणजे ग्रमीण भागात शहरी सुविधांची तरतूद करणे, जी भौतिक, इलेक्ट्रॉनिक, आर्थिक आणि कनेक्टिव्हिटीकडे नेणारे ज्ञान या तीन कनेक्टिव्हिटी निर्माण करून साध्य करता येते. ग्रामीण भागात शहरी सुविधा प्रदान करण्याचा अर्थ (PURA)

१) गावे एकमेकांशी जोडलेली असावीत आणि प्रमुख शहरे आणि महानगरांशी देखील जोडली पाहिजेत. गरज असेल तिथे त्यांना चांगले रस्ते आणि रेल्वे मार्गांनी जोडले पाहिजे. स्थानिक लोकसंख्या आणि पर्यटकांसाठी शाळा, महाविद्यालये, रुग्णालये आणि इतर सुविधांसारख्या इतर पायाभूत सुविधा असाव्यात. ही भौतिक जोडणी आहे.

२) उदयोन्मुख ज्ञानयुगात, स्थानिक ज्ञानाचे जतन आणि वाढ नवीनतम तंत्रज्ञान, प्रशिक्षण आणि संशोधनाद्वारे केली पाहिजे. गावांना, ते कुठेही असले तरी, सर्वोत्तम शिक्षकाकडून चांगले शिक्षण दिले पाहिजे. त्यांना चांगली वैद्यकीय सेवा आणि शेती मत्स्यपालन, फलोत्पादन आणि अन्न प्रक्रिया यासारख्या त्यांच्या व्यवसायाशी संबंधित नवीनतम माहिती उपलब्ध असली पाहिजे. याचा अर्थ असा की त्यांना इलेक्ट्रॉनिक कनेक्टिव्हिटाची सुविधा उपलब्ध असली पाहिजे.

३) जेव्हा भौतिक आणि इलेक्ट्रॉनिक कनेक्टिव्हिटी प्रदान केली जाते, तेव्हा ज्ञान कनेक्टिव्हिटी देखील उपलब्ध होते. यामुळे कार्यक्षमता वाढते, उत्पादकता वाढते, मोकळ्या वेळेचा वापर होतो, आरोग्य जागरूकता वाढते, उत्पादनांसाठी बाजारपेठ, सुनिश्चित होते, गुणवत्ता जागरूकता वाढते, भागीदारांशी संवाद वाढतो. यामुळे आपल्याला सर्वोत्तम उपकरणे मिळू शकतात. यामुळे प्रामाणिकपणा वाढतो आणि ज्ञानाची देवाण-घेवाण वाढते.

४) जेव्हा भौतिक, इलेक्ट्रॉनिक आणि ज्ञान जोडणी या तीन जोडण्या सुनिश्चित केल्या जातात. तेव्हा त्या कमाईची क्षमता वाढवतात आणि अशा प्रकारे आर्थिक जोडणीकडे वाटचाल करतात. जेव्हा आपण ग्रामीण भागात शहरी सुविधा पुरवतो तेव्हा आपण ग्रामीण भागांचा विकास करू शकतो, गुंतवणूकदारांना आकर्षित करू शकतो. आपण ग्रामीण बीपीओ, मायक्रोफायनान्स सारखे फायदेशीर उपक्रम प्रभावीपणे सुरू करू शकतो. संपूर्ण भारतासाठी अशा ग्राम सुधारणा संस्थांची अंदाजे संख्या ७,००० असेल जी ७५ कोटी लोकसंख्या असलेल्या ६,०००,००० गावांना व्यापतील. त्याचप्रमाणे जगातील ३ अब्ज ग्रामीण लोकसंख्येच्या वस्ती असलेल्या क्षेत्राला गतिमान आर्थिक क्षेत्र बनवण्यासाठी, सुमारे ३०,००० ग्राम सुधारणा संकुलांची आवश्यकता असेल. भारतात, शैक्षणिक संस्था, आरोग्य सेवा संस्था, उद्योग आणि इतर संस्थांनी सुरू केलेल्या ग्राम सुधारणा संस्था आहेत ज्या कार्यरत आहेत. भारत सरकारने या दिशेने आधीच काम सुरू केले आहे आणि भारतातील अनेक जिल्ह्यांत ग्राम सुधारणा संस्थांनी काम सुरू केले आहे. ग्रामीण

संस्थांद्वारे ग्रामीण विकासाची तसेच आंतरराष्ट्रीय अनुभवाची वरील उदहरणे 'लक्ष्य ३०० कोटी' नावाच्या पुस्तकात एकत्रित केली आहेत. आता मी तुमच्यासमोर एक व्यासपीठ सादर करत आहे जे शाश्वत कल्याणासाठी मॉडेलचे एक अद्वितीय उद्यम - संचलित मॉडेल आहे जे ग्रामोन्नयन संस्थेच्या संकल्पनेद्वारे सक्रिय केले गेले आहे. ग्रमोन्नयन संस्थेच्या संकल्पनेचा अर्थ असा आहे की ही संकल्पना पुढील पिढीची संकल्पना आहे, तिचा विचार कामगारांच्या संदर्भात केला पाहिजे आणि तात्काळ ती केवळ उपजीविका देणारी नाही तर त्याहूनही खूप जास्त आहे. साक्ष्य ग्रामोन्नयन संस्थेचे कार्य ग्रामोन्नयन संस्थेच्या संकुलात येणाऱ्या ग्रामीण लोकसंख्येचा समग्र विकास घडवून आणणे आहे.

यामध्ये एका शाश्वत सामाजिक व्यवसाय मॉडेलचे स्वप्नं देखील आहे जे अनेक खेळाडूंचे लवचिकपणे एकत्रित नेटवर्क आहे जे सहकार्याद्वारे एकमेकांना मूल्य जोडतात, ज्यामुळे सर्व भागधारकांना फायदा होता. '

ॲक्टिव्ह रूरल डेव्हलपमेंट इंस्टिट्यूटमध्ये दोन प्रकारचे उद्योजक असतात. याबद्दल सविस्तर माहिती देताना डॉ. एपीजे अब्दुल कलाम म्हणाले, 'ॲक्टिव्ह रूरल डेव्हलपमेंट इंस्टिट्यूटमध्ये दोन प्रकारचे उद्योजक असतात.'

१) संसाधन उद्योगपती

ते प्रत्येक कुटूंबाच्या उत्पन्नाची पातळी वाढवण्यासाठी अनुकूल तंत्रज्ञान आणि आधुनिक व्यवस्थापनाच्या मदतीने नैसर्गीक, पारंपारीक आणि मानवी संसाधनांच्या आर्थिक वापरावर लक्ष केंद्रीत करतील. सर्वोत्तम पद्धतींचा अवलंब करून आणि बाजारपेठेशी संबंधित उत्पादने आणून संसाधन साखळीत आणण्यात ते लक्षणीय यश मिळवतील. त्यांची कामगीरी ग्रामीण संकुलाच्या जीडीपीच्या वेळेच्या वाढीमध्ये प्रतिबिंबित होईल.

२) सामाजिक उद्योजक

उद्योजंकांचा दुसरा गट संसाधन उद्योजकांसोबत जवळून काम करील. ते विविधतेत एकता आणि सुविधा प्रदान करून शिक्षण, आरोग्य आणि रहाणीमान सुधारून मानव विकास निर्देशांक सुधारण्यावर लक्ष केंद्रीत करतील. हे उद्योजक क्रयशक्ती वाढवून आणि प्रदेशात अधिक मनुष्यबळ उपलब्ध करून देऊन जीवनमान सुधारतील. त्यांच्या कामगिरीमुळे प्रत्यक्षत साक्षरता पातळी वाढेल. आयएमआर/एमएमआर / रोगांमध्ये घट होईल, पोषणात वाढ होईल, चांगल्या घरांची

उपलब्धता होईल, चांगली स्वच्छता होईल, स्वच्छ पिण्याचे पाणि आणि चांगली ऊर्जा मिळेल. यामुळे पर्यावरणीय जागरूकता वाढेल आणि सामाजिक संघर्ष कमी होईल. सक्रिय ग्रामीण विकास चॅम्पियन्सच्या मदतीने संक्रमण आणि एकात्मतेत काम करतील, जे कदाचित प्रसिद्ध संस्था असतील. ते सरकार, स्थानिक प्रशासन आणि भागीदारीत काम करतील. सक्रिय ग्रामीण विकास संस्थचेच संस्थात्मक नेटवर्क तांत्रिक आणि व्यवस्थापन संस्थांच्या बहुआयामी गटाच्या तांत्रिक समर्थनाने तयार केले जाईल. त्याचप्रमाणे, जगाच्या विविध भागातील उद्योग सक्रिय ग्रामीण विकास संस्थांसोबत इक्विटी गुंतवणूकदार म्हणून भागीदारी करू शकतात आणि बाजारपेठेतील कनेक्शन शोधण्यात आणि उत्पादन आव्हांनाचा सामना करण्यासाठी तांत्रिक व्यासपीठ, सर्वोत्तम पद्धती आणि नवीन उपाय प्रदान करू शकतात, ज्यामुळे ग्रामीण कॉम्प्लेक्सची सामाजिक आर्थिक स्थिती आणखी मजबूत होईल. अशाप्रकारे जगभरात उद्योग, शैक्षिणिक संस्था आणि उपनगरीय भागातील वापरात नसलेल्या संसाधनांचा वापर करण्यासाठी आणि मानवजातीच्या विकासासाठी काम करण्यासाठी त्यांच्या मुख्य क्षमतांचा वापर करू शकतात. अशाप्रकारे ७५० दशलक्ष नागरीक असलेल्या ६,००,००० गांवामध्ये भारतातील सहयोगी संस्थासाठी २०० दशलक्ष डॉलर्सची बाजारपेठ उपलब्ध आहे. शेती- आधारीत अर्थव्यवस्था स्वीकारून याचा वापर परस्पर फायदा घेता येतो. ग्रामीण भागात रहातात ज्याच्या आधारे ही जागतिक विकास प्रणाली सर्व देशांमध्ये पसरवता येते.

व्यवसाय, अभियांत्रिकी, वैद्यकशास्त्र आणि मानविकी क्षेत्रात आघाडीवर असलेल्या जागतिक क्रियाकलापांमध्ये सहभागी असलेल्या, जागतिक दर्जाचे ज्ञान सिद्ध केलेल्या तुमच्या सर्वांच्या गटासमोर मी हे मॉडेल सादर करीत आहे जेणेकरून तुम्ही सर्वजण ही कल्पना मांडू शकाल आणि ३ अब्ज लोकांना सक्षम बनवण्याचे, जागतिक व्हिजन २०३० साकार करण्याचे आणि जगात समृद्धी, आनंद आणि शांतीचे वातावरण निर्माण करण्याचे साक्षीदार बनू शकाल. निष्कर्ष शेवटी, मी तुम्हाला सांगू इच्छितो की तुम्हाला कशासाठी लक्षात ठेवायचे आहे. तुम्हाला तुमचे स्वतःचे जीवन तयार करायचे आहे. ते एका पानावर लिहावे लागेल. हे पान मानवी इतिहासाच्या पुस्तकातील एक महत्त्वाचे पान असू शकते. देशाच्या इतिहासात एक पान तयार केलेबद्दल तुम्हाला आठवण येईल, मग ते शोधाचे पान असो, नवोक्रमाचे पान असो,

क्रिडाचे पान असो, सामाजीक बदल घडवून आणण्याचे पान असो, गरिबी निर्मलनाचे पान असो किंवा नद्यांचे जाळे तयार करण्याचे ध्येय नियोजन आणि अंमलबजावणीचे पान असो.

मला खात्री आहे की तुम्हाला काहीतरी असाधारण आणि वेगळे करायला आवडेल. ते खालीलपैकी काहीही असू शकते.

१) दक्षिण आफ्रिकेला मुक्त करण्याचे अनुकरणीय कार्य करणारे नेल्सन मंडेला यांच्यासारखे कार्य केल्यास तुमची देखील आठवण केल्या जाईल.

२) केनियाच्या महान पर्यावरणवादी नोबेल पारितोषिक विजेत्या प्रोफेसर वंगारी मथाई यांच्यासारखे तुमचे स्मरण केले जाईल का? ज्यांना आफ्रिकेत झाडे लावण्याच्या आणि ४० कोटी झाडांचे संरक्षण करण्याच्या महत्त्वाच्या कार्यासाठी स्मरण केले जाते. त्या म्हणाल्या होत्या, झाड लावणे म्हणजे एक विचार पेरणे होय.

३) काय तुम्हाला जगप्रसिद्ध मानवी सांगाडा तज्ज्ञ आफ्रकेच्या प्रो. फिलिप व्हि. टोबियासप्रमाणे स्मरणात ठेवले जाईल? वास्तवात त्या मानवी उत्क्रांती आणि प्राचीन मानवी जिवाश्मांचे विश्लेषण या विषयातील जगप्रसिद्ध तज्ञ आहेत. ४) आफ्रिकेतील फॉर्च्यून ५०० कंपनीपैकी टॉप १०० मध्ये स्थान मिळवणारी कंपनी उभारल्याबद्दल तुम्हाला आठवणीत ठेवले जाईल?

५) मी ज्या शाश्वत विकास प्रणालीची चर्चा केली आहे त्या निर्मितीत नेतृत्त्व केल्याबद्दल तुम्हाला स्मरणात ठेवले जाईल का? एचआयव्ही एडस आणि मलेरियावर स्पर्धात्मक किमतीत उपचार करण्यासाठी एक अद्वितीय औषध, एचआयव्ही एडस रोखण्यासाठी लस शोधल्याबद्दल तुम्हाला स्मरणात ठेवले जाईल का?

७) नवीन तंत्रज्ञान आणि नवोपक्रम वापरून लघु आणि मध्यम आकाराच्या उद्योगांचे आधुनिकीकरण केल्याबद्दल तुम्हाला स्मरणात ठेवले जाईल का?

८) आधुनिक विज्ञानातील नवीन तथ्यांचा शोधकर्ता किंवा शोधक म्हणून तुम्हाला स्मरणात ठेवले जाईल का?

९) काय तुम्हाला अक्षय उर्जा प्रणालीच्या विकासाच्या माध्यमातून देशात उर्जा स्वावलंबनाला प्रोत्साहन दिल्याबद्दल स्मरणात ठेवले जाईल का?

१०) काय आपल्याला स्वच्छ घर, स्वच्छ पर्यावरण, स्वच्छ राज्य, स्वच्छ देशासाठी कार्याभिमूख होणे तसेच आपल्या देशाला कार्बनमुक्त करण्यासाठी करण्यात आलेल्या कार्यासाठी स्मरण केले जाईल?

तुमचे विचार माझ्या apj@abdulkalam.com या ईमेलवर पाठवल्यास मला आनंद होईल, विशेषतः पदवीधर होणाऱ्या विद्यार्थ्यांना. पॅप आफ्रिकन ई - नेटवर्कच्या सर्व विद्यार्थ्यांना माझ्या हार्दिक शुभेच्छा. तुमच्या देशासाठी आणि जगासाठी तांत्रीक मानवी संसाधने विकसित करण्यात तुम्हाला यश मिळो अशी मी शुभेच्छा देतो. देव तुम्हाला आशिर्वाद देवो.”

डॉ. एपीजे अब्दुल कलाम यांना व्यक्ती, कुटूंब, समाज आणि देशाच्या प्रगतीबद्दल किती काळजी होती हे यावरून कळते की त्यांनी त्यांच्या भाषणात त्यांचा वैयक्तीक ईमेल पत्ता देखील श्रोत्यांसमोर शेअर केला जेणेकरून ते प्रत्येक व्यक्तीच्या समस्येवर आणि सूचनांवर लक्ष केंद्रीत करू शकतील आणि योग्य तोडगा काढू शकतील. इतके महान शास्त्रज्ञ आणि व्यक्तिमत्त्व युगात एकदाच आढळते.

हिंदी आणि कलाम

संरक्षण संशोधन आणि विकास संस्था आणि भारतीय अंतराळ संशोधन संस्थेत चार दशके प्रामुख्याने शास्त्रज्ञ आणि विज्ञान प्रशासक म्हणून काम करणारे आणि भारताच्या नागरी अंतराळ कार्यक्रम आणि लष्करी क्षेपणास्त्र विकास प्रयत्नामध्ये सहभागी असलेले डॉ. एपीजे अब्दुल कलाम यांना हिंदी भाषेचे फारसे ज्ञान नसले तरी, ते हिंदी भाषा आणि साहित्याचा सन्मान करीत असत. त्यांनी हिंदीत छोटी भाषणे पण दिली. त्यांनी नेहमीच तरूणांना हिंदी भाषेतून संवाद साधण्यास आणि वापरण्यास प्रोत्साहीत केले. डॉ. कलाम यांचा असा विश्वास होता की हिंदी भाषा ही भारताच्या एकतेचे आणि संस्कृतीचे प्रतीक आहे. त्यांनी नेहमीच तरूणांना हिंदी भाषेचा वापर आणि प्रचार करण्यास प्रोत्साहित केले. डॉ. कलाम यांनी 'विंग्ज ऑफ फायर', ‘इंडिया २०२०’, 'माई जर्नी' अशी अनेक पुस्तके लिहिली. त्यांचा संदेश गावागावात आणि ग्रामीण भागात पोहचावा अशी त्यांची इच्छा होती, म्हणून त्यांची पुस्तके हिंदीत अनवादित केल्या जावीत. आज डॉ. एपीजे अब्दुल कलाम यांनी लिहिलेली सर्व पुस्तके हिंदीमध्ये उपलब्ध आहेत. या पुस्तकांचा अनेक लोकांवर सकारात्मक परिणाम झाला आहे. डॉ. अब्दुल कलाम यांनी हिंदी भाषेला संवादाचे एक महत्त्वाचे माध्यम म्हणून पाहिले. त्यांचा असा विश्वास होता की भारतातील विविध प्रदेशातील लोक हिंदी भाषेद्वारे जोडले जाऊ शकतात. डॉ. एपीजे अब्दुल कलाम यांचा असा विश्वास होता की भाषा ही संस्कृतीची वाहक आहे. म्हणून त्यांनी हिंदी भाषेच्या प्रचारासाठी अनेक प्रयत्न केले.

डॉ. एपीजे अब्दुल कलाम यांनी त्यांच्या राष्ट्रपतीदाच्या काळात संसदेत अनेक वेळा हिंदीमध्ये छोटी भाषणे दिली. त्यांनी नेहमीच हिंदीचा प्रचार केला. राष्ट्रपती डॉ.

अब्दुल कलाम यांचा असा विश्वास होता की 'हिंदी ही भारताची एक महत्त्वपूर्ण भाषा आहे आणि तिला लोकप्रिय केले पाहिजे. त्यांनी त्यांच्या भाषणातून आणि लेखनातून हिंदीचा प्रचार करण्याचा प्रयत्न केला आणि त्यांचा हा उपक्रम यशस्वी झाला.

राष्ट्रपती डॉ. कलाम यांच्या कार्यकाळात संसदेत हिंदीचा वापर आणखी वाढला. त्यांच्या प्रयत्नामुळे हिंदी भाषेला चालना मिळाली आणि ती आता आणखी लोकप्रिय झाली आहे.

- राष्ट्रपती डॉ. एपीजे अब्दुल कलाम यांनी संसद भवनात दिलेल्या हिंदी भाषणातील काही उतारे खालीलप्रमाणे आहेत-

- 'मी तुम्हाला एक स्वप्नं पाहण्यास सांगतो. एक स्वप्नं जे तुम्हाला प्रेरणा देते, एक असे स्वप्नं जे तुम्हाला पुढे नेते. '

- 'पहिल्या विजयानंतर आराम करू नका, कारण जर तुम्ही दुसऱ्यांदा अपयशी ठरलात तर तुमचा पहिला विजय फक्त नशिबामुळेच मिळाला असे म्हणण्यास लोक तयार असतील.'

- 'जर तुम्हाला सूर्यासारखे चमकायचे असेल तर प्रथम सूर्यासारखे जळा.'

- 'लहान ध्येय असणे गुन्हा आहे, मोठे ध्येय ठेवा. '

- 'जर आपण स्वतंत्र नसलो तर कोणीही आपला आदर करणार नाही. '

- 'माणसाला अडचणींची आवश्यकता असते कारण यशाचा आनंद घेण्यासाठी हे गरजेचे आहे. '

- 'उत्कृष्टता ही एक सतत चालणारी प्रक्रिया आहे, अपघात नाही. '

डॉ. कलाम यांच्या भाषणात समाविष्ट केलेले काही उतारे येथे आहेत. त्यांच्या भाषण प्रामुख्याने विज्ञान, तंत्रज्ञान, शिक्षण आणि भारताच्या प्रगतीवर भर होता.

२००७ मध्ये आयआयटी मंबई येथे शिक्षक दिनाच्या भाषणात त्यांनी शिक्षण आणि संशोधनाचे महत्त्व अधोरेखित केले. त्यांनी विद्यार्थ्यांना नोकरी शोधणारे नाही तर नोकरी देणारे बना, यासाठी प्रोत्साहीत केले.

२५ मे २०११, आयआयटी हैद्राबाद

२५ मे २०११, आयआयटी हैद्राबादेत डॉ. कलाम यांनी 'माय व्हिजन फॉर इंडिया' या शीर्षकाचे भाषण दिले, ज्यात त्यांनी भारताला विकसित राष्ट्र बनवण्याचा रोडमॅप सादर केला. त्या भाषणातील काही अंश खालीलप्रमाणे आहेत. "भारतासाठी माझी तीन स्वप्ने आहेत. आपल्या ३००० वर्षांच्या इतिहासात, जगाच्या वेगवेगळ्या भागातून लोक भारतात आले आणि आपल्याला लुटले, आपले मन गुलाम केले.

अलेक्झांडरपासून ते ग्रीक, तुर्की, मुगल, पोर्तगीज, ब्रिटिश, फेंच, डच या सर्वांनी आपला देश लुटला. ते सर्व आपल्या देशात आले, आपल्याला लुटले आणि आपले सर्वस्व हिसकावून घेतले. पण आजपर्यंत आपण इतर कोणत्याही देशासोबत असे केले नाही. आपण कोणालाही आपला गुलाम बनवलेले नाही. '

आम्ही कोणत्याही देशाची जमीन बळकावलेली नाही, कोणत्याही देशाच्या संस्कृतीला धक्का पोहचवलेला नाही आणि कोणत्याही देशातील लोकांची राहणीमान बदलण्याचा प्रयत्न केलेला नाही. आम्ही असे का करतो? कारण आम्ही इतरांच्या स्वातंत्र्याचा आदर करतो.

म्हणूनच माझे पहिले स्वप्नं स्वातंत्र्य आहे. माझा असा विश्वास आहे की भारताने स्वातंत्र्याचे पहिले स्वप्नं १८५७ मध्ये पाहिले होते, जेव्हा आपण स्वातंत्र्याची लढाई सुरू केली होती. नंतर आपण या स्वातंत्र्याचे रक्षण केले आणि पुढील स्वातंत्र्य निर्माण केले. जर आपण स्वतंत्र नसतो तर आज कोणीही आपला आदर केला नसता.

माझे दुसरे स्वप्नं भारताचा विकास आहे. गेल्या ५० वर्षापासून आपला देश विकसनिशील देश आहे. पण आता आपल्या देशाला विकसित देश बनवण्याची वेळ आली आहे. जर आपण जीडीपी दर पाहिला तर आपण जगातील पहिल्या ५ देशांमध्ये आहोत. अनेक क्षेपणास्त्रामध्ये आपला विकास दर १० टक्के आहे. आपल्या दारिद्र्याची पातळीही दिसेंदिवस कमी होत आहे. आज जागतिक पातळीवर आपल्या देशाला विकसित देश अशी ओळख निर्माण करू शकलो नाहीत. याचे सर्वांत मोठे कारण म्हणजे आत्मविश्वास, स्वावंलबन आणि आत्मनिर्णयाचा अभाव. हे चुकीचे नाही का?

माझे तिसरे स्वप्नं आहे. भारत जगात अव्वल स्थानी असावा. कारण माझा आसा विश्वास आहे की जोपर्यंत भारत जगात अव्वल स्थानी असणार नाही, तोपर्यंत कोणीही आपला आदर करणार नाही. कारण फक्त शक्तीच सत्तेचा आदर करते. आपल्याला फक्त लष्करी शक्तीची आवश्यकता आहे.

आपल्याला केवळ सैनिकीदृष्ट्याच नव्हे तर आर्थिकदृष्ट्या देखील मजबूत होण्याची गरज आहे. आपल्याला हातात हात घालून पुढे जायचे आहे. मी भाग्यवान आहे की मला तीन महान विचारासोबत काम करायला मिळाले.

अवकाश विभागाचे डॉ. क्रिम साराभाई, अण्णु पदार्थाचे जनक प्रोफेसर सतीश धवन आणि डॉ. ब्रह्म प्रकाश. मी खूप भाग्यवान आहे की मला या तीन महाज्ञानी सोबत काम करण्याची संधी मिळाली. मी माझ्या कारकिर्दीचे चार ट पाहिले आहेत.

मी इस्त्रोमध्ये २० वर्षे घालवली. मला भारताच्या पहिल्या उपग्रह प्रक्षेपण यान, एसएलव्ही ३ चे प्रकल्प संचालक होण्याची संधी मिळाली. हेच उपग्रह ज्याने आधी रोहिणी प्रक्षेपित केले होते. माझ्या विज्ञान जीवनात याने खून महत्त्वाची भूमिका बजावली. इस्त्रोनंतर मी डीआरडीओ मध्ये सामील झालो आहे तिथे मला भारताच्या क्षेपणास्त्र कार्यक्रमाचा भाग होण्याची संधी मिळाली.

माझा दुसरा सर्वात आनंदाचा क्षण १९९४ मध्ये होता जेव्हा अग्नीच्या सर्व आवश्यकता पूर्ण केल्यानंतर, ते हवामान खात्याशी जोडले गेले.

११ आणि १३ मे रोजी अणुचाचणीत अणुउर्जा विभाग आणि डीआरडीओने महत्त्वाची भमिका बजावली. हा माझ्यासाठी तिसरा सर्वांत आंनदाचा क्षण होता. अणुचाचणी पथकाचा भाग असल्याचा आनंद आणि जगाला हे सांगण्याचा आनंद आहे की ते भारताने बनवले आहे. मला माहित आहे की याचा आपल्या देशाच्या विकासावर निश्चितच परिणाम होईल. यावेळी मला भारतीय असल्याचा खूप अभिमान वाटत होता.

आम्हाला माहीत होते की आम्हाला अग्नी विकसीत करण्याची आवश्यकता आहे आणि त्यासाठी आम्ही ते पुनर्संचयित केले आणि नवीन साहित्य वापरून अग्नी विकसित केले. ज्यामध्ये अतिशय हलक्या दर्जाच्या कार्बनचा वापर करण्यात आला होता.

एके दिवशी निजाम इंस्टिट्यूट ऑफ मेडिकल सायन्सेसचे ऑर्थोपेडिक सर्जन माझ्या प्रयोगशाळेत भेटायला आले. त्यांनी साहित्य उचलले आणि ते खूप हलके वाटते आणि मला त्याच्या रूग्णालयात घेऊन गेले आणि त्यंचे रूग्ण दाखवू लागले. जिथे एक लहान मुलगी आणि मुलगा तीन किलो वजानाचे धातूच्या कॅलिपर पायात बांधून त्यांचे पाय ओढत होते.

ते मला म्हणाले, कृपाया माझ्या रुग्णाचे दुःख कमी करा. तीन आठवड्यात आम्ही ऑर्थोसिस ३०० ग्रॅम बनवले आणि ते ऑर्थोपेडिक सकेंटरमध्ये नेले. त्या ठिकाणच्या मुलांचा त्यांच्या डोळयावर विश्वास बसत नव्हता. आता ते सहजपणे कुठेही जाऊ शकत होते. मुलांना पाहून त्यांच्या पालकांचे डोळे अश्रूनी भरले होते. हा माझा चौथा आनंदाचा क्षण होता.

येथिल माध्यमे इतकी नकारात्मक का आहेत? भारतात आपण स्वतःची ताकद आणि यश सांगण्यास का लाजतो? आपला देश एक महान देश आहे. आपल्या देशाच्या अनेक यशोगाथा आहेत पण आपण त्या जाणून घेण्याचा प्रयत्न कधीच करीत

नाहीत. का? आपला देश दूध उत्पादनात पहिल्या क्रंमाकावर आहे. रिमोट सेन्सिग उपग्रहामध्ये आपण पहिल्या क्रंमाकावर आहोत. गहू उत्पादनात आपला देश दुसऱ्या क्रंमाकावर आहे. तांदूळ उत्पादनात आपला देश दुसऱ्या क्रंमाकावर आहे. डॉ. सुदर्शनकडे पहा, त्यांनी एका आदिवासी गावाला एका स्वालंबी, स्वायत्त गावात रूपांतरीत केले आहे.

आपल्या देशाने अशा अनेक कामगिरी केल्या आहेत पण माध्यमे फक्त आपल्या देशातील वाईट गोष्टी, आपत्ती, अपयश आणि घोणरडेपणा प्रकाशित करतात.

एकदा मी टेल अवीवमध्ये असताना, मी एक इस्त्रायली वर्तमानपत्र वाचत, होतो. त्याच्या एक दिवस आधी, अनेक हल्ले आणि बॉम्बस्फोट झाले होते ज्यात अनेक लोकांचे प्राण गेले होते. पण तरीही, वर्तमानपत्राच्या पहिल्या पानावर एक ज्यू माणसाचा फोटो होता ज्याने पाच वर्षात एका वाळवंटाचे हिरव्यागार भूमित रूपांतर केले होते.

ते एक प्रेरणादायी चित्र होते जे अनेक लोकांना जागे करू शकले. हल्ला, बॉम्बस्फोट, मृतांची माहिती वर्तमानपत्राच्या आतील पानांवर होती. भारतात आपण फक्त मृत्यू, वेदना, दहशतवाद, गुन्हेगारी याबद्दल वाचतो. आपण इतके नकारातमक का आहोत?

दुसरा प्रश्नः एक राष्ट्र म्हणून परदेशी वस्तू आपल्याला का हव्या आहेत? आपल्याला परदेशी टीव्ही पाहिजे आहे. आपल्याला परदेशी शर्ट पाहिजे आहे. आपल्याला परदेशी तंत्रज्ञान हवे आहे. काय असे करणे आवश्यक आहे? काय आपल्याला हे माहीत नाही काय की आत्मसन्मान स्वावंलबनातून येतो म्हणून. हैद्राबादेत ज्यावेळी मी लेक्चर देत होतो, त्यावेळी एक १४ वर्षाची मुलगी माझ्याकडे ऑटोग्राफसाठी आली. मी तिला विचारले की तिला जीवनात काय बनायचे आहे? तिने उत्तर दिले. मला विकसित भारतात रहायचे आहे. त्यासाठी तुम्हाला आणि मला मिळून एक विकसित भारताचे निर्माण करायचे आहे. आपल्याला हे जाहीर करावे लागेल की भारत एक विकसनशील देश नसून पूर्ण विकसित असा देश आहे.

तुमच्याकडे १० मिनीटे आहेत काय? मला एक प्रतिवाद मांडण्याची परवानगी द्या. तुमच्या देशासाठी तुमच्याकडे १० मिनीटे आहेत काय? जर असतील, तर हे वाचा. नाहीतर ते तुमच्यावर अवलंबून आहे. तुम्ही म्हणता की आमचे सरकार अक्षम आहे. तुम्ही म्हणता की आपला कायदा खूप जुना आहे. तुम्ही म्हणता की महानगरपालिका कचरा गोळा करीत नाही. तुम्ही म्हणता की फोन काम करीत नाही. रेल्वे ही एक थट्टा

आहे. आपल्या विमान कंपन्या जगातील सर्वात वाईट आहेत, गाड्या कधीही त्यांच्या ठरलेल्या ठिकाणी वेळेवर पोहचत नाहीत. तुम्ही म्हणता की आपला देश कुत्र्यांनी भरलेला आहे आणि देशभर खड्डे आहेत. तुम्ही तक्रार करता, तक्रार करता आणि तक्रार करीत रहाता .

तुम्ही हे दुरूस्त असावे यासाठी काय केले आहे? सिंगापुरच्या व्यक्तीला पहा. सिंगापुरमध्ये तुम्ही रस्त्यावर आणि दुकानात सिंगारेट ओढू शकत नाही. त्यांच्या भुयारी मार्गाचा तुम्हाला गर्व वाटेल. गार्डनच्या मार्गावरून गाडी चालविण्यासाठी तुम्हाला ५ डॉलर मोजावे लागतील. ती पण तुम्ही रात्री ५ ते ८ यावेळेतच चालवू शकता. गडनमध्ये गाडी पार्क करायची असेल तर त्याचे वेगळे पैसे मोजावे लागतात. एखाद्या हॉटेलवर थांबायचे असेल तर तुम्हाल तुमची ओळख सिद्ध करावी लागेल. सिंगापुरमध्ये तुम्ही कुठेही आणि काहीही बोलू शकत नाही. दुबईत तुम्ही रमजानच्या वेळी सार्वजनिक ठिकाणी काहीही सेवन करू शकत नाही. जहाद्दमध्ये तोंड झाकल्याशिवाय तुम्ही बाहेर पडू शकत नाही.

वॉशिंगटनमध्ये तुम्ही ५५ पेक्षा अधिक गतीने गाडी नाही चालवू शकत आणि ट्रॅफिक पोलिसांला असे सांगू शकत नाही की 'तुला माहित का आहे मी कोण आहे?' मी याचा किंवा त्याचा मुलगा आहे हे पण सांगू शकत नाही. ऑस्ट्रलिया आणि न्यजिलँडमध्ये रिकामे नारळ कुठेही फेकू शकत नाही. त्याला कचऱ्याच्या कुड्यातच टाकावे लागते. टाकियोमध्ये पान खाऊन तुम्ही कुठेही थुंकू शकत नाही. बोस्टनमध्ये तुम्ही नकली कागदपत्रे किंवा प्रमाणपत्र तयार करू शकत नाहीत. मी अद्याप तुमच्यासोबत बोलत आहे.

तुम्ही तुमच्या देशात सिस्टमचा सन्मान करू शकता पण आपल्या देशात आपल्या देशाच्या सिस्टमचा सन्मान नाही करू शकत. भारतीय जमीनीवर पाय ठेवताच तुम्ही रस्त्यावर कागदं आणि सिगारेट फेकायला सुरूवात करता. परदेशात गेल्यावर त्यांच्या नियमाचे पालन करीत असाल तर आपल्याच देशात देशात या गोष्टी का नाही करीत?

राहून आपल्या

एकदा मुलाखतीत बॉम्बेचे प्रसिद्ध महानगरपालिका कमिशनर श्री तिनैकरने म्हटले होते की 'श्रीमतांचे कुत्रे रस्त्यावर फिरायला निघतात आणि जाताना सगळीकडे घाण करून जातात.' यावर अनेकजण व्यक्त झाले आणि अनेकांनी टीका पण केली. अमेरिकेत कुत्र्याने घाण केल्यास त्याचा मालक ती घाण साफ करतो. भारतीय नागरीक असं करतात? उलट घाण करण्यासाठी आम्ही एखाद्या ठिकाणाची निवड करतो आणि

पुन्हा घाणीसाठी स्थानीक स्वराज्य संस्थेला दोष देतो. काय ही आपली जबाबदारी नाही का?

काय प्रत्येक काम सरकारचे असते?

काय स्थानीक स्वराज्य संस्थेनेच आपल्या घरातला आणि आजूबाजुचा कचरा साफ केला पाहिजे? याच्यासाठी आपण त्यांना निवडून देत असतो? सरकारने रस्ते स्वच्छ ठेवावेत ही आपली अपेक्षा असते परंतु तिथे ठेवलेल्या कचरा कुंड्याचा आपण कधी वापर करीत नाही. रेल्वेत स्वच्छ असे बाथरूम असावे, पण त्या सार्वजनिक बाथरूमची वाईट आवस्था कोणी केलेली असते.

भारतीय एअरलाइन आणि एअर इंडियाने चांगले भोजन दिले पाहिजे, अशी आपली इच्छा असते. परंतु आपण त्यांची बदनामी करणे आणि त्यांच्यासोबत उद्धट वागणे बंद करीत नाही. जेव्हा सामाजिक विषयावर चर्च केली जाते, विशेषतः हुंडा, स्त्रीभ्रूणहत्या इत्यादी महिलांशी संबंधित विषयावर तेव्हा आपण मोठे पोस्टर लावतो, रस्ते अडवतो आणि आणि आवाज करतो, व्यवस्था बदलण्याची मागणी करतो. पण जर आपण आपल्याच मुलाच्या लग्नात हुंडा घेण्यास नकार का नाही देत?

ही व्यवस्था कोण बदलू शकतं? या व्यवस्थेत काय समाविष्ट आहे? जर आपण बारकाईने पाहिले तर, आपले शेजारी, कुटूंबातील सदस्य, शहरे, इतर समुदाय आणि निवडून आलेले सरकार म्हणजे व्यवस्था असते. परंतु आपण कसे वागतो यावर व्यवस्थेत प्रत्येकाचा समावेश आहे. तुम्ही आणि मी सोडून.

जेव्हा व्यवस्था बदलण्यासाठी सकारात्मक योगदान देण्याचा विचार येतो तेव्हा आपण स्वतःला आपल्या कुटूंबात कोंडून घेतो. आणि आपल्याला असे वाटते की कोणीतरी येऊन काहीतरी चमत्कार करून सर्वकाही बदलावे. जेव्हा भारत ठीक वाटत नाही तेव्हा आपण न्यूयॉर्कला जातो. जेव्हा न्यूयॉर्क असुक्षित वाटतो तेव्हा आपण इंग्लंडला जातो.

जेव्हा आपण इंग्लंडमध्ये बेरोजगारी पाहतो तेव्हा आपण आखाती देशांमध्ये जातो. आणि जेव्हा आपण आखाती देशातही युद्ध पहातो तेव्हा आपण आपल्या कुटूंबासह भारतात परत येतो.

आज प्रत्येकाला देशाबाहेर जाऊन रहायचे आहे. पण कोणीही स्वतःहून व्यवस्था सुधारू इच्छित नाही. धन्यवाद!

महान शास्त्रज्ञ आणि माजी राष्ट्रपती डॉ. एपीजे अब्दुल कलाम आता आपल्यात नाहीत. पण त्यांच्या आठवणी आणि त्यांचे शब्द आपल्या हृदयात नेहमीच जिवंत

असतील. संपूर्ण जगाने त्यांना सहसा इंग्रजीत बोलताना ऐकले किंवा दक्षिण भारतीय भाषेत फार कमी ऐकले. परंतु जेव्हा डॉ. कलाम यांनी २०१२ मध्ये अलाहाबाद विज्ञान परिषदेत भाषण दिले तेव्हा लोक आश्चर्यचकित झाले, खरं तर डॉ. कलाम यांनी तिथे हिंदीत एक छोटेसे भाषण दिले.

२०१२ मध्ये अलाहाबदा साइन्स काऊंसिलमध्ये डॉ. एपीजे अब्दुल कलाम यांन दिलेले भाषण ज्यामध्ये भारताचे विज्ञान, तंत्रज्ञान, शिक्षण आणि

विकास यावर भर देण्यात आला होता. त्यांनी त्यांच्या लक्ष्य ३०० कोटी या पुस्तकावर आधारित व्याख्यान दिले, ज्यामध्ये त्यांनी ग्रामीण भागात शहरी सुविधा पुरवण्यावर आणि गरीब लोकांना सक्षम करण्यासाठी ग्रामीण भागांना बाजारपेठांशी जोडण्यावर भर दिला. डॉ. अब्दुल कलाम यांनी तरूणांना प्रेरणा देण्यासाठी आणि देशाचा विकास करण्यासाठी विज्ञान आणि तंत्रज्ञानाचे महत्त्व अधोरेखित केले. या भाषणात डॉ. कलाम यांनी त्यांच्या लक्ष्य ३०० कोटी' या पुस्तकावर आधारीत व्यायान दिले. या पुस्तकात त्यांनी ग्रामीण भागात शहरी सुविधा पुरवण्यावर आणि ग्रामीण भागांना बाह्या बाजारपेठांशी जोडण्यावर भर दिला जेणेकरून ३०० कोटी लोकांना नाविन्यपूर्ण आणि पर्यावरणपूरक उपायांद्वारे सक्षम करता येईल. डॉ. कलाम यांनी देशाच्या विकासासाठी विज्ञान आणि तंत्रज्ञान फार महत्त्वाचे आहेत. ते म्हणाले की तरूणांनी विज्ञान आणि तंत्रज्ञानाचा अभ्यास करून त्यांना प्रेरणा दिली पाहिजे आणि देशाचा विकास केला पाहिजे. ते म्हणाले की शिक्षण हे प्रत्येकासाठी खूप महत्त्वाचे आहे आणि प्रत्येक मुलाला शिक्षित करणे आवश्यक आहे. डॉ. कलाम यांनी भारतातील तरूणांना विज्ञान आणि तंत्रज्ञानाचा अभ्यास करण्यास आणि देशाच्या विकासात योगदान देण्यास प्रोत्साहीत केले. ते म्हणाले की भारत हा एक महान देंश आहे आणि त्याचे तरूण शास्त्रज्ञ आणि अभियंते देशाच्या विकासात महत्त्वाची भमिका बजावू शकतात.

'चांगल्या मानवाचा विकास' या विषयावर संमेलनात उदघाटनपर भाषण गुडगावः१९/०४/२००३

ज्ञानी मनुष्य

ओम शांती रिट्रीट सेंटरच्या या दिव्य वातावरणात येऊन मला खूप आनंद झाला आहे आणि ब्रह्मकुमारी अकादमी फॉर अ बेटर वर्ल्डच्या आध्यात्मिक नेत्यांमध्ये असल्याचा मला खूप अभिमान आहे. चांगले मानव निर्माण करणे हे खरोखरच जागतिक समुदायासाठी एक मोठे आव्हान आहे. मी स्वतःला विचारत होतो की अशा

मोहिमेचे घटक काय असतील? त्यात प्रबुद्ध नागरीक निर्माण करणारी शिक्षण व्यवस्था समाविष्ट असेल का? याचा अर्थ, शिक्षण आणि मूल्ये यांचे संयोजन ही प्रक्रिया मुलाच्या शिक्षणादरम्यान बारा वर्षे चालू शकते. आपल्या देशातील कोणत्याही वेळी लोकसंख्येच्या एक तृतियांश भागाला ती व्यापते. दुसरा महत्त्वाचा घटक म्हणजे धर्मांचे आध्यात्मिक चळवळीत रंपातंर करणे. तिसरा आणि महत्त्वाचा घटक म्हणजे आर्थिक समृद्धी प्राप्त करून गरिबी निर्मूलन ज्यामुळे उच्च

रोजगारक्षमता निर्माण होतील. आता आपल्यासमोर प्रश्न असा आहे की यामुळे आंतरराष्ट्रीय दहशतवाद संपेल का? यामुळे सीमापार दहशतवाद संपेल का? सर्वांत महत्त्वाचे म्हणजे, यामुळचे मन आणि शरीरातील हिंसाचार संपेल का? मला एक आध्यात्मिक स्तोत्र आठवायचे आहे.

जिथे हृदयात नितिमत्ता असते
या पात्रात सौंदर्य आहे
जेव्हा चारित्र्यात सौंदर्य असते,
घरात सुसंवाद आहे.

जेव्हा घरात सुसंवाद असतो तेव्हा राष्ट्रात सुव्यवस्था असते. जेव्हा राष्ट्रात सुव्यवस्था असते तेव्हा जगात शांतता असते.

मित्रांनो, आपण हृदय, चारित्र्य, राष्ट्र आणि जग यांच्यात एक सुंदर संबंध पाहू शकतो. मानवी हृदयात नीतिमत्ता कशी रुजवायची. हा प्रत्यक्षात मानवी मिर्मितीचा उद्देश आहे. म्हणजेच देवत्व. आपण कोणत्या प्रकारच्या ग्रहावर रहातो? आपण एका गुंतागुंतीच्या परिस्थितीतून जात आहोत, कारण बरेच लोक स्वतःशी, समाजाशी आणि राष्ट्राशी पूर्णपणे युद्धात आहेत. पृथ्वीवरील युद्धाच्या गतिशीलतेवर दशकापूर्वी केलेल्या अभ्यासावर मी चर्चा करू इच्छितो.

हे स्पष्ट आहे की मानव युद्धांवर जगतो. आपल्याला स्पष्टपणे दिसते की युद्ध पद्धतीचे तीन भाग आहेत. १९२० पर्यंत, १९२० - १९९० नंतर. पहिला भाग मानवी युद्धाचा काळ होता.

मानवी युद्धाची प्रेरणा एकतर प्रादेशिक लोभ किंवा संपत्तीची महत्त्वाकांक्षा किंवा धार्मिक वर्चस्वाची महत्त्वाकांक्षा होती, जी नंतर १९१४ मध्ये पहिले महायुद्ध घडवून आणली. दुसरा काळ - १९२०-१९९० हा यांत्रिक युद्धकाळ होता. या काळात जगाने नवीन यांत्रिक शस्त्रे आणि प्लॅटफॉम-युद्ध टँक, लढाऊ विमाने आणि पाणबुड्या वापरण्यास सुरूवात केली. प्रेरणा ही दोन समाजातील वैचारीक संघर्ष होता. एका

बाजूला माजी सोव्हिएट युनीयन आणि दुसरीकडे अमरिका आणि संबंधित देश. दुसऱ्या महायुद्धात जपानच्या दोन शहरांवर अणुबॉम्ब तैनात केल्यामुळे विनाश झाला. तंत्रज्ञानाच्या वर्चस्वामुळे तंत्रज्ञानाची बंदी आणि नियंत्रण व्यवस्था निर्माण झाली, ज्याने राष्ट्राना 'विकसित', 'विकसनशील' आणि 'अविकसित' असे विभागले. २००३ मध्ये जग एका नवीन प्रकारच्या युद्धाचा सामना करीत आहे, धार्मिक संघर्ष, वैचारीक फरक आणि आर्थिक - बाजार युद्धाची एकात्मिक परिस्थिती.

आपण नेहमीच पाहिले आहे की युद्धे वाढवतात, अर्थातच वेळ कमी असेल. पांरपारिक युद्ध सीमापार दहशतवाद, बंडखोरी आणि अणु हल्ल्याचा धोका या जटील एकात्मक घटंनाचा आपण कसा सामना करतो? पुढील काही मिनीटात मी माझे विचार आणि काही संभाव्य उपाय सांगू इच्छितो.

विचारसरणीतील फरक, धार्मिक कट्टरता, भेदभाव आणि संघटना आणि राष्ट्रामधील शत्रुत्व अशा विविध घटकांमुळे दहशतवाद निर्माण होतो. सततच्या वंचिततेमुळे निराशा निर्माण होते. चिथावणी दिल्यावर येणारी निराशा, परकेपणा निर्माण करतो. परकेपणा दोन स्वरूपात प्रकट होऊ शकतो. निष्क्रियता आणि सक्रियता रचनात्मक किंवा विध्वंसक मार्गांनी प्रकट होऊ शकते. रचनात्मक मार्ग विकासाकडे घेऊन जातो. तर विध्वंसक मार्ग दहशतवाद, हिंसाचार आणि आक्रमकता. काही राष्ट्रे निर्दयपणे सीमापार दहशतवादात गुंतली आहेत. राष्ट्रीय विकासासाठी दूरदर्शी धोरणे तयार करून आणि कठोर परिश्रम घामाने त्या ध्येय प्रकल्पाची अंमलबजावणी करून अशांततेच्या या स्त्रोताना एकत्रितपणे तोंड देण्याची गरज आहे.

एका टप्प्यावर मला पोर्णिमेच्या रात्री लिहिलेली एक कविता वाचायची आहे. पोर्णिमेच्या रात्री माझ्या निर्माणकर्त्याकडून एक दैवी प्रतिध्वनी आला. मी माझा वंश हादरलो, आश्चर्यचकित आणि विस्मयचकित झालो, त्या प्रतिध्वनीने मला आणि माझ्या वंशाला जागृत केले.

स्वतःमध्ये गढून गेलेलाः
तू, मानवजात माझ्या निर्मितीतील सर्वोत्तम आहेस.
तू जगशील आणि जगशील
तुम्ही एकत्र येईपर्यंत देत रहा
माणसाच्या सुख-दुःखात.
माझा आनंद तुझ्यात जन्म घेईल.
प्रेम म्हणजे सातत्य,
हे मानवतेचे मिशन आहे.

आपण मानवी जीवनाबद्दल प्रेम आणि आदर बाळगतो का? मी सत्याच्या शोधात होतो. जेव्हा मी विविध धार्मिक केंद्रे, शिक्षण केंद्रे आणि काही आध्यात्मिक केंद्राना भेट दिली तेव्हा ती सर्व प्रत्यक्षात बेटे होती. सुंदर कामाची बेटे. कोणती शक्ती पूल बांधू शकते? यावेळी मी माझे तीन अनुभव तुमच्यासोबत शेअर करण्याचा विचार केला.

मी माउंट अबू आणि अबू रोड येथिल ब्रह्मकुमारी आध्यात्मिक अकादमीत अनेकदा गेलो आहे जिथे ग्लोबल हॉस्पिटल अँड रिसर्च सेंटरमध्ये हृदयरोग्यांसाठी विशेष शरीर आणि मनाच्या एकात्मिक उपचारांच्या संशोधन कार्यक्रमात भाग घेतला. शाकाहारी तंतूमय आहार, ध्यान आणि एरोबिक व्यायाम यांचे संयोजन करून हृदयरोग्यांच्या वेदना कमी करण्याचा या कार्यक्रमाचा उद्देश आहे. माउंट अबूने मन आणि शरीर एकत्रित करण्यासाठी निश्चितच एक चांगला उपाय दिला आहे. तसेच मी राजस्थानच्या सर्व भागातील ५००० पेक्षा अधिक हायस्कुल विद्यार्थ्यांना त्यांच्या कॅम्पसमध्ये भेटायचो. प्रार्थना आणि ध्यानाचे सुंदर वातावरण खरोखरच एक अनोखा अनुभव आहे. सर्वांत महत्त्वाचे म्हणजे ३ फेब्रुवारी २००२ रोजी जेव्हा मी ब्रह्मकुमारी अकादमीला भेट दिली तेव्हा एक दिव्य प्रतिध्वनी घुमला. तो एक उत्तम आध्यात्मिक संदेश होता, ज्याने पुष्टी केली की, 'भारत पृथ्वीवरील सर्वांत सुंदर भूमि बनेल'. ते कसे बनवायचे.

अरूणाचल प्रदेशाच्या माझ्या अलिकडच्या भेटीदरम्यान मला मिळालेला आणखी एक महत्त्वाचा संदेश मी तुमच्यासोबत शेअर करू इच्छितो. ३००० मीटर उंचीवर असलेल्या ४०० मीटर वर्षांचा इतिहास असलेल्या तवांग बौद्ध विहारात एक दिवस घालवण्यासाची संधी मला मिळाली. एक सुंदर आध्यात्मिक वातावरण. तिथे मी भिक्षू, विद्यार्थी, शिक्षक आणि राजकीय नेत्यांच्या गटाला भेटलो. मला सर्जनशीलतेसोबत शिकवण्याची इच्छा असलेले तेजस्वी तरूण चेहरे दिसले. मठ आणि त्याच्या सभोवतालच्या परिसरात एक अनोखी शांतता पसरली होती. मला वाटले की हा संदेश विद्यार्थी आणि शिक्षक समुदायाचा अविभाज्य भाग आहे. तो संदेश काय आहे? मी स्वतःला विचारत होतो. हा संदेश कोण समजावून सांगू शकेल आणि स्पष्ट करू शकेल? मी तवांग विहारातील भिक्षूंच्या प्रमंखांची मदत घेतली. मी विचारले, भंतेजी, आपण या विहारातील अनुभवसंपन्न आहात, संदेश स्पष्ट करू शकाल का, जो शिक्षणाचा सर्वांत महत्त्वाचा भाग आहे, विशेषताः आपल्या देशाच्या आणि इतर ग्रहाच्या सध्याच्या वातावरणात." आदरणीय बौद्ध भिक्षूने मला सांगितले, 'भारत हा शांतीचा देश आहे. भारत एक आध्यात्मिक आणि शांत राष्ट्र म्हणून राहील.'

आपल्या राष्ट्रात शांती पसरली पाहिजे. हे मठ स्पष्ट करते. जेव्हा तुम्ही मनातून मी आणि मला काढून टाकता तेव्हा तुम्ही अहंकार नष्ट करता. जर तुम्ही अहंकार काढून टाकला तर इतर मानवाबद्दल द्वेष नाहीसा होतो. जर आपल्या मनातून द्वेष नाहीसा झाला, मानवी मन आणि समाजातील हिंसाचार फोफावणार नाही, तर शांती आणि शांती फुलेल. मी आपल्या राष्ट्राला आशीर्वाद देतो.

हा दिव्य संदेश समाजातून हिंसाचार कसा कमी करायचा - हा दैवी संदेश तवांग मठात जन्माला आला. तरूणांच्या मनावर महान विचार कसे बिंबवावे.

मला चार दशकापूर्वीची आणखी एक घटना आठवते. तुम्हाला माहितच आहे की प्रो, विक्रम साराभाई देशातील अंराळ कार्यकमाचे दूरदर्शी आहेत. ते त्यांच्या जागतिक किरण संशोधन क्षेत्रासाठी ओळखले जातात, ज्यामुळे देशासाठी अंतराळ संशोधन कार्यक्रमाचा विकास झाला. डॉ. होमी भाभा आणि प्रो. विक्रम साराभाई दोघेही विषुववृत्तीय प्रदेशात अंतराळ संशोधन केंद्र स्थापन करण्यासाठी जागा शोधत होते. हे दोन्ही महान शास्त्रज्ञ अनेक ठिकाणी भेटी देत होते. केरळमधील थुंबा हे अंतराळ संशोधनासाठी वैज्ञानिक समुदायाने निवडले कारण ते विषुववृत्तीय प्रदेशजवळ होते आणि वातावरणाच्या रचनेचा अभ्यास करण्याव्यतिरिक्त वरच्या वातावरणात आयनास्फेरिक संशोधनासाठी आदर्श होते. प्रो. विक्रम साराभाई जेव्हा थुंबा येथे गेले तेव्हा त्या परिसरात अनेक गावे होती आणि त्या परिसरात हजारो मच्छीमार रहात होते. तेथे मॅग्डालीन चर्च, पल्लीथुरा आणि एक बिशप हाऊस देखील होते. अवकाश विज्ञान संशोधन कार्यासाठी जागा मिळवण्यासाठी प्रो. विक्रम साराभाई अनेक राजकारणी आणि नोकरशहांना भेटले. त्या ठिकाणच्या स्वरूपामुळे ते सुरू होऊ शकले नाही. १९६२ मध्ये त्रिवेंद्रमचे बिशप महामहिम रेव्हरंड डॉ. पीटर बर्नार्ड परेरा यांना भेटण्यासाठी त्यांना आमंत्रित करण्यात आले होते. तो शनिवार होता जेव्हा प्रो. विक्रम साराभाई बिशप हसले आणि दुसऱ्या दिवशी, म्हणजे रविवारी भेटण्यास सांगितले. सकाळच्या प्राथनेत, बिशप मंडळीला म्हणाले, 'माझ्या मुलांनो, माझ्यासोबत एक प्रसिद्ध शास्त्रज्ञ आहे आणि ज्यांना आमच्या चर्चला माझ्या रहात्या जागेला अंतराळ विज्ञान संशोधनाच्या कामासाठी हवे आहे. प्रिय मुलांनो, विज्ञान तर्काने सत्य शोधते. एक प्रकारे, विज्ञान आणि आध्यात्मवाद लोकांचे भले करण्यासाठी समान दैवी आशीर्वाद शोधतात. माझ्या मुलानो, आपण वैज्ञानिक मोहिमेसाठी देवाचे निवासस्थन देऊया का?' मंडळीतून आमेन' चा एक सूर निघाला आणि संपूर्ण चर्च गुंजले. यांनतर १९६२ मध्ये एक मोठी घटना घडली. त्रिवेंद्रमचे बिशप महामहिम आरसीटी रेव्हरंड

डॉ. पीटर बर्नार्ड परेरा यांनी थुंबा येथिल पल्लीथुरा येथे भारतीय अंतराळ संशोधन संघटनेच्या स्थापनेच्या राष्ट्रीय ध्येयाला मान्यता देण्यासाठी चर्च समर्पित करण्याचा उदात्त निर्णय घेतला. याच चर्चमध्ये आमचे डिझाइन सेंटर होते. रॉकेट असेंब्ली सुरू झाली, एफआरपी उत्पादनासाठी एक फिलामेंट वाइंडिंग मशीन डिझाइन करण्यात आली आणि बिशपचे घर आमच्या शास्त्रज्ञांचे घर होते. नंतर थुंबा इक्वेटोरियल रॉकेट लॉंचिंग स्टेशन (टीइआरएलएस) ने विक्रम साराभाई स्पेस सेंटर (व्हीएसएससी) आणि देशभरातील अनेक स्पेस सेंटरना मार्ग दिला.

जेव्हा मी या घटनेचा विचार करतो तेव्हा मला जाणवते की सर्व मानवी जीवनाचा आदर करण्यासाठी प्रबुद्ध आध्यात्मिक आणि वैमानीक नेते कसे एकत्र आले. मानवतेच्या फायद्यासाठी धर्मांनी त्यांच्या आध्यात्मिक प्रणाली बदलल्या आहेत. नवीन चर्च आणि नवीन शाळा वेळेत स्थापन झाल्या. अर्थातच टीइआरएलएस आणि नंतर व्हीएसएससीच्या जन्मामुळे देशाला जागतिक दर्जाच्या महाकाय रॉकेट प्रणाली डिझाइन, विकास आणि उत्पादन करण्याची क्षमता मिळाली आणि त्यांनतर भारताकडे भू-समकालिक, सूर्य-समकालिक आणि हवामानशास्त्रीय अंतराळयान, संप्रेक्षण उपग्रह, रिमोट सेन्सिंग उपग्रह प्रक्षेपित करण्याची क्षमता आहे, ज्यामुळे देशाला जलद संप्रेक्षण हवामान अंदाज आणि जलसंपत्ती, शोधता आली. आज, आपल्यामध्ये प्राध्यापक विक्रम साराभाई नाहीत, रेव्हरंड डॉ. पीटर परेरा नाहीत, परंतु जे लोक निर्मितीसाठी आणि फुलाला फुलविण्यासाठी जबाबदार आहेत ते स्वतः भगवतगीतेत वर्णन केल्याप्रमाणे एका वेगळया प्रकारचे फूल असतील. 'फुलाकडे पहा, ते किती उदारतेने सुंगध आणि मध वाटतो. तो सर्वांना देतो, त्याचे प्रेम मुक्तपणे देतो. जेव्हा त्याचे काम पूर्ण होते, तेव्हा ते शांतपणे गळून पडते. त्याच्या सर्व गुणांव्यतिरिक्त, फुलांसारखे नम्र होण्याचा प्रयत्न करा.' धर्मांना आध्यात्मिक गतिमान शक्तीमध्ये कसे रूपांतरीत करता येईल याबद्दल देशाच्या आणि जगाच्या सर्व पिढ्यांसाठी हा किती सुंदर संदेश आहे.

एकदा मी व्यख्यानासाठी बंगरूळरूला जात असताना, मी माझ्या मित्राशी बोललो आणि त्याला सांतिले की मी तरूणांशी बोलणार आहे आणि त्याच्याकडे काही सूचना आहेत का. त्याने कोणत्याही सूचना दिल्या नाहीत पण मला शहाणपणाचे हे शब्द दिले-

जेव्हा तुम्ही बोलता तेव्हा खरे बोला, जे वचन देता ते पाळा, तुमचा शब्द बेकायदेशीर आणि वाईट आहे ते घेण्यापासून आणि ते नष्ट करण्यापासून स्वतःला दूर ठेवा.'

पाळा, सर्वांत चांगले कर्म कोणते? माणसाचे मन आनंदी करणे, भुकेल्यांना अन्न देणे, पीडितानां मदत करणे, दुःखींतांचे दुःख कमी करणे आणि जखमीचे अपराध दूर करणे. '

देवाच्या सर्व मिर्मिती त्याचे कुटूंब आहेत आणि तो देवाचा सर्वांत प्रिय व्यक्ती आहे जो देवाच्या मिर्मितीसाठी सर्वांत जास्त चांगले करण्याचा प्रयत्न करतो. तो म्हणाला- हे पैगंबर मोहम्मद यांचे शब्द आहेत. माझ्या मित्राने मला हे सांगितले, तो तामिळनाडुतील एका दीक्षितर आणि ज्ञानपथीगल (वैदिक विद्वान) यांचा पणतू आहे. असा दृष्टीकोण फक्त आपल्याच देशातच शक्य आहे, जिथे आपले अनेक प्रबुद्ध नागरीक त्यांच्या स्वतःच्या धर्माच्या पलिकडे जातात आणि इतर धर्मांचीही कदर करतात. ही आध्यात्माची अशी आवस्था आहे जी राष्ट्राने जपली पाहिजे.

समृद्धी आणि शंतीपूर्ण जीवन हे दोन घटक आहेत. समृद्धी आणि ज्ञान असलेले मानव कसे प्रबुद्ध नागरीक बनू शकतात याचा आपण अभ्यास केला आहे. आता चांगल्या माणसाच्या विकासाठी भूक नष्ट करावी लागेल.

५० वर्षांच्या प्रगतीनंतर, भारताला विकसित देश बनवण्याच्या आकांक्षा वाढत आहेत. हे राष्ट्राचे दुसरे स्वप्नं आहे. या आव्हानासाठी आपण स्वतःला कसे तयार करू शकतो? विकसित भारत बनविण्यासाठी हे आवश्यक आहे की अ) भारत आर्थिक आणि व्यावसायिकदृष्ट्या शक्तीशाली असावा, किमान अर्थव्यवस्थेच्या आकाराच्या बाबतीत पहिल्या चार देशांमध्ये असावा. आपले ध्येय दरवर्षी ९ टक्के जीडीपी वाढ असावी आणि दारिद्र्यरेषेखालील लोकांची संख्या जवळजवळ शून्य असावी. ब) शस्त्रास्त्रे, उपकरणांच्या संरक्षण गरजांमध्ये जवळजवळ स्वयंपूर्णता, बाह्य जगावर अवलुबून न राहता . क) जागतिक व्यासपीठावर भारताला त्याचे योग्य स्थान मिळाले पाहिजे. तंत्रज्ञान व्हिजन २०२० हा या प्रिय ध्येयाला साकार करण्याचा मार्ग आहे.

आम्ही पाच क्षेत्रे ओळखली आहेत जिथे भारताकडे एकात्मिक कृतीसाठी मुख्य क्षमता आहेत.

१) शेती आणि अन्न प्रक्रिया - आपल्याला ३६० दशलक्ष टन अन्न आणि कृषी उत्पादनाचे लक्ष्य ठेवावे लागेल. शेती आणि कृषी अन्न प्रक्रिया क्षेत्रातील इतर क्षेत्रे

ग्रामीण लोकांमध्ये समृद्धी आणतील आणि आर्थिक विकासाला चालना देतील.

२) देशाच्या सर्व भांगाना विश्वासार्हता आणि दर्जेदार वीजपुरवठा.

३) शिक्षण आणि आरोग्य सेवा शिक्षण आणि आरोग्यसेवा ऐकमकांशी जोडलेले आहेत हे आपण अनुभवाने पाहिले आहे.

४) माहिती सेवा तंत्रज्ञान ही आमच्या मुख्य क्षमतांपैकी एक आहे. आम्हाला विश्वास आहे की या क्षेत्राचा वापर दुर्गम भागात शिक्षणाला चालना देण्यासाठी आणि राष्ट्रीय संपत्ती निर्माण करण्यासाठी केला जाऊ शकतो.

५) धोरणात्मक क्षेत्र सुदैवाने या क्षेत्रात अणु तंत्रज्ञान, अवकाश तंत्रज्ञान आणि संरक्षण तंत्रज्ञानात वाढ झाली आहे. प्रगत सेन्सर्स आणि साहित्य यासारख्या इतर क्षेत्रांना चालना देण्याची आवश्यकता असेल. एका दशकात संरक्षण उपकारणांमध्ये सुमारे ७० टक्के स्वयंपूर्णता साध्य करण्याची देशाची योजना आहे.

हे पाच क्षेत्र ऐकमकांशी जवळून जोडलेले आहेत आणि राष्ट्रीय, अन्न आणि आर्थिक सुरक्षेला चालना देतील हे उद्दिष्ट साध्य करण्यासाठी सरकारी विभाग, संशोधन आणि विकास, शैक्षणिक संस्था, उद्योग आणि समुदाय यांच्यातील मजबूत भागीदारी आवश्यक असेल.

समाजातील विविध घटकांना सक्षम करून श्रद्धांच्या तात्त्विक कल्पना कृतीत रूपांतरीत केली तरच जीवनाबद्दलचे क्षेत्र खरोखर शक्य होते. जेव्हा पालक विकासाच्या विविध टप्प्यावर मुलाला सक्षम करतात तेव्हा त्याचे एक जबाबदार नागरीकात रूपातंर होते. जेव्हा शिक्षकाला ज्ञान आणि अनुभवाने सक्षम केले जाते तेव्हा मूल्य प्रणाली असलेले चांगले तरूण उदयास येतात. जेव्हा एखादी व्यक्ती किंवा संघ तंत्रज्ञानाने सक्षम केला जातो तेव्हा उच्च कामगिरीच्या क्षमतेत रूपांतर निश्चित होते. जेव्हा एखाद्या संस्थेचा नेता आपल्या लोकांना सक्षम करतो तेव्हा असे नेते जन्माला येतात, जे राष्ट्राचे अनेक क्षेत्रात रूपांतर करू शकतात. जेव्हा महिला सक्षम होतात तेव्हा स्थिरता असलेला समाज निश्चित होतो, जेव्हा देशाचे राजकीय नेते दूरदर्शी धोरणाद्वारे लोकांना सक्षम करतात तेव्हा राष्ट्राची समृद्धी निश्चित होते. जेव्हा धर्म सक्षम होतात आणि आध्यात्मिक शक्ती बनतात तेव्हा लोकांच्या हृदयात शांती आणि आंनद फुलतो. अशा सक्षमीकरणाच्या टप्प्यामुळे मूल्य प्रणाली असलेले प्रबुद्ध नागरीक निर्माण होतील. येथे मी शिक्षणासह मूल्य प्रणालीचे महत्त्व, धर्माचे अध्यात्म्यात रूपांतर करणे आणि समृद्धीसाठी एक नवीन व्यासपीठ तयार करणे यावर चर्चा केली

आहे. दूरदर्शी धोरणाचे संयोजनासहीत प्रबुद्ध मानवाच्या विकासावर उत्तर शोधले आहे.

भारताकडे आपल्या मूल्य क्षमतेच्या आधारावर अरबो लोकांच्या राष्ट्राला जीवनाच्या प्रत्येक पातळीवर विभिन्न बाजूसहीत व्यवस्थापित करण्यासाठी नेतृत्त्वाच्या महान गुणांचा अनुभव आहे. आता आपल्याला कोणताही धर्म किंवा वैयक्तिक कट्टरतेमुळे संपूर्ण राष्ट्राला धोक्यात टाकण्याची परवानगी नाही दिली पाहिजे. कारण की कोणताही व्यक्ती किंवा पार्टी किंवा धर्माच्या तुलनेत राष्ट्र फार महत्त्वाचे आहे. तुम्हाला माझ्या मनापासून शुभेच्छा आणि अभिनंदन.'

जेव्हा मी भारताच्या उज्ज्वल भविष्याचे स्वप्नं पहात होतो, तेव्हा मी या संदर्भात विविध विचारांवर लिहिलेले लेख, भाषणे आणि पुस्तके यांच्या माध्यमातून देशातील लोकांशी संपर्क साधला. माहितीच्या इतर विविध स्त्रोतांशीही माझे संबंध प्रथापित झाले होते. 'इंडिया व्हिजन २०२०' संबंधीत माझ्या अनेक योजना होत्या. मला तांत्रीक सूचना, पुर्वानुमान तसेच आकलन परिषदचे अध्यक्ष बनवल्या गेले. या परिषदेची पहिल्या बैठकीत असे ठरले की २०२० इंडिया व्हिजन' साध्य करण्यासाठी अशी योजना तयार केली जावी की भारताला २०२० पर्यंत आर्थिक दृष्टीने समृद्ध देश बनवल्या जाऊ शकेल. त्यावेळी ज्यावेळी जी. डी. पी. ५ ते ६ टक्के इतका स्थिर होता. तेव्हा कोट्यावधी लोकांचे विकास स्वप्नं साध्य करायचे असेल तर आपल्याला सुमारे १० वर्षे दरवर्षी १० टक्के ही वाढ कयम ठेवावी लागेल. या भावनेने आम्हाला उत्साहाने भरले. आम्ही या विषयावर सतत चर्चा केली आणि या कामासाठी सुमारे ५०० सदस्य असलेले १७ कार्यगट तयार करण्याचा निर्णय घेतला, ज्यांचे काम देशातील विविध वर्गातील ५००० लोकांना भेटणे होते. या समित्यांनी दोन वर्षे काम केले आणि या काळात २५ अहवाल तयार केले आणि २ ऑगस्ट १९९६ रोजी तत्कालीन पंतप्रधानांना सादर केले.

आम्ही या विषयावर सतत चर्चा केली आणि निर्णय घेतला की या कामासाठी १७ कार्यगट तयार करावेत, ज्यामध्ये सुमारे ५०० सदस्य बनवले गेले होते, ज्यांचे काम देशातील विविध विभागातील ५००० लोकांना भेटणे होते. या समित्यांनी दोन वर्षे काम केले आणि या काळात २५ अहवाल तयार केले आणि तत्कालीन पंतप्रधनांना २ पत्रे ऑगस्ट १९९६ मध्ये पाठवली.

देशाच्या विकासासाठी वेगवेगळ्या संघटना आणि विभाग एकत्र कसे काम करू शकतात याचे हे एक अद्वितीय उदाहरण होते. टीआइएफएसीच्या कार्याशी संबंधित

असताना मी २००२ ते २००७ पर्यंत अध्यक्ष म्हणून काम केले. जेव्हा मी हा अनुभव आठवण्याचा प्रयत्न करतो तेव्हा मला या विशाल देशाचे स्वरूप आणि अनेक पैलू कळतात. मला माध्यमांमध्ये लोकांचे राष्ट्रपती म्हणून

ओळखले जात होते, जे देशाच्या विविध भागात ओळखले जात होते. या सर्वांसोबतच देशात आध्यात्मिक विकास देखील शक्य झाला पाहिजे.

डॉ. एपीजे अब्दुल कलाम यांनी त्यांच्या आत्मचरित्रात नमूद केले आहे - राष्ट्रपती म्हणून माझा कार्यकाळ २००२ ते २००७ पर्यंत होता. जेव्हा मी हा अनुभव आठवण्याचा प्रयत्न करतो तेव्हा मला या विशाल देशाचे स्वरूप आणि अनेक पैलू कळतात. मला माध्यमांकडून लोकांचे राष्ट्रपती म्हणून मान्यता मिळाली, जी देशाच्या वेगवेगळया भागात स्वीकारली जात होती. या नावाने ओळखल्या जाण्याचा मला खूप आनंद होतो. जेव्हा मी माझा कार्यकाळ सुरू केलो तेव्हा मला पूर्ण खात्री होती की या महान देशाला पूर्णपणे जाणून घेण्यासाठी मला वेगवेगळया भागवात जावे लागेल. मला देशाच्या वेगवेगळया भागातील लोकांचे राहणीमान आणि पर्यावरण जाणून घ्यायचे होते. त्यासाठी वेवेगळया भागात प्रवास करणे आवश्यक होते. मला लोकांच्या समस्या जाणून घ्यायच्या होत्या, त्यांच्या समस्य सोडवू शकणाऱ्या पद्धती जाणून घ्यायच्या होत्या, माझ्या कार्यकाळात मी कदाचित माझ्या मागील सहकाऱ्यांपेक्षा देशाच्या वेगवेगळया भागांना जास्त भेटी दिल्या असतील. मी सियाचीनच्या खोऱ्यापासून ईशान्यकडील शहरापर्यंत प्रवास केला आणि त्यांच्या समस्या समजून घेण्याचा प्रयत्न केला. मी संपूर्ण आयुष्य अनुभवले. त्याचप्रमाणे, मी पश्चेिमकडील टोकापासून ते दक्षिणेकडील अंतर्गत भागांमध्ये गेलो आणि समाजाच्या विविध घटकामध्ये लोकांना भेटलो. मी लक्षद्वीप प्रदेश वगळता जवळजवळ संपूर्ण देशाचा प्रवास केला (ज्याची मला खंत नेहमीच माझ्या मनात राहील) मी या राज्यांना भेटी देण्यासाठी रस्ते, रेल्वे आणि विमानाचा वापर केला. राष्ट्रपतींच्या जुन्या ट्रेनचे आधुनिकीकरण करण्यात आले. त्यात विशेष सुविधा देण्यात आल्या. ती उपग्रह नकाशांशी जोडण्यात आली. या माध्यमातून मला भारताच्या विविध प्रदेशांबद्दल आधुनिक आणि संपूर्ण माहिती मिळू शकली याबद्दल मी आयुष्यभर आभारी राहीन.

मला समजले की या दृष्टीकोणावर काम करण्याचा हा पहिला भाग आहे. जेव्हा आपण या मोहिमेवर चर्चा करू, त्याबद्दल माहिती पसरवू आणि या विषयावर चर्चा करू तेव्हाच हे दृष्टीकोण प्रत्यक्षात येईल. मी जिथे जिथे गेलो तिथे लोकांशी बोलून भारताला माहितीच्या क्षेत्राची पूर्णपणे जाणीव करून द्यायची होती. ज्या देशाचे लोक

महितीच्या आधारे सर्व विषयाची महिती घेऊ शकतात, त्या देशाच्या अग्नि उड्डणाने माहिती तंत्रज्ञान आणि शेतीमध्येही योगदान दिले. या क्षेत्रात काम

करण्याची आवड निर्माण झाली. मी देशाच्या विविध भागांना भेट दिली आणि देशातील विद्यार्थी, शिक्षक, अधिकारी आणि कर्मचाऱ्यांना भेटलो आणि त्यांचे विचार जाणून घेण्याचा प्रयत्न केला.

मला समजले की या दृष्टीकोणावर काम करण्याचा हा पहिला भाग आहे. जेव्हा आपण या मोहिमेवर चर्चा करू, त्याबद्दल माहिती पसरवू आणि या विषयावर चर्चा करू तेव्हाच हे दृष्टीकोण प्रत्यक्षात येईल. मी जिथे जिथे गेलो तिथे लोकांशी बोलून भारताला माहितीच्या क्षेत्राची पूर्णपणे जाणीव करून द्यायची होती. असा देश जिथे लोकांना माहितीच्या आधारे सर्व विषयाची जाणीव असू शकेल, या सर्वांसह देशातील आध्यात्मिक विकास देखील शक्य झाला पाहिजे.

विश्रांती घेत असताना मी विचार करतो. मला माझ्या मित्रांसोबत पुन्हा एकदा फिरायला जाऊ दे. मग ते पक्षी लक्ष्मण शास्त्री, रेव्हरंड इयालुद्दिन, डॉ. व्रिकम साराभाई, डॉ. सतीश धवन आणि डॉ. ब्रह्मप्रकाश असोत. त्याचप्रमाणे माझे अनेक साथीदार आहेत जे आयुष्यात माझ्यासोबत राहिले आहेत, ज्यांचा माझ्यावर खूप प्रभाव पडला आहे. ज्यांनी माझ्या विचारांना आणि कल्पनाना एक नवीन वळण दिले आहे आणि माझी बुद्धी तीक्ष्ण केली आहे. या खऱ्या कथा सांगताना मला अजूनही त्यांच्या खूप जवळचे वाटते. या लोकांनी माझ्या मनात आणि विचारांमध्ये जे परेले आहे, ते इतक्या वर्षांनतरही अजूनही आहे. जेव्हा मी सर्व चर्चा केली तेव्हा मला खात्री आहे की माझ्या वाचकांच्या मनात काही बदल झाले असतील आणि त्यांच्यातही काहीतरी पेरले गेले असेल. अशा प्रकारे विचारांमध्ये बदल भावना, आदर्श आणि नियमांमध्ये बदल ही जीवनाची विविध रूपे आहेत.

कठोर परिश्रम, अभ्यास करणे व शिकवणे, सदभावना आणि क्षमा करणे हे सगळे माझ्या जीवनातील महत्त्वाचे टप्पे आहेत. मी या वैशिष्ट्यांचे सार जगासोबत सांगितले केले आहेत. निश्चितच एक जीवन जे पूर्णपणे जगण्यात आलेले आहे, त्याबद्दल इतरांशी चर्चा केली, तर ती भावना आणि योजनांचा खजिना ठरेल.

राष्ट्रपती

रामेश्वरम ते राष्ट्रपती भवन

रामेश्वरमच्या समुद्रकिनाऱ्यांवरील लष्करी माणूस म्हणून प्रसिद्ध असलेले अवुल पकिर जैनुलाब्दीन अब्दुल कलाम यांची भारतीय प्रजासत्ताकाचे ११ वे राष्ट्रापती म्हणून निवड झाली.

१० जून २००२ रोजी एपीजे अब्दुल कलाम यांना आण्णा विद्यापीठाचे कुलगुरू डॉ. कलानिधी यांचा संदेश मिळाला की पंतप्रधान कार्यालय त्यांच्याशी संपर्क साधण्याचा प्रयत्न करीत आहे. म्हणून तुम्ही ताबडतोब कुलगुरू कार्यालयात यावे जेणेकरून तुम्ही पंतप्रधान कार्यालयाशी संपर्क साधताच वाजेपी फोनवर आले आणि म्हणाले, 'कलाम साहेब, देशाला राष्ट्रापती म्हणून तुमची गरज आहे.'

कलाम यांनी वाजपेयींचे आभार मानले आणि म्हणाले, *'या ऑफरचा विचार करण्यास मला एक तासाचा वेळ पाहिजे आहे. '*

वाजपेयी म्हणाले, *'तुम्ही नक्कीच वेळ घेऊ शकता, पण मला तुमच्याकडून 'हो' हवा आहे, नाही, नाही.*

संध्याकाळपर्यंत एनडीएचे संयोजक जॉर्ज फर्नांडीस, संसदीय कामकाज मंत्री प्रमोद महाजन, आंध्र प्रदेशचे मुख्यमंत्री चंद्रबाबू नायडू आणि उत्तर प्रदेशच्या मुख्यमंत्री मायावती यांनी संयुक्त पत्रकार परिषद घेऊन कलाम यांच्या उमद्वारीची घोषणा केली. डॉ. अब्दुल कलाम दिल्लीला पोहचले तेव्हा संरक्षण मंत्री जॉर्ज फर्नांडीस यांनी विमनातळावर त्यांचे स्वागत केले.

कलाम यांनी एशियाड व्हिलेजमधील डीआरडीओ गेस्ट हाऊसमध्ये राहणे पसंत केले. १८ जून २००२ रोजी कलाम यांनी अटलबिहारी वाजेपयी आणि त्यांच्या मंत्रिमंडळातील सहकाऱ्याच्या हजेरीत आपला उमेद्वारी अर्ज दाखल केला. फॉम भरताना वाजपेयी त्यांना व्यंगात्मक स्वरात म्हणाले, 'तुम्हीही माझ्यासारखेच अविवाहीत आहात."

त्यावर कलाम यांनी हसत हसत उत्तर दिले, 'पंतप्रधान महोदय, मी केवळ अविवाहीत नाही तर ब्रह्मचारी देखील आहे. '

२००२ मध्ये सत्ताधरी भारतीय जनता पार्टी आणि विरोधी भारतीय राष्ट्रीय काँग्रस या दोन्ही पक्षांच्या पाठिंब्याने कलाम यांची भारताचे राष्ट्रपती म्हणून निवड झाली. १८ जुलै २००२ रोजी कलाम यांची ९० टक्के बहुमताने भारताचे राष्ट्रपती म्हणून निवड

झाली आणि २५ जुलै २००२ रोजी संसद भवनातील अशोका हॉलमध्ये त्यांनी राष्ट्रपती म्हणून शपथ घेतली. शपथविधी समारंभाला तत्कालीन पंतप्रधान अटलबिहारी वाजपेयी, त्यांच्या मंत्रिमंडळातील सदस्य, सोनिया गांधी, राहुल गांधी आणि इतर राजकीय पक्षांचे राजकारणी आणि अधिकार हजर होते. राष्ट्रपती भवनात राहणारे ते पहिले शास्त्रज्ञ आणि पहिले अविवाहीत देखील होते.

कलाम यांनी त्यांच्या उमेद्वारीच्या घोषणेबद्दल सांगितले, 'मी खरोखरच भारावून गेलो आहे. इंटरनेट आणि इतर मायामांवर सर्वत्र मला संदेश विचारला जात आहे. मी विचर करीत होतो की यावेळी देशातील लोकांना मी काय संदेश देऊ शकतो.'

कलाम सूटची कथा

राष्ट्रपती बनल्यानंतर पोशाख कसा असावा असा त्यांनाच प्रश्न पडला होता. वर्षानुवर्षे निळा शर्ट आणि स्पोर्टस शूज परिधान करणारे कलाम राष्ट्रपती बनल्यानंतर हाच पोशाख परिधान करू शकत नव्हते. राष्ट्रपती भवानात एक शिंपी होता जो मागील अनेक राष्ट्रापतीचे सूट शिवत आला आहे. एक दिवस तो आला आणि त्याने डॉ. कलाम यांचेही माप घेतले. कलाम यांचे चरित्रकार आणि सहकारी अरूण तिवारी त्यांच्या 'एपीजे अब्दुल कलाम अ लाइफ' या पुस्तकात लिहितात, काही दिवसांनी, शिंपी कलामसाठी चार बंद गळ्याचे सूट घेऊन आला. काही मिनिटातच, नेहमी निष्काळजी कपडे घालणाऱ्या कलामने त्यांचे स्वरूप पूर्णपणे बदलले होते. पण कलाम स्वतः त्यावर खूश नव्हते. ते मला म्हणाले, मी यात सही घेऊ शकत नाही. त्याच्या कटामध्ये काही बदल करता येईल का?

काळजीत असलेला शिंपी विचार करीत राहिला की काय करावे?

कलाम यांनी स्वतः सुचवले 'मानेजवळून थोडे कापून टाका.' यानंतर कलाम यांचा या कटाचा सूट कलाम सूट म्हणून ओळखला जाऊ लागला. नवीन राष्ट्रपतीला टाई घालणे देखील आवडत नव्हते. बंद गळ्यातील सूटप्रमाणे, टाई देखील त्यांचा गुदमरत असे. एकदा मी त्यांना टाईने चष्मा साफ करताना पाहिले. मी त्यांना म्हणालो, 'तुम्ही असे नाही केले पाहिजे.'

त्यांचे उत्तर होते, 'टाई ही पूर्णपणे निरर्थक गोष्ट आहे. किमान मी तिचा थोडा उपयोग करीत आहे.'

डॉ. ए.पी. अब्दुल कलाम यांनी के. आर. नारायणन यांच्यानंतर भारताचे ११ वे राष्ट्रपती म्हणून शपथ घेतली. २००२ च्या राष्ट्रपती म्हणून शपथ घेतली. २००२ च्या राष्ट्रपती निवडणूकीत त्यांनी ९,२२,८८४ मतांनी विजय मिळवला, जो लक्ष्मी सहगल

यांनी मिळवलेल्या १०७, ३६६ मतांपेक्षा १०७, ३६६ जास्त होता. २००२ ते २००७ या काळात भारताचे राष्ट्रपती म्हणून काम करताना त्यांनी आयुष्यभर देशातील विद्यार्थी आणि तरूणांना प्रेरणा देण्यासाठी काम केले. आयुष्याच्या शेवटच्या दोन दशकात ते १. ६ कोटी तरूणांना भेटले आणि त्यांच्याशी संवाद सधला. राष्ट्रपती म्हणून त्यांच्या पाच वर्षांच्या कार्यकाळात त्यांनी आठ लाख विद्यार्थ्यांना त्यांच्या सभांमध्ये रचनात्मक विकासाच्या संकल्पांमध्ये सामील होण्याचे आवाहन केले. यासाठी त्यांनी तरूणांचे समर्पण आवश्यकता मानले. त्यांना जोडण्याचे त्यांचे प्रयत्न शेवटपर्यंत चालू राहिले.

त्यांचा जन्म तमिळनाडूतील रामेशरम येथे झाला. अगदी सामान्य कुटूंबात जन्माला येऊनही डॉ. कलाम यांनी त्यांच्या कठोर परिश्रम, समर्पण आणि दृढनिश्चयाच्या जोरावर विज्ञान आणि तंत्रज्ञानाच्या क्षेत्रात अद्वितीय कामगिरी केली. भारतीय अंतराळ संशोधन आणि विकास संघटनेसोबत काम करून भारताच्या क्षेपणास्त्र कार्यक्रमात त्यांनीच नवीन अध्याय लिहिला.

अब्दुल कलाम हे त्यांच्या वैयक्तिक आयुष्यात खूप शिस्तप्रिय होते. ते शाकाहारी होते. त्यांनी तमिळ भाषेत कविता देखील लिहिल्या आहेत. डॉ. एपीजे अब्दुल कलाम यांनी लिहिलेल्या पुस्तकांना दक्षिण कोरियामध्ये खूप मागणी आहे आणि तिथे त्यांना खूप पसंती दिली जाते.

म्हणून मी त्यांचा आदर करतो. माझ्यावर विश्वास ठेवल्याबद्दल मी त्यांचे आभार मानू इच्छितो. '

कलाम यांनी त्यांच्या कुटूंबाला राष्ट्रपती भवनात राहण्यासाठी ३०५ लाख रूपयाचा धनादेश दिला. २००६ मध्ये कलाम यांनी त्याच्या कुटूंबातील ५२ सदस्यांना दिल्लीला बोलावले. ते आठ दिवस राष्ट्रपती भवनात राहिले. कलाम यांचे सचिव पीएम नायर यांच्या मते, कलाम यांनी राष्ट्रपती भवनातील त्यांच्या राहण्याचा खर्च स्वतःच्या खिशातून केला. चहाच्या खर्चही त्यांनी स्वतःच्या खिशातून केला. ते अजमेर शरीफला एका बसने गेले ज्याचे भाडे कलाम यांनी दिले. त्यांच्या जाण्यानंतर

कलाम यांनी त्यांच्या खात्यातून ३०५२ लाख रुपायाचा धनादेश दिला आणि राष्ट्रपती भवन कार्यालयाला पाठवला. '

डॉ. कलाम हे त्यांचे मोठे भाऊ एपीजे मुत्थु मरैकायर याच्यांवर खूप प्रेम करीत होते, परंतु त्यांनी कधीही राष्ट्रपती भवनात त्यांच्यासोबत राहण्यास सांगितले नाही. कलाम भारताचे राष्ट्रपती असताना त्यांच्या भावाचा नातू गुलाम मोईनुद्दीन दिल्लीत काम करीत होता, परंतु तरीही ते मुनिरका येथे भाड्याच्या खोलीत रहात होते.

भारताचे क्षेपणास्त्र पुरूष म्हणून जगभरात ओळखले जाणारे अवुल पकिर जैनुलाब्दीन अब्दुल कलाम हे आधुनिक भारतात मोहनदास करमचंद गांधीनंतर साधी रहाणी आणि उच्च विचारसरणी या मूल्यांचे उदाहरण देणारे दुसरे व्यक्ती होते. राष्ट्रपती निवडणूक गटात जवळपास ९० टक्के मते मिळवणारे ते पहिले व्यक्ती होते. त्यांचा कार्यकाळ संपल्यांनतर त्यांनी अहमदाबाद आणि शिलाँग इंडियन इंस्टिट्यूट ऑफ मॅनेजमेंट इत्यादी ठिकाणी महत्त्वाची व्याख्याने दिली.

डिसेंबर २००५ मध्ये त्यांचे मोठे भाऊ एपीजे मुथु मरैकायर, त्यांची मुलगी नाझिमा आणि नातू गुलाम हज यात्रेसाठी मक्का येथे गेले होते. सौदी अरेबियातील भारतीय राजदूतला हे कळताच त्यांनी राष्ट्रापतींना केला आणि कुटूंबाला सर्वतोपरी मदत करण्याची ऑफर दिली.

कलाम यांचे उत्तर होते, माझी तुम्हाला एकच निवंती आहे आहे की माझ्या ९० वर्षाच्या भावाला कोणत्याही सरकारी व्यवस्थेशिवाय सामान्य यात्रेकरूप्रमाणे हज करण्याची परवनागी द्या. '

नायर यांनी आणखी मनोरंजक किस्सा सांगितला. 'एकदा नोव्हेबर २००२ मध्ये कलामने मला बोलावून विचारले, 'हे सांगा की आम्ही इफ्तार पार्टी आयोजित का करावी? तसेही हे लोक खात्या पित्या घरचे लोक आहेत. इफ्तारसाठी किती खर्च येतो?' राष्ट्रपती भवनाच्या आतिथ्य विभागाला फोन लावला. त्यांनी सांगितले की इफ्तार पार्टीत मोठ्याप्रमाणात अडीच लाख इतका खर्च येतो.

कलाम म्हणाले, ‘आपण हा पैसा अनाथालयाला का देत नाहीत? तुम्ही अनाथालयाची निवड करा आणि हे ठरवा की पैसा वाया घालवू नका.'

राष्ट्रपती भवनाच्या वतीने ठरवलेली रक्कम पीठ, दाळ, कपडे आणि स्वेटरची सोय करण्यात आली आणि ते २८ अनाथालयांना वितरीत करण्यात आले. परंतु विषय इथेच संपत नाही. कलामने मला पुन्हा बोलावले आणि खोलीत आम्ही दोघेच होतो. ते म्हणाले, हे सामान तर सरकारी पैशातून विकत घेतले आहे. यात माझे योगदान

काहीच नाही. मी आपल्याला एक लाखाचा चेक देतो. त्याचा देखील यासाठी उपयोग करा जसा तो इफ्तारसाठी केला होता. परंतु कोणाला हे सांगू नका की पैसे मी दिले आहेत.'

बिगर राजकीय राष्ट्रपती

डॉ. अब्दुल कलाम भारताचे पहिले बिगर राजकीय राष्ट्रपती होते. त्यांच्या तुलनेत कोणाला ठेवले तर ते असतील सर्वपल्ली राधाकृष्णन. परंतु राधाकृष्णन देखील पूर्णपणे बिगर राजकीय नव्हते आणि सोव्हिएट संघात भारताचे राजदूत राहिले होते. कलामचे राजकीय अज्ञान तेव्हा सिद्ध झाले ज्यावेळी त्यांनी २२ मे च्या मध्यरात्री बिहारमध्ये राष्ट्रपती शासन लावण्यास परवनागी दिली, ते पण अशावेळी ज्यावेळी ते रशियाच्या दौऱ्यावर होते. बिहार विधानसभा निवडणूकीत कोणत्याही पक्षाला बहुमत न मिळाल्याने तेव्हा राज्यपाल बुटा सिंहाने सर्व पर्यायांचा शोध न घेता बिहारमध्ये राष्ट्रपती राजवट लावण्याची शिफारस केली. केंद्रीय मंत्रीमंडळाच्या बैठीकीनंतर राष्ट्रपतीच्या स्वाक्षरीसाठी ते ताबडतोब मॉस्कोला फॅक्सद्वारे पाठवण्यात आले. कलाम यांनी रात्री १०३० वाजता कोणताही युक्तीवाद न करता या शिफारसीवर स्वाक्षरी केली. पाच महिन्यांनतर सर्वोच्च न्यायालयाने हा आदेश असंवैधानिक घोषित केला. ज्यामुळे यूपीए सरकार आणि स्वतः कलाम यांच्यावर मोठी टीका झाली. कलाम यांनी स्वतः त्यांच्या 'अ जर्नी थ्रू द चॅलेंजेंस' या पुस्तकात नमूद केले आहे की सर्वोच्च न्यायालयाच्या या निर्णयामुळे ते इतके दुखावले आहेत गेले होते की त्यांनी या मुद्यावर राजीनामा देण्याचा निर्णय घोतला होता. परंतु पंतप्रधान मनमोहनसिंह यांनी त्यांना तसे न करण्यास सांगितले, कारण त्यामुळे देशात वादळ निर्माण झाले असते.

मोराची गाठ काढली

डॉ. अब्दुल कलाम यांचे मानवतावादी विचार खूप मजबूत होते. एकदा ते हिवाळयात राष्ट्रपती भवनाच्या बागेत फिरत होते. त्यांनी पाहिले की सुरक्षा रक्षकाच्या केबिनमध्ये उबदार असं काही नाही आणि सुरक्षा रक्षक कडाक्याच्या थंडीत कुडकुडत होता. त्यांनी ताबडतोब संबंधित अधिकाऱ्यांना बोलावले आणि हिवाळयात गार्डच्या केबिनमध्ये हिटर आणि उन्हाळयात पंख्याची व्यवस्था करण्यास सांगितले.

एस. एम. खान यांनी आणखी एक घटना सांगितली, 'एकदा मुघल गार्डनमध्ये फिरत असताना त्यांना दिसले की एक मोर तोंड उघडू शकत नाही. त्यांनी ताबडतोब राष्ट्रपती भवनाचे पशुवैद्यकीय डॉक्टर सुधीर कुमार यांना बोलावले आणि मोराची तब्येत तपासण्यास सांगितले. तपासणी केल्यावर असे आढळून आले की मोराच्या

तोंडात एक गाठ आहे ज्यामुळे तो तोंड उघडू किंवा बंद करू शकत नाही. तो काहीही खाऊ शकत नाही आणि त्याला खूप वेदना होत होत्या. कलाम यांच्या विनंतीवरून डॉ. कुमार यांनी त्या मोरावर शस्त्रक्रिया केली आणि त्याची गाठ काढून टाकली. त्या मोराला काही दिवस आयसीयूमध्ये ठेवण्यात आले आणि पूर्णपणे बरा झाल्यांनतर त्याला मुघल गार्डनमध्येच सोडण्यात आले.'

टांझानियाच्या बालकाची मोफत हृदय शस्त्रक्रिया

७४ व्या वाढदिवसानिमित्त कलाम १५ ऑक्टोबर २००५ रोजी हैद्राबादेत होते. त्यांच्या दिवसाची सुरूवात टांझानियातील काही हृदयरोगाने ग्रस्त मुलांना भेटून झाली. ज्यांच्यावर हैद्राबादच्या केअर हॉस्पिटलमध्ये शस्त्रक्रिया करण्यात आली होती. त्यांनी प्रत्येक मुलाच्या डोक्यावर हात फिरवला आणि त्यांना दिल्लीहून आणलेले टॉफिचे बॉक्स दिले. बाहेर बसलेले आंध्र प्रदेशचे राज्यपाल सुशील कुमार रेड्डी आणि तेलगू देशमचे प्रमुख चंद्राबाबू नायडू त्यांची वाट पाहत होते. त्यांना समजत नव्हते की या मुलांना त्यांच्यापेक्षा प्राधान्य का दिले जात आहे.

अरूण तिवारी एपीजे कलाम यांच्या चरित्रात लिहितात,

'एकदा सप्टेंबर २००० मध्ये टांझानियाच्या दौऱ्यावर असताना कलाम यांना कळले की जन्मजात हृदयरोगाने ग्रस्त असणारी या ठिकाणची मुले उपचाराअभावी मरत आहेत. तेथून परतल्यावर त्यांनी मला सांगितले की काहीतरी करून त्या मुलांना आणि त्यांच्या मातांना दारेसलामहून हैद्राबादला घेऊन येण्याची मोफत व्यवस्था करा. त्यांनी मला त्यावेळी एअर इंडियाचे अध्यक्ष आणि व्यवस्थापकीय संचालक व्ही. तुलसीदास यांच्याशी बोलण्यास सांगितले. त्यांनी या कामात मदत करण्यास सहमती दर्शवली. त्यांनतर केअर हॉस्पिटलच्या प्रमुख डॉ. सोमा राजू आणि तेथिल मुख्य हृदयरोगतज्ज्ञ डॉ. गोपिचंद मन्नाम यांनीही त्यांच्यावर मोफत शस्त्रक्रिया सहमती दर्शवली. टांझानियाच्या भारतातील उच्चायुक्त इवा न्जारो या मुलांची ओळख पटविण्यासाठी दारेसलाम येथे गेल्या. २४ मुलांना आणि त्यांच्या आईंना दारेसलामहून हैद्राबादला आणण्यात आले. केअर फाउंडेशनने पन्नास लोकांसाठी मोफत बोर्डिंग आणि राहण्याची व्यवस्था केली. हे सर्व लोक एक महिना हैद्रबादमध्ये राहिले आणि उपचार घेतल्यावर सुरक्षितपणे टांझानियाला परतले.

कलाम यांची सॅम मानेकशॉ सोबत भेट

कलाम यांचा कार्यकाळ संपण्याच्या बेतात असताना त्यांनी १९७१ च्या युद्धातील हिरो फिल्डमार्शल सॅम मानेकशॉ यांना भेटण्याची इच्छा व्यक्त केली. त्यांना

भेटण्यासाठी ते उटीला देखील फेब्रुवारी २००७ मध्ये जाऊन आले होते. त्यांना भेटलयानतर कलामांना हे समजले की त्यांना फिल्ड मार्शल ही पदवी तर देण्यात आली पण त्यासोबत मिळणारा भत्ता आणि सुविधा देण्यात आल्या नाहीत. दिल्लीला परतल्यावर त्यांनी त्या दिशेने काहीतरी करण्याचा निर्णय घेतला. फिल्ड मार्शल मानेकशॉ यांच्यासोबत, मार्शल अर्जून सिंग यांनाही हे पद देण्यात आल्यापासून प्रलंबित सर्व भरतीचे पैसे देण्यात आले.

राष्ट्रपती नंतर

राष्ट्रपतीपदावरून निवृत्त झाल्यांनतर कलाम भारतीय व्यवस्थापन संस्था, शिलाँग, भारतीय व्यवस्थापन संस्था, अहमदाबाद आणि भारतीय व्यवस्थापन संस्था इंदोरात व्हिजिटिंग प्रोफेसर बनले. भारतीय विज्ञान संस्था, बंगलोरची मानंद फेलोशीप, भारतीय अंतरिक्ष विज्ञान आणि तंत्रज्ञान संस्था तिरुवंतपुरमचे चान्सलर, आण्णा विद्यापीठात एअरस्पेस इंजिअिरिंगचे प्रोफोसर आणि देशभरातील इतर शैक्षणिक आणि संशोधन संस्थेत सहायक बनले. त्यांनी अंतरराष्ट्रीय माहिति तंत्रज्ञान संस्था, हैद्राबादेत माहिती तंत्रज्ञान आणि बनारस हिंदू विद्यापीठ आणि आण्णा विद्यापीठात तंत्रज्ञान शिकवले.

सन २०११ मध्ये कलामांवर कुडनकुलम अणुउर्जा प्रकल्पावरील भूमिकेबद्दल नागरीकाकडून त्यांच्यावर टीका झाली होती. त्यांनी नागरीकांसोबत न बोलता अणुउर्जा प्रकल्पाच्या स्थापनेला पाठिंबा दिला होता, असा त्यांच्यावर आरोप होता. प्रदर्शनकारी ते दौऱ्यावर असताना भडकलेले होते कारण त्यांना ते एक शास्त्रज्ञ समजत होते, त्यांनी दिलेली आश्वासने लोकांना पटलेली नव्हती.

मे २०१२ मध्ये कलामने भारताचे तरूणांसाठी एक कार्यक्रम सुरू केला ज्याचं नाव होतं, 'मी काय देऊ शकतो चळवळ' याचा मुख्य उद्देश होता भ्रष्टाचाराला हारवणे. त्यांनी इथे तमिळ लिहिणे आणि वेन्नई नावाच्या दक्षिण भारतीय स्ट्रिंग वाद्य यंत्र

वाजवण्याचा पण आनंद घेतला. कलाम कर्नाटक भक्ती संगीत प्रत्येक दिवशी ऐकत होते आणि हिंदू संस्कृतीमध्ये विश्वास ठेवत होते. त्यांना २००३ व २००६ मध्ये 'एमटीव्ही यूथ आइकॉन ऑफ द इयर' साठी नामांकित करण्यात आले होत २०११ मध्ये आलेली हिंदी फिल्म आई ॲम कलाम मध्ये एक गरीब परंतु उज्ज्वल मुलांवर कलामचा सकारात्मक प्रभाव चित्रित केला आहे. त्यांच्या सन्मानार्थ तो मुलगा छाटू जो एक राजस्थानी मुलगा आहे, स्वतःचे नाव बदलून कलाम ठेवतो.

राष्ट्रपती पदावरून पायउतार झाल्यावर देखील ते सक्रिय होते. एकदा त्यांनी म्हटले होते, 'मी आता ८२ वर्षांचा झालो आहे. वडिलाप्रमाणे मी माझा दिवसही पायी चालून सुरू करतो. मी सकाळी सूर्यकिरणे अंगावर घेतो, सूर्योदय होण्यापुर्वीची आभा पहातो, जी सूर्योदय होण्यापुर्वी आकाशात पसरते. अशाप्रकारे पक्षांचा गोड आवाज आणि सकाळची थंड हवा अंगावर घेतो. मी समजतो की सकाळचा किंमती वेळ निसर्गाच्या सान्निध्यात घालवला पाहिजे. प्रत्येक सकाळी अशी आंनदात घालवली म्हणजे दिवसाची सुरूवात चांगली होते. निसर्गाकडून रोज हे एक नाट्य पहायला मिळते. मी सगळयापासून स्वतःला दूर ठेवू शकत नाही.

डॉ. कलमचे निधन

डॉ. एपीजे अब्दुल कलामने म्हटले होते,

'मी हे गर्वाने तर नाही म्हणू शकत की माझे जीवन कोणासाठी आदर्श बनू शकते, परंतु ज्याप्रकारे माझी नियतीने आकार घेतला, त्यातून एखाद्या गरीब मुलांना प्रेरणा तर आवश्यक मिळेल जी लहान गावात जन्माला येऊन कसल्याही सुविधा नसताना शिकला. कदाचित हे अशा मुलांना त्याच्या मागसलेपणाची आणि निराशेच्या भावनेपासून मुक्त करण्यास मदत करील.'

कलाम ऑक्टोबर २०१५ मध्ये ८४ वर्षाचे होणार आहेत. त्यांच्या निधनापूर्वी जवळजवळ ९ तासापुर्वी त्यांनी ट्विट करून सांगितले होते की ते शिलाँग आईआई मध्ये लेक्चर देण्यासाठी चालले आहेत.

अब्दुल कलाम हॉस्पीटलमध्ये ॲडमिट करण्याची बातमी ऐकताच मेघालयाचे राज्यपाल व्ही षण्मुखानाथन तिथे पोहचले. नंतर षणमुखनाथने सांगितले की डॉक्टरांनी त्यांना वाचविण्याचा प्रयत्न केल्यानंतरही सायंकाही ७:४५ वाजता त्यांचे निधन झाले.

अंतिम संस्कार

मृत्यूनंतर लगेच कलामच्या शरीराला भारतीय वायु सेनेच्या हॅलिकॅप्टरातून शिलाँग ते गुवाहटीला आणण्यात आले. जिथे दुसऱ्या दिवशी २८ जुलै रोजी माजी राष्ट्रपती ए. पी. जे अब्दुल कलामचे पार्थिव शरीर मंगलवारी दुपारी वायुसेनेच्या विमान सी - १० जे हरक्युलसने दिल्लीला नेण्यात आले. जवळजवळ १२:१५ वाजता विमान पालम विमानतळावर उतरले. सुरक्षा बलाने पूर्ण सन्मानासहित कलामचे पार्थिव शरीराला उतरवण्यात आले. तिथे पंतप्रधान नरेंद्र मोदी, राष्ट्रपती प्रणव मुखर्जी, दिल्लीचे मुख्यमंत्री अरविंद केजरीवाल व तिन्ही सैन्य दलाचे प्रमुख त्याचे नेतृत्त्व केले आणि कलामचे पार्थिव शरीरावर पुष्पहार अर्पित केले.

त्यांनतर तिरंग्यात लपेटलेल्या कलामच्या पार्थिवावर पूर्ण सन्मानासहित एक गन कॅरिजमध्ये ठेवून त्यांचे निवास १० राजाजी मार्गावर आणण्यात आले. इथे माजी पंतप्रधान मनमोहनसिंह, काँग्रेस अध्यक्ष सोनिया गांधी, राहूल गांधी आणि उत्तर प्रदेशचे मुख्यमंत्री अखिलेश यादव सहित अनेक गणमान्य लोकांनी त्यांना श्रद्धांजली

दिली. भारत सरकारचे माजी राष्ट्रपतीच्या निधनाप्रसंगी त्यांचा सन्मान म्हणून सात दिवसाचा राष्ट्रीय दुखवटा जाहीर केला.

२९ जुलैच्या सकाळी वायुसेनेचे विमान सी - १३० जे मधून भारतीय ध्वजात लपटलेले कलामचे पार्थिव विमानाने मदुरेला पाठवण्यात आले. विमान दुपारपर्यंत मदुरेच्या विमानतळावर पोहचले. त्यांच्या पार्थिवाला तिन्ही दलाच्या प्रमुखाने आणि राष्ट्रीय व राज्य गणमान्य व्यक्तीने कॅबिनेट मंत्री मनोहर पर्रीकर, वैकंया नायडू, पॉन राधाकृष्णन आणि तमिळनाडू आणि मेघालयाचे राज्यपाल रोसैया आणि षण्मुखानाथनने विमानतळावर प्राप्त केले. एका लहान कार्यक्रमानंतर कलामच्या शरीराला एका वायुसेनेच्या हॅलिकॅप्टरमधून मंडपममध्ये पाठवले. मंडपममधून कलामच्या पार्थिवाला त्यांच्या रहाते घर रामेश्वरमला एक आर्मी ट्रकमधून पाठवण्यात आले. अंतिम श्रद्धांजली देण्यासाठी त्यांच्या शरीराला स्थानीक बस स्टेशनच्या समोर एका मोकळ्या मैदानात ठेवण्यात आले, तिथे लाकांनी त्यांचे अंतिम दर्शन घेतले.

३० जुलै २०१५ रोजी माजी राष्ट्रपतीला पूर्ण सन्मानाने रामेश्वरम के. पी. करूम्बू मैदानात दफन करण्यात आले. पंतप्रधान मोदी, तमिळनाडूचे राज्यपाल आणि कर्नाटक, केरळ आणि आंध्र प्रदेशचे मुख्यमंत्र्यासहित ३,५०,००० पेक्षा अधिक लोकांनी अंतिम संस्कारात भाग घेतला.

२७ जुलै १०१५ रोजी शिलाँगमध्ये त्यांचे अचानक निधन झाल्यांनतर ३० जुलै २०१५ रोजी रामेश्वरमच्या पेई करूम्बू मध्ये त्यांना दफन करण्यात आले. दफन स्थळावर एक स्मारक बांधण्यात आले आहे.

प्रतिक्रीया

कलामांच्या निधनाने देशभर आणि सोशल मीडियावर माजी राष्ट्रपतीला श्रद्धांजली देण्यासाठी अनेक कार्यक्रम घेण्यात आले. भारत सरकाने कलामला सन्मान देण्यासाठी सात दिवसांचा राष्ट्रीय दुखवटा जाहर केला. राष्ट्रपती मुखर्जी, उपराष्ट्रपती हामिद अन्सारी, गृह मंत्री राजनाथ सिंह आणि इतर नेत्यांने माजी राष्ट्रपतींच्या निधनावर शोक व्यक्त केला.

पंतप्रधान नरेंद्र मोदीने म्हटले,

'त्यांचे (कलामांचे) निधन वैज्ञानिक समुदायासाठी मोठे नुकसानकारक आहे. ते भारताला उंचीवर घेऊन गेले. त्यांनी आपल्याला मार्ग दाखवला.' माजी पंतप्रधान *मनमोहनसिंह ज्यांनी कलाम सोबत पंतप्रधान म्हणून काम केले होते. ते म्हणाले, 'त्यांच्या मृत्यूने आपल्या देशाने एक महान मनुष्य गमावला आहे. ज्याने आपल्या*

देशाच्या सुरक्षा तंत्रज्ञानात आत्मनिर्भर करण्यास योगदान दिले. मी पंतप्रधान म्हणून कलामसोबत फार जवळून काम केले आहे. मला आपल्या देशाचे राष्ट्रपती म्हणून त्यांनी केलेले मार्गदर्शन उपयोगाचे ठरले. त्यांचे जीवन आणि काम पुढील पिढी लखात ठेवील. '

दलाई लामाने त्यांची संवेदना आणि प्रार्थना व्यक्त केली आणि कलाम यांच्या मृत्यूला एक अभूतपूर्व नुकसान' असे म्हटले. त्यांनी असे पण म्हटले, अनेक वर्षांत मला अनेक ठिकाणी कलामसोबत बोलण्याची संधी मिळाली. ते एक महान शास्त्रज्ञ, शिक्षणतज्ज्ञ आणि राजकरणी नव्हते, तर ते खरोखर एक सज्जन होते, आणि नेहमी मी त्यांचे साधेपण आणि नम्रता याचे कौतूक केले आहे. मी सामान्य हिताच्या अनेक विषयांवर दीर्घ अशी चर्चा केली. परंतु विज्ञान, आध्यात्म आणि शिक्षण या विषयावर खास करून आमच्यात चर्चा होत असे.'

दक्षिण एशियाई नेत्यांने आपली संवेदना व्यक्त केली आणि दिवंगत राजकीय नेत्यांचे कौतक केले. भुतान सरकारने कलामच्या मृत्यूवर शोक व्यक्त केला आणि त्यांनी देशाचा राष्ट्रध्वज अर्ध्यावर ठेवला आणि श्रद्धांजली म्हणून १००० तुपाचे दिवे भेट दिले. भुतानचे पंतप्रधान शेरिंग तोबगे यांनी कलामबद्दल सखोल असे

दु:ख व्यक्त करीत म्हटले, ते एक महान नेते होते ज्यांचे सर्वांने कौतूक केले आहे खास करून भारताच्या तरूणांचे ते आदरणीय व्यक्ती होते ज्यांना आपण जनतेचे राष्ट्रपती म्हणतो.'

बांग्लादेशाचे पंतप्रधान शेख हसिनाने त्यांची व्याख्या करीत म्हटले, 'एक महान राजकीय नेते, प्रसिद्ध शास्त्रज्ञ आणि दक्षिण एशियाचे तरूण पिढीसाठी प्रेरणास्त्रोताचा संगम.' यांनी कलामच्या मृत्यूला 'भारताचे भरून न येणारे नुकसान असे म्हटले.' त्या असे पण म्हणाल्या, 'भारताचे सुप्रसिद्ध पुत्र, माजी राष्ट्रपतीच्या निधनाने त्यांना धक्का बसला आहे. ए. पी. जे अब्दुल कलाम त्यांच्या काळात सुप्रसिद्ध महान ज्ञानीपैकी एक होते. ते बांग्लादेशातही फार सन्मानीय समजले जातात. त्याचं विज्ञान आणि तंत्रज्ञानाच्या क्षेत्रात भारताचा विकास करण्यासाठी अमूल्य योगदानासाठी ते सर्वांकडून नेहमी लक्षात ठेवले जातील. ते दक्षिण एशियासाठी तरूण पिढीसाठी प्रेरणास्त्रोत होते, जे त्यांच्या स्वप्नांना पंख देत होते. '

बांग्लादेश नेशनॅलिस्ट पार्टीच्या प्रमुख खालिदा झियाने म्हटले, 'एक अणु शास्त्रज्ञ म्हणून त्यांनी लोकांच्या कल्याणासाठी स्वत:ला समर्पित केले.' अफगाणिस्तान चे राष्ट्रपती अशरफ गनीने कलामला 'लाखो लोकांसाठी एक प्रेरणादायक व्यक्ती' असे

म्हटले. पुढे ते म्हणाले, 'आपल्याला त्यांच्या जीवनापासून बरेच काही शिकायचे आहे.'

नेपाळचे पंतप्रधान सुशील कोईरालाने भारतासाठी कलामच्या वैज्ञानिक योगदानाचे स्मरण केले. 'नेपाळने एक चांगला मित्र गमावला आहे आणि मी एक सन्माननीय आणि आदर्श व्यक्ती गमावला आहे.' पाकिस्तानचे राष्ट्रपती ममनून हुसैन आणि पाकिस्तानचे पंतप्रधान नवाज शरीफने माजी राष्ट्रपतीच्या निधनावर दुःख व्यक्त कले. संवेदना जाहीर केली.

श्रीलंकेचे राष्ट्रपती मैत्रिपाला सिरिसेना म्हणाले, 'कलाम खंबीर विश्वास आणि अदम्य भावना असणारे व्यक्ती होते. मी त्यांना जगातला एक आदर्श नेते म्हणून पाहिले होते. त्यांचा मृत्यू भारतासाठीच नाही, तर संपूर्ण जगासाठी एक भरून न येणारे नुकसान आहे. '

इंडोनिशियाचे राष्ट्रपती सुसीलो बम्बनग युधोयोनो, मलेशियाचे पंतप्रधान नजीब रजाक, सिंगापूरचे पंतप्रधान ली लुंग, संयुक्त अरब अमिरातचे राष्ट्रपती शेख खलिफा बिन जायद अल नहयान सहित इतर अंतराष्ट्रीय नेते आणि संयुक्त अरब अमिरातचे पंतप्रधान आणि दुबईचे शासकने देखील कलाम यांना श्रद्धांजली अर्पण केली.

रशियन राष्ट्रपती व्लादीमीर पुतीनने भारत सरकार, भारताचे सर्व लोकांसाठी मृतकाच्या नातेवाईकांबद्दल गंभीर अशा संवेदना व्यक्त केल्या आणि सहानुभूती आणि समर्थन असल्याचे स्पष्ट करीत म्हटले, 'कलामला माझा देश मैत्रिपूर्ण संबंधासाठी स्मरणात ठेवील. त्यांनी भारताला सुरक्षित ठेवण्यासाठी सामाजिक, आर्थिक, वैमानीक आणि तांत्रीक प्रगतीसाठी व्यक्तिगत योगदान दिले. त्यांनी परस्पर स्वरूपात रशिया, आणि भारताचा फायदा होईल असे बरेच काही केले. '

संयुक्त राज्य अमेरिकेचे राष्ट्रपती बराक ओमाबाने म्हटले, 'अमेरिकेच्या लोकांच्या वतीने मी माजी राष्ट्रपती एपीजे अब्दुल कलाम यांच्या निधनावररताच्या लोकांसाठी माझी सखोल अशी संवेदना व्यक्त करतो. एक शास्त्रज्ञ आणि राजकीय नेते, कलामने आपल्या निवनम्रतेने देशात आणि देशाबाहेर सन्मान प्राप्त केला आणि भारताचे सर्वात महान नेत्यापैकी एक बनले. भारत-अमेरिकेच्या मजबूत संबंधासाठी डॉ. कलामने नेहमी बाजू मांडली. १९६२ मध्ये संयुक्त राज्य अमेरिकेच्या दौऱ्यावर असताना नासासोबत अंतरिक्ष सहकार्य दृढ करण्याचे काम केले. भारताचे राष्ट्रपती म्हणून त्यांच्या कार्यकाळात अमेरिका-भारत संबंधात अभूतपूर्व वाढ झाली. खऱ्या

अर्थाने 'पिपल्स प्रेसिडेंट' (जनतेचे राष्ट्रपती) ने सार्वजनिक सेवा, विनम्रता आणि सर्पणाने जगभरातील लाखो भारतीयांना आणि समर्थकांना एक प्रेरणा दिली. '

२७ जुलै, २०१५ रोजी कलामने भारतीय व्यवस्थापन संस्था शिलाँगमध्ये 'एक रहाण्यायोग्य गृह पृथ्वी निर्माण' वर लेक्चर देण्यासाठी शिलाँगचा प्रवास केला. पायऱ्या चढताना त्यांना अडचण आली. खेळाडू आणि उत्साही डॉ. कलामने थोडा आराम केला आणि त्यांनतर सभागृहात हजर झाले. जवळजवळ ६:३५ च्या त्यांच्या लेक्चरनंतर पाच मिनीटाने ते बेशुद्ध पडले. गंभीर आवस्थेत त्यांना जवळच्या बेथनी हॉस्पीटलमध्ये नेण्यात आले. डॉक्टरांनी त्यांची नस तपासली. जगण्याचे कोणतेही लक्षणं नव्हती. उपचार चालू असतानाच ७:४५ वाजता त्यांना अचानक हार्ट अटॅक आला आणि त्यातच त्यांचा मृत्यू झाला.

८३ वर्षीय जगप्रसिद्ध मिसाईल मॅन भौतीक जग सोडून गेले. त्यांचे रहिवास ठिकाण रामेश्वरममध्ये ३० जुलै २०१५ रोजी माजी राष्ट्रपतींना राजकीय सन्मानासहित रामेश्वरमच्या पेई करूम्बू मैदानात त्यांचे दफन करण्यात आले. अंतिम संस्कारात ३५०,००० पेक्षा अधिक लोक सहभागी झाले होते. ज्यात तत्कालीन पंतप्रधान, तमिळनाडूचे राज्यपाल आणि कर्नाटक, केरळ आणि आंध्र प्रदेशचे मुख्यमंत्री यांचा समावेश होता.

डॉ. एपीजे अब्दुल कलामचे स्मारक

अवुल पाकिर अब्दुल कलाम, ज्यांना एपीजे अब्दुल कलाम या नावाने ओळखले जाते. ते भारताचे ११ वे राष्ट्रपती होते. कलामचा जन्म आणि पालन पोषण रामेश्वरममध्ये झाले आणि ते शास्त्रज्ञ बनले तसेच डीआरडीओ आणि इस्त्रोसाठी काम केले. २७ जुलै २०१५ रोजी शिलाँगमध्ये त्यांचे अचानक निधन झाल्यांनतर ३० जुलै २०१५ रोजी रामेश्वरमच्या पेई करूम्बू मैदानात दफन केले. दफनस्थळी एक स्मारक बांधण्यात आले आहे. स्मारकात आपण निवडक फोटो, पेटिंग आणि मिसाईल आदी लहान मॉडेल पाहू शकता. स्मारक रामेश्वरमपासून १ कि. मी. अंतरावर आहे.

आज कलाम आपल्यात नसतील, पण त्यांचे ध्येय अपूर्ण रहायला नको आहे आणि ते पूर्ण करणे देशातील प्रत्येक नागरीकांचे कर्तव्य असायला हवे. चला, शपथ घ्या की जोपर्यंत आपण ते पूर्ण करीत नाही सुखाने झोपणार नाही.

डॉ. एपीजे अब्दुल कलाम स्मारक तमिळनाडूच्या रामेश्वरमच्या बेटावर असलेल्या शहरात करूम्बूत डीआरडीओने कलामांच्या स्मरणार्थ बांधले आहे. याचे उदघाटन जुलै २०१७ मध्ये पतंप्रधान नरेंद्र मोदीने केले होते. प्रदर्शनासाठी रॉकेट आणि मिसाईलची प्रतिकृती आहेत. ज्यासोबत कलामने काम केले होते. लोकनेत्याची जीवन दर्शवणारी शेकडो चित्रे, संबंधित पेटिंग देखील आहेत. बसलेले आणि उभा मुद्रेतील नेत्याची आणखी लहान मूर्त्या आहेत.

धार्मिक तसेच आध्यात्मिक विचार

'जहां हृदय में धार्मिकता होती है, वहां चरित्र में सुदरता होती है।
जब चरित्र में सुंदरता होती है, तो घर में सदभाव होता है।
जब घर में सदभाव होता है, तो राष्ट्र में व्यवस्था होती है।
जब राष्ट्र में व्यवस्था होती है, तो दुनिया में शांति होती है।

डॉ. एपीजे अब्दुल कलाम

अब्दुल कलाम एक सुन्नी मुसलमान होते. ते त्यांचा धर्म खाजगी ठेवत असत. ते रमजानमध्ये नमाज आणि उपवास सारख्या इस्लामी नियमांचे पालन करीत. डॉ. अब्दुल कलामने धार्मिक आणि अंतर - धार्मिक सन्मानाचे मूल्य आपल्या पित्याकडून शिकले. डॉ. अब्दुल कलाम यांचा ईश्वरावर गाढ श्रद्धा होती. त्यांचे पुस्तक 'विंग्ज ऑफ फायर' मध्ये डॉ. अब्दुल कलाम लिहितात, ते ईश्वरासोबत कामाची भागीदारी करतात. ते फज्र च्या नमाजादरम्यान समस्यावर उपाय शोधण्याचा प्रयत्न करायला हवा असे मानत.

जनतेचे राष्ट्रपती भारताचे मिसाईल मॅन एपीजे अब्दुल कलाम यांच्या जीवनाच्या एका बाजूबद्दल कोणी बोलत नव्हते, ते म्हणजे त्यांचे धार्मिक असणे. असे कदाचित यामुळे की सामान्य धारणेत वैज्ञानिक तर्कसंगत आणि मोकळया विचाराचा व्यक्ती असतो आणि कदाचित तो धार्मिक देखील नसतो. काहीजण नास्तीक किंवा निधर्मी समजतात.

कलामने गीता आणि कुरणाचा अभ्यास केला होता. ते तिरुक्कुरलचे देखील पालन करीत होते. ते त्यांच्या भाषणात कुरलचा उल्लेख करीत होते. कलाम धर्माला खाजगी प्रकरण समजत. त्यांनी कधीही दिखाव्यासाठी धर्माचे पालन केले नाही. ते धार्मिक होते, परंतु त्यांनी कधीही त्यांची धार्मिक मते इतरांना सांगितली नाहीत किंवा तसा प्रयत्न देखील केला नाही.

दररोज सकाळची नमाज अदा करीत

अति व्यस्त असतानाही कलाम नमाजासाठी थोडा वेळ काढत. त्यांना वीणा वादन आवडायचे. डॉ. अब्दुल कलामचे प्रेस सचिव राहिलेले एस एम खाँने सांगितले की रूद्र वीणा वादन करण्याची आवड होती. डॉ. अब्दुल कलाम पायी चालणे पसंत

करायचे. ते पण सकाळी दहा वाजता किंवा दुपारी चार वाजता. ते त्यांचा नास्ता सकाळी साडे दहा वाजता घेत. म्हणून लंचसाठी त्यांना उशीर होत असे आणि डिनर रात्री बारानंतर. डॉ. कलाम धार्मिक मुसलमान होते आणि दररोज सकाळची म्हणजे फज्रची नमाज अदा करीत. मी नेहमी त्यांना कुराण आणि गीता वाचताना पाहिले आहे. ते स्वामी थिरुवल्लुवरच्या उपदेशांचे पुस्तक 'थिरुक्कुरल तमिळमध्ये वाचत. ते पक्के शाकाहारी होते. दारूपासून ते दूर होते. सर्वांना सांगून ठेवले होते की ते ज्या ठिकाणी थांबतील त्यांना शाकाहारी जेवन द्यावे. त्यांना कोणी 'महामहिम किंवा हिज एक्सलेंसी म्हणणे अजिबात पसंत नव्हते.' परंतु काही वर्तूळात भगव्या छावणीबद्दल त्यांचा 'सॉफ्ट कार्नर' असल्याची तक्रार अनेकदा केली जात होती. त्या छावणीतून असा संदेश देण्याचा प्रयत्नही करण्यात आला की भारतीय मुस्लामांनी त्यांच्याप्रमाणे असले पाहिजे आणि जो या मापदंडावर खरा उतरणार नाही, त्याच्या वर्तनावर प्रश्न उपस्थित केले जाऊ शकतात.

भारतीय जनता पार्टीच्या समान नागरी कायद्याचे कलामने समर्थन केल्यावर अनेकांना नवल वाटले होते. डावे आणि बुद्धिजीवीच्या एका वर्गाला त्यांचे सत्य साईबाबाला भेटण्यासाठी पुट्टपार्थीला जाणे देखील खटकले होते. त्यांची तक्रार होती की विज्ञानवादी विचाराच्या व्यक्तीने असे केल्याने लोकांसमोर चुकीचा संदेश जातो.

धर्म आणि आध्यात्मिकता या गोष्टी कलामसाठी आयुष्यभर महत्त्वाच्या होत्या. त्यांनी आध्यात्मिक प्रवासाचे वर्णन त्यांचे शवेटचे पुस्तक 'ट्रान्सेंडेन्स: माई स्पिरिच्युअल एक्सपिरीयन्स विथ प्रमुख स्वामीजी' यात केले आहे.

इस्लाम

रमजान असताना दररोज नमाज आणि उपवास करणे हे सुन्नी असलेल्या कलाम यांच्या जीवनाचा अविभाज्य भाग होता. त्यांचे वडील, जे त्यांच्या गावी रामेश्वरममधील एका मशिदीचे इमाम होते, त्यांनी त्यांच्या मुलांमध्ये या इस्लामिक रीतिहरवाजांना कोटेकोरपणे रूजवले. त्यांच्या वडिलांनी तरूण कलाम यांना आंतरधर्मिय आदर आणि संवादाचे मूल्य देखील शिकवले. कलाम आठवतात त्याप्रमाणे दररोज संध्याकाळी माझे वडील ए. पी. जैनुलाब्दीन, एक इमाम, रामनाथस्वामी हिंदू मंदिराचे मुख्य पुजारी लक्ष्मण शास्त्री आणि एक चर्च पुजारी हे तिघे गरम चहा पित एका ठिकाणी बसून बेट या विषयावर चर्चा करीत असत.'

अशाप्रकारे सुरूवातीच्या संपर्काने कलामला आश्वस्त केले की असंख्य मुद्यांचे उत्तर देशाच्या धर्मिक, सामाजिक आणि राजकीय देत्यांत असणाऱ्या संवाद आणि

सहकार्यात आहे. कलाम यांचे मत होते की इतर धर्मियांचा आदर हा इस्लामच्या प्रमुख स्तभांपैकी एक आहे. म्हणूनच त्यांना असे म्हणायचे होते की 'महान पुरूषासाठी धर्म हा मित्र बनवण्याचा एक मार्ग आहे. लहान पुरूष धर्माला युद्धाचे शस्त्र बनवतात.'

भारतातील विविध गटांमध्ये कलाम यांच्या व्यापक लोकप्रियतेचा एक घटक आणि त्यांच्या वारशाचा एक कायमचा पैलू म्हणजे भारतातील अनेक आध्यात्मिक आणि सांस्कृतिक परंपराच्या विविध घटकांचे कौतूक करण्यात त्यांनी दाखवलेला समन्वय आहे. कुराण आणि इस्लामीक पद्धतींवरील त्यांच्या श्रद्धेव्यतिरिक्त, कलाम हिंदू परंपरामध्येही पारंगत होते. त्यांनी संस्कृत शिकले. भगवतगीता वाचली आणि शाकाहारी होते. कलाम यांना तमिळ कविता लिहिणे, वीणा वाजवणे आणि दररोज कर्नाटक भक्ती संगीत ऐकणे देखील आवडायचे.

२००२ मध्ये राष्ट्रपती बनल्यांनतर संसदेत केलेल्या त्यांच्या सुरूवातीच्या भाषणापैकी एकात त्यांनी अखंड भारताची इच्छा व्यक्त केली आणि म्हटले की, गेल्या वर्षभरात मी सर्व धर्मांच्या आध्यात्मीक नेत्यांना भेटलो.. आणि माझ्या देशाच्या विविध परंपरामध्ये मनाची एकता निर्माण करण्यासाठी प्रयत्न करील. '

कलाम हे विविध परंपरांमधील पूल असल्याचे वर्णन करताना काँग्रेस नेते शशी थरूर म्हणाले, कलाम हे एक संपूर्ण भारतीय होते, त्यांनी भारताच्या विविध वारशाच्या सर्वांगीनतेला मूत्र रूप दिले होते.' भारतीय जनता पक्षाचे नेते लालकृष्ण

अडवाणी यांनी मान्य केले की कलाम कलाम हे 'भारताच्या कल्पनेचे सर्वोत्तम उदहरण होते, जे सर्व सांस्कृतीक आणि आध्यात्मिक परंपरांमध्ये सर्वोत्तम मूर्त रूप देत होते. जे अफाट विविधतेत भारताची एकता प्रतिबिंबित करते. हे त्यांच्या दुसऱ्या ते शेवटच्या पुस्तकात स्पष्टपणे व्यक्त केले गेले होते, ज्याचे दूरदर्शी शीर्षक होते ट्रान्ससेंडन्सः माई स्पिरिच्युअल एक्सपिरियन्स विथ प्रमुख स्वामी '

प्रमुख स्वामी गुरूच्या रूपात

कलाम यांची आध्यात्मिक नेत्यांना भेटण्याची इच्छा अधिक समृद्ध, आध्यात्मिक आणि एकिकृत भारत बनवण्यास ममदत करण्यासाठी होती, जे सुरूवातीला स्वामीनारायण संप्रदायाचे हिंदू गुरू प्रमुख स्वामीला भेटण्यासाठी प्रेरित केले. ज्यांनी कलाम आपल्या अंतिम आध्यात्मिक शिक्षक आणि गुरू समजत. चौदा वर्षाच्या वयात कलाम आणि स्वामी मध्ये आठ वेळा बैठकी झाल्या, त्यात पहिली बैठक ३० जून २००१ रोजी नवी दिल्ली येथे झाली. या भेटीत कलामने प्रमुख स्वामीचा साधेपणा आणि आध्यात्मिक शुद्धतेबद्दल तात्काळ आकर्षित होण्याचे वर्णन केले. कलामने

म्हटले की ते आपल्या अनेक इंटरॅक्शन दरम्यान प्रमुख स्वामी ने प्रभावित झाले. अशीच एक घटना सप्टेंबर २००२ मध्ये ए. पी. एस च्या अक्षरधाम, गांधीनगर परिसरात आंतकवादी हल्ल्यानंतर दुसऱ्या दिवशी घडली. प्रमुख स्वामीने आंतकवाद्यांसहित सर्व मृतकांसाठी प्रार्थना केली आणि पवित्र जल शिंपडले. कलामांना प्रमुख

स्वामीची समता आणि करुणेने प्रभावित झाल्याचे म्हटले. या घटनेचा उल्लेख करीत त्यांनी ट्रान्सेडन्सः प्रमुख स्वामीजीसोबत माझे आध्यात्मिक अनुभव लिहिण्यासाठी आपल्या प्रेरणेपैकी एक असे सांगितले. प्रमुख स्वामीजीने त्यावर जो प्रभाव पाडला होता, त्याचा सारांश असा, कलाम म्हणाले, 'स्वामीजीने वास्तवात मला बदलून टाकले. ते माझ्या जीवनातील आध्यात्मिक उत्थानाचे अंतिम टोक आहे. ....प्रमुख स्वामीजीने मुला एक ईश्वर समकालीक कक्षात टाकले आहे. आता कोणत्याही युक्तीची गरज नाही, कारण मी अंनतकाळात माझ्या अंतिम स्थितीत आहे.'

कलाम डॉ. अब्दुल कलाम हरियाणाच्या गुरुग्रामच्या मानसरोवरात राष्ट्रीय सुरक्षा गार्डला ध्वज देण्यासाठी आले होते. योगायोगाने तो रमजानचा पहिला रोजा होता आणि त्यांना रोजा होता. त्यांनी त्यांच्यसमारे ठेवलेला पाण्याचा ग्लासला हात पण लावला नाही. कलाम साहेब राष्ट्रपती भवनात इफ्तारचे आयोजन देखील करीत होते आणि त्याचा खर्च ते स्वःत करीत. ते स्वदेशी मिसाईल तयार करण्याबाबत जितके गंभीर होते तितके ते इस्लाम आणि हदिसबद्दल होते. त्यांना दोन्हीचा चांगला अभ्यास होता आणि ते नेहमी धार्मिक ग्रंथातले उदहरण देत.

एपीजे अदुल कलामने अरूण तिवारीसोबत मिळून नारायणस्वरूपदास स्वामीच्या जीवनावर एक पुस्तक लिहिले आहे. ज्यांच्या शिष्याने अक्षरधाम मंदिराची श्रखंला निर्माण केली आहे - ट्रांसेंडेंस या पुस्तकात त्यांनी इस्लाम आणि दुसऱ्या धर्माबद्दल आपल्या तर्काला खरे ठरविण्यासाठी कुराणातल्या अनेक आयत सांगितल्या आहेत.

एपीजे अब्दुल कलामच्या जीवनावर पुस्तकांचा संग्रह

कलामच्या कार्यकाळादरम्यान राष्ट्रपती भवनात माहिती अधिकारी म्हणून काम करणारे एस एम खानने त्यांचे पुस्तक 'द पिपल्स प्रेसिडेंट' मध्ये कलामच्या शुक्रवारच्या नमाजासाठी मस्जिदमध्ये जाण्याचे अनेक चित्रे काढली आहेत. त्यात एक खास चित्र दिल्लीच्या फत्तेपूर मस्जिदमध्ये शुक्रवारी नमाजासाठी ते येत असल्याचा आहे.

पुस्तकातील एका चित्रात कलामला अहमदाबादेत सूफी संत शेख अहमदच्या दर्ग्यावर चांदर अंथरत असताना आणि दाऊद बोहरा मुसलमानाच्या आध्यात्मिक गुरू सैयदना बरुहादुद्दीनसोबत चर्चा करताना दाखवल आहे. जेव्हा कलाम पहिल्यांदा

पायलट बनण्यासाठी मुलाखत देण्यास चेन्नई ते दिल्ली आले होते, तर त्यांनी आपले पुस्तक 'विंग्स ऑफ आयर मध्ये त्या प्रवासाचे अनेक ठिकाणी वर्णन केले होते. दिल्लीबद्दल आपल्या वर्णनात त्यांनी दिल्लीला 'हजरत निजामुद्दीनचे शहर' असे म्हटले आहे.

आचार्य महाप्रज्ञ आणि एपीजे अब्दुल कलामने मिळून एक पुस्तक लिहिले आहे ज्याचे नाव 'द फॅमिली अँड द नेशन' या पुस्तकात पेज नंबर १२२ वर नमाज आणि त्याची आध्यात्मिकता याचा खास उल्लेख आहे. अशाप्रकारे कलामने आपले दुसरे पुस्तक 'यू आर बॉर्न टू ब्लासम - द वूइंग ऑफ ग्रेन अँड क्ले' च्या पहिल्या प्रकरणात इस्लाम, तौहिद आणि कुराणचा सविस्तर उल्लेख केला आहे.

कलामचे सचिव राहिलेले पी एम नायरने त्यावर 'द कलाम इफेक्ट' नावाचे पुस्तक देखील लिहिले आहे. ज्यात त्यांना एक धार्मिक व्यक्ती म्हणून सांगितले आहे.

कलामने धर्माला फारच खाजगी ठेवले. ते मुसलमान आहेत आणि सामान्य मुसलमानाप्रमाणे रोजा आणि नमाज ठेवत होते, परंतु इतरांना दाखविण्यासाठी कधी कोणता दिखावा केला नाही.

त्यांचे वडील तिथे मस्जिदचे इमाम होते. कलामने बालपणीच कुराणाचा अभ्यास केला होता. इश्वरने त्यांच्या गाढ श्रद्धेचा पुरावा म्हणून त्यांचे पुस्तक विंग्स ऑफ फायर'च्या पेज नंबर ४९ वर सापडतो. ते लिहितात, 'मी नेहमी एक धार्मिक व्यक्ती होतो, या श्रद्धेने मी ईश्वरासोबत काम करीत रहातो. '

आपल्या एका पुस्तकात ते लिहितात, 'जेव्हा देखील त्यांना एखाद्या समस्येचे उत्तर सापडत नसेल तर फज्रच्या नामाजाच्या वेळी त्याचे उत्तर शोधण्याचा प्रयत्न करीत.

कलाम साहेब आपले पुस्तक टर्निंग पॉइटमध्ये एक घटनेच्या संदर्भात लिहितात. त्यांच वडील जेव्हा गावचे सरपंच म्हणून निवडले गेले, तर कोणी अज्ञात व्यक्ती त्यांच्या घरी आला आणि त्यांना एक भेट दिली.

त्यावेळी त्यांचे वडील घरी नव्हते आणि ते परत आल्यावर कलामने त्यांना भेट दाखवली. ते फार क्रोधित झाले. हदीसचा हवाला देत त्यांना सक्त सल्ला दिला की 'पदा' चा दुरूपयोग करू नकोस.

कलामने हा धडा शिकला आणि हा धडा जीवनभर त्यांच्यासोबत राहिला. आपल्या कार्यकाळाच्या शेवटी आणि मृत्यूच्या वेळी, त्यांची एकूण संपत्ती काही हजार पुस्तके आणि काही कपड्याच्या जोड्या ही होती.

कलाम साहेब आचार्य आणि सूफी संताच्या सान्निध्यात होते. त्यांनी त्यांचे पुस्तक दक्षिण भारत, गुजरात, दिल्ली, राजस्थान, यूपीचे अनेक संत, ऋषी आणि पुजारी यांच्या नावाचा उल्लेख केला आहे. त्यांनी सूफी संत रूमीच्या संदर्भात बरेच वाचले होते. त्यांचे वडील देखील रामेश्वरम मंदिराचे मुख्य पुजारी आणि त्या ठिकाणचे पादरी फार जवळचे होते.

लेखन: इंडिया २०२०

आपले पुस्तक इंडिया २०२ मध्ये कलामने भारताला २०२० पर्यंत ज्ञान महाशक्ती' आणि एक विकसित राष्ट्र म्हणून विकसित करण्याच्या योजनेचे जोरदार समर्थन केले आहे. त्यांनी भारताच्या अणु हत्यार कार्यक्रमावर आपल्या कामाला भविष्यातील महाशक्तीच्या रूपात भारताच्या स्थानाला स्थापित करण्याची पद्धत मानली.

त्यांनी पाच क्षेत्र निवडले जिथे भारताकडे एकिकृत कारवाईसाठी मुख्य क्षमता आहेत-

१) कृषी आणि अन्न प्रक्रिया २) शिक्षण आणि आरोग्य सेवा

३) माहिती आणि संवाद तंत्रज्ञान

४) देशाच्या सर्व भागांमध्ये पायाभूत सुविधा, विश्वासार्ह आणि दर्जेदार वीज, भपृष्ठ वाहतूक आणि पायाभूत सुविधा आणि

५) महत्त्वाच्या तंत्रज्ञानात स्वावंलबन .

हि पाच क्षेत्रे एकमेकांशी जवळून जोडलेले आहेत आणि जर त्यांचा समन्वित पद्धतीने पाठपुरावा केला तर अन्न, आर्थिक आणि राष्ट्रीय सुरक्षेला चालना मिळले.

कलाम यांनी त्यांच्या आयुष्यातील एका परिवर्तनकारी क्षणाचे' वर्णन केले आहे जेव्हा त्यांनी बीएपीएस स्वामीनारायण पंथाचे गुरू प्रमुख स्वामी यांना विचारले होते की, 'भारत विकासाचे हे पंचमितीय दृष्टीकोण कसे साकार करू शकेल?'

प्रमुख स्वामीचे उत्तर होते, 'गुन्हेगारी आणि भ्रष्टाचाराच्या सद्याच्या वातावरणावर मात करण्यासाठी देवावर आणि आध्यात्मावर श्रद्धा विकसित करण्यासाठी सहावे क्षेत्र जोडावे. '

कलाम यांच्या आयुष्यातील पुढील १५ वर्षासाठी हा त्यांचा आध्यात्मिक दृष्टीकोण बनला, ज्याचे वर्णन त्यांनी त्यांच्या शेवटच्या पुस्तक ट्रासेंडेन्स: माई स्पिरिच्युअल एक्सपिरियन्स विथ प्रमुख स्वामीजी' मध्ये केले होते, जे त्यांच्या मृत्यूच्या फक्त एक महिना आधी प्रकाशित झाले होते. दक्षिण कोरियामध्ये त्यांच्या पुस्तकांच्या अनुवादित आवृत्त्यांना मोठी मागणी असल्याचे वृत्त आहे.

कलाम यांनी विज्ञान आणि तंत्रज्ञानातील इतर विकासांमध्ये सक्रीय रस घेतला, ज्यामध्ये बायोमेडिकल इम्प्लांट विकसित करण्यासाठी संशोधन कार्यक्रमाचा समावेश होता. त्यांनी मालकीच्या सॉफ्टवेअरपेक्षा ओपन सोर्स तंत्रज्ञानाला देखील पाठिंबा

दिला. असे भाकित करीत की मोफत सॉफ्टवेअरचा व्यापक वापर माहिती तंत्रज्ञानाचे फायदे अधिकधिक लोकांना होतील.

१९९९ मध्ये वैज्ञानिक सल्लागारपदाचा राजीनामा दिल्यानंतर कलाम यांनी दोन वर्षात १,००,००० विद्यार्थ्यांशी संवाद साधण्याचे ध्येय ठेवले. ते म्हणाले, तरूणांच्या विशेषतः हायस्कुलच्या विद्यार्थ्यांच्या सहवासात मला आरामदायी वाटते. आतापासून मी त्यांच्यासोबत अनुभव शेअर करण्याचा, त्यांच्या कल्पनाशक्तीला चालना देण्यास मदत करण्याचा आणि विकसित भारतासाठी काम करण्यासाठी त्यांना तयार करण्याचा मानस करतो, ज्यासाठी रोड मॅप आधीच उपलब्ध आहे. '

त्याचे स्वप्नं आहे की प्रत्येक विद्यार्थी त्यांच्या हृदयात लावलेल्या आगीचा वापर करून विजयाने आकाश उजळून टाकेल.

पुरस्कार आणि सन्मान

सन्मान

१ मार्च १९९८ रोजी राष्ट्रपती भवनात भारतरत्न पुरस्कार सोहळ्यात कलाम घाबरले होते आणि निळ्या पट्टेदार टायकडे लक्ष देत होते. कलाम यांना अशा औपचारीक प्रसंगी आवडत नव्हते जिथे त्यांना कधीही आरामदायक वाटणारे कपडे घालावे लागत होते. त्यांना कधीही सूट घालायला आवडत नव्हते. त्यांना चामड्याच्या शूजऐवजी स्पोर्ट शूज घालणे देखील पसंत होते.

कलाम यांच ७९ वा वाढदिवस संयुक्त राष्ट्रानी जागतिक विद्यार्थी दिन म्हणून साजरा केला. याशिवाय त्यांना सुमारे चाळीस विद्यापीठांनी मानद डॉक्टरेट पदवी प्रदान केली.

इस्त्रो आणि डीआरडीओ सोबत काम करताना आणि भारत सरकारचे वैज्ञानिक सल्लागार म्हणून काम करताना त्यांनी केलेल्या वैज्ञानिक कामगिरीबद्दल भारत सरकारने त्यांना १९८१ मध्ये पद्मभूषण आणि १९९० मध्ये पद्मविभूषण पुरस्काराने सन्मानित केले. पंतप्रधान अटलबारी वाजपेयी यांनी 'मिसाईल मॅन' म्हणून प्रसिद्ध असलेल्या एपीजे अब्दुल कलाम यांना भारतरत्न देऊन सन्मानीत करण्याचा निर्णय घेतला. यापुर्वी सी. व्ही रमण वगळता, कोणत्याही शास्त्रज्ञाला या पुरस्कारासाठी पात्र मानले गेले नव्हते.

२००५ मध्ये स्वीत्झरलँडच्या सरकारने कलामचे आगमन झाल्यामुळे २६ मे रोजी विज्ञान दिवस साजरा केला. नेशनल स्पेश सोसायटीने २०१३ मध्ये त्यांना अंतरिक्ष विज्ञान संबंधित प्रकल्पाला योग्य संचलनाबद्दल आणि व्यवस्थानाबद्दल वॉन ब्राऊन अवार्ड पुरस्काराने सन्मानित केले.

२०१४-डॉक्टर ऑफ साइंस

२०१२-डॉक्टर ऑफ लॉज (मानद उपाधी)

२०११ - आई इ. इ. इ. मानद सदस्यता

२०१० - डॉक्टर ऑफ इंजिनीअरिंग

२००९ - मानद डॉक्टरेट

२००९-हूवर मेडल

२००८-वॉन कार्मन विंग्स अंतरराष्ट्रीय अवार्ड

२००८-डॉक्टर ऑफ इंजिनीअरिंग (मानद उपाधी)

२००८-डॉक्टर ऑफ साइंस (मानद उपाधी)

२००७-डॉक्टर ऑफ साइंस अँड टॅकनॉलजिची मानद उपाधी

२००७ - किंग चार्ल्स २ मेडल

२००७-डॉक्टर ऑफ साइंसची मानद उपाधी

२००० - रामानुजन पुरस्कार

१९९८-वीर सावरकर पुरस्कार

१९९७-इंदिरा गांधी राष्ट्रीय एकता पुरस्कार

१९९७ - भारत रत्न

१९९४ - विशिष्ट शोधार्थी

१९९०-पद्म विभूषण

१ ९ ८ १ -पद्मभूषण

कलाम यांना ४० विद्यापीठाकडून ७ मानद डॉक्टरेट मिळाल्या. २०१२ मध्ये कलाम यांना आउटलुक इंडियाच्या सर्वकालीन महान भारतीयांच्या सर्वेक्षणात दुसऱ्या क्रंमाकार स्थान देण्यात आले.

परंपरा

त्यांच्या निधनानंतर, तमिळनाडू राज्य सरकारने त्यांचा वाढदिवस, १५ ऑक्टोबर हा संपूर्ण राज्यात 'युवा पुनर्जागरण दिन' म्हणून साजरा करण्याची घोषणा केली. राज्य सरकारने 'डॉ. एपीजे अब्दुल कलाम पुरस्कार' स्थापन केला, ज्यामध्ये ८ ग्रॅम सुवर्णपदक, प्रमाणपत्र आणि ५००,०००) यूएस ५,८०० डॉलर) असे असतात.

पंतप्रधान नरेंद्र मोदी यांनी १५ ऑक्टोबर २०१५ रोजी, त्यांच्या ८४ व्या जयंतीनिमित्त, नवी दिल्लीतील डीआरडीओ भवन येथे कलाम यांच्या स्मृतीप्रित्यर्थ एक टपाल तिकिट प्रकाशित केले.

तिकीटाचा फोटो नासाच्या जेट प्रोपल्स लॅबोरेटरीतील संशोधकांनी अंतरराष्ट्रीय अंतराळ स्थानकाच्या फिल्टरवर एक नवीन जीवाणू शोधून काढला आणि दिवंगत राष्ट्रपती डॉ. एपीजे अब्दुल कलाम यांच्या सन्मानार्थ त्याचे नाव सोलिबॅसिलस कलामी ठेवले. त्यांच्या मृत्यूनंतर, कलाम यांच्या सन्मानार्थ अनेक शैक्षणिक आणि वैज्ञानिक संस्था आणि इतर ठिकाणांचे नाव बदलण्यात आले. कलाम अनेक वर्षे जिथे राहिले, तिरूवंतपुरम येथे मुख्यालय असलेल्या केरळ टेक्नॉलजिकल युनिव्हर्सिटीचे त्यांच्या मृत्यंनतर एपीजे अब्दुल कलाम टैक्नॉलॉजिकल युनिव्हर्सिटी असे नामकरण करण्यात आले.

कलाम यांच्या अत्यंसंस्काराच्या दिवशी बिहार राज्य सरकारने बिहारमधील किशनगंज येथिल एका कृषी महविद्यालयाचे नाव बदलून डॉ. कलाम कृषी महविद्यालय, किशनगंज असे ठेवले.

कलाम इंस्टिट्यट ऑफ हेल्थ टेक्नॉलॉजि नावाची भारतातील पहिली वैद्यकीय तंत्रज्ञान संस्था विशाखपट्टनम येथे आहे. उत्तर प्रदेश राज्य सरकाने उत्तर प्रदेश टेक्निकल युनिव्हर्सिटीचे नाव बदलून एपीजे अब्दुल कलाम टेक्निकल युनिव्हर्सिटी असे ठेवले.

डॉ. एपीजे अब्दुल कलाम मेमोरियल त्रावणकोर इंस्टिट्यूट ऑफ डायेस्टिव्ह डिसीजेस ही केरळमधील कोल्लम शहरातील त्रावणकोर मेडिकल कॉलेज हॉस्पिटलशी संलग्न एक नवीन संशोधन संस्था आहे. केरळमधील महात्मा गांधी विद्यापीठात एक नवीन शैक्षणिक संकुल डॉ. एपीजे अब्दुल कलाम साइंस सिटीचे बांधकाम फेब्रुवारी २०१९ मध्ये पटना येथे सुरू झाले.

भारत आणि अमेरिकेने सप्टेबर २०१४ मध्ये फुलब्राइट कलाम क्लाइमेट फोलाशीप सुरू केली. या फेलोशिपसाठी अर्जासाठी पहिली मागणी शुक्रवार १२ मार्च २०१६ रोजी जाहीर करण्यात आली, ज्यामुळे ६ भारतीय एपीएचडी विद्यार्थी आणि पोस्ट डायरेक्ट संशोधकांना ६-१२ महिन्यांच्या कालावधीसाठी अमेरिकेतील होस्ट संस्थांसोबत काम करता येईल. फुलब्राइट प्रोग्राम अंतर्गत ही फेलोशिप द्विराष्ट्रीय यूएस इंडिया एज्युकेशननल फाउंडेशनद्वारे प्रशासित केली जाईल.

ओरिसातील संबलपुर येथिल बुर्ला येथिल डॉ. एपीजे अब्दुल कलाम तारांगणाचे नाव त्यांच्या नावावर आहे. नेताजी सुभाष तंत्रज्ञान विद्यापीठातील डॉ. एपीजे अब्दल कलाम व्याख्यान रंगमंच संकुल असे नाव ठेवण्यात आले.

बेट

ओरिसातील राष्ट्रीय क्षेपणास्त्र चाचणी स्थळ असलेल्या वळीलर बेटाचे सप्टेबर २०१५ मध्ये अब्दुल कलाम बेट असे नामकरण करण्यात आले. मार्ग ऑगस्ट २०१५ मध्ये नवी दिल्लीतील एक प्रमुख रस्त्याचे नाव औरंगजेब मार्गावरून डॉ. एपीजे अब्दुल कलाम मार्ग असे करण्यात आले. वनस्पती प्रजाती फेब्रुवारी २०१८ मध्ये बॉटनिकल सर्व्हे ऑफ इंडियाच्या शास्त्रज्ञांनी त्यांच्या सन्मानार्थ नवीन शोधलेल्या वनस्पती प्रजातीला ड्रायपेटस कलामी असे नाव दिले.

माशांच्या प्रजाती

२०२२ मध्ये कलाम यांच्या सन्मानार्थ फुटबॉल माशांच्या एका नव्याने सापडलेल्या प्रजाती हिमाटोलोफस कलामी असे नाव देण्यात आले.

कलाम यांची पुस्तके

द्रव यांत्रिकी आणि अवकाश तंत्रज्ञानातील विकास, एपीजे अब्दुल कलाम आणि रॉडम नरसिंहाने लिहिलेले: इंडियन अकादमी ऑफ साइंसेंस, १९८८.

भारत २०० : नवीन सहस्त्रकासाठी एक दृष्टी, एपीजे अब्दुल कलाम, वायएस राजनः न्यू यॉर्क, १९९८.

-विंग्ज ऑफ फायरः ॲन ऑटोबायोग्राफी, एपीजे अब्दुल कलाम, करूणा तिवारीः युनिव्हर्सिटीज प्रेस, १९९९.

- एपीजे अब्दुल कलम यांचे पुस्तक, इग्नाइटेड माइंडस: अनलीशिंग द पॉवर विदिन इंडिया, व्हायकिंग, २००२.

-दल्युमिनस स्पार्क्स, एपीजे अब्दुल कलाम लिखितः पुण्य पब्लिशिंग प्रोइव्हेट लिमिटेड, २००४१.

- मिशन इंडिया, एपीजे अब्दुल कलाम, चित्रे, मानव गुप्ता पेंग्विन बुक्स, २००८

- एपीजे अब्दुल कलाम यांचे प्रेरणादायी विचार, राजपाल अँड सन्स, २००७.

- एपीजे अब्दुल कलाम यांचे अदम्य आत्माः राजपाल अँड सन्स पब्लिकेशन - एपीजे अब्दुल कलाम लिखित सशक्त राष्ट्राची संकल्पना, ए शिवथानु पिल्लईसोबत, टाटा मॅकग्रो हिल, नवी दिल्ली.

-यू आर बॉर्न टू ब्लॉसमः टेक जर्नी बियाँड, एपीजे अब्दुल कलाम आणि अरूण तिवारी लिखित ओशन बुक्स, २०११.

-टर्निंग पॉइंटः आव्हानाच्या माध्यमातून प्रवास, एपीजे अब्दुल कलाम लिखित, हार्पर कॉलिन्स इंडिया, २०१२.

- एपीजे अब्दुल कलाम आणि सृजन पाल सिंग, डिसेंबर २०११ (प्रकाशकः पेंग्विन बुक्स) यांचे लक्ष्य ३ बिलियन.

-माझा प्रवासः स्वप्नांना कृतीत बदलणे, ए. पी. जे अब्दुल कलाम, २०१४, रूपा पब्लिकेशन.

- एपीजे अब्दुल कलाम आणि व्ही. पोनराज यांचे 'अ मॅनिफेस्टो फॉर चेंज : अ सिक्वल टू इंडिया २०२०, जुलै २०१४, हार्पकॉलिन्स कडून प्रकाशित.

-तुमचे भविष्य घडवाः स्पष्ट, सरळ, प्रेरणादायी, ए. पी. जे अब्दुल कलाम यांनी लिहिलेलेः२९ ऑक्टोबर २०१४, राजपाल अँड सन्स यांनी लिहिलेले.

-एपीजे अब्दुल कलाम आणि श्रीजन पाल सिंग यांचे पुस्तक 'रेजिनाइटेडः सायंटिफिक पाथवेज टू ब्राइटर फ्युचर, पेंग्विन इंडिया यांचे पुस्तक, १४ मे २०१५.

- एपीजे अब्दुल कलाम यांनी अरूण तिवारी यांच्यासोबत लिहिलेले 'ट्रासेंडेन्स : माई स्पिरिच्युअल एक्सपिरियंन्स विथ प्रमुख स्वामीजी' हे पुस्तकः हार्परकॉलिन्स पाब्लिशर्स, जून, २०१५.

-एपीजे अब्दुल कलाम आणि श्रीजन पाल सिंग यांनी लिहिलेले 'फॅडळाटेंज इंडिया: फ्रॉम चॅलेंज टू अपॉर्च्यनिटी' हार्परकामिन्स पब्लिशर्स, १५ ऑक्टोबर २०१५.

चरित्र

-इंटरनल क्वेस्टः लाइफ अँड टाइम्स ऑफ डॉ. कलाम, एस. चंदा लिखितः पेंटागॉन पब्लिशर्स, २००२

- राष्ट्रपती एपीजे अब्दुल कलाम, आरके पुथी यांनी लिहिलेले, अनमोल पब्लिकेशन्स, २००२.

-एपीजे अब्दुल कलामः द व्हिजन ऑफ इंडिया, के भूषण, जी कात्याल, एपीएच पब कॉर्प, २००२.

- पी. एम. नार यांचे द कलाम इफेक्टः माई इयर्स विथ द प्रेसिडेंट, हार्परकॉलिन्स, २००८. फादर ए. के. जॉर्ज यांचे माई डेज विथ महात्मा अब्दुल कलाम, नोव्हेल कॉर्पोरेशन, २००९.

- एपीजे अब्दुल कलाम : अरुण तिवारी यांचे जीवन, हॉर्पर कॉलिन्स २०१५.

- द पीपल्स प्रेसिडेंटः डॉ. एपीजे अब्दुल कलाम, एसएम खान लिखित, ब्ल्युम्सबरी पब्लिशिंग,२०१६.

चित्रपट आणि माहितीपट

- २०११ मध्ये हिंदी चित्रपट 'फाय ॲम कलाम मध्ये कलाम यांना छोटू नावाच्या एका गरीब पण हुशार राजस्थानी मुलावर सकारात्मक प्रभाव पाडणाऱ्या भूमिकेत दाखवण्यात आले आहे, जो त्याच्या आदर्शाच्या सन्मानार्थ स्वतःचे नाव कलाम ठेवतो. 'माय हिरो कलाम' हा २०१८ चा भारतीय कन्नड भाषेतील चरित्रात्मक चित्रपट आहे जो शिवू हिरेमठ यांनी लिहिलेला आहे, जो बालपणापासून पोखरण चाचण्यापर्यंतचे त्याचे जीवन दर्शविते.

- द पीपल्स प्रेसिडेंट' हा २०१६ चा भारतीय माहितीपट आहे जो पंकज व्यास यांनी दिग्दर्शित केला आहे आणि कलाम यांच्या जीवनाचे चित्रण करतो. तो भारत सरकारच्या फिल्म्स डिव्हिजनने तयार केला होता.
- मेगा आयकॉन्स (२०१८-२०२०) भारतातील प्रमुख व्यक्तिमत्त्वांबद्दलचा एक माहितीपट टेलिव्हिजन मालिका, जी नॅशनल जिओग्राफिकवर प्रसारित झाली, तिचा तिसरा भाग ''एपीजे अब्दुल कलाम' कलाम यांच्या जीवनावर आणि भारताच्या राष्ट्रपती पदापर्यंतच्या त्यांच्या प्रवासावर आधारीत आहे.
- २०२० मध्ये भारतीय विमान वाहतूक उद्योगावर आधारीत 'सोरारई पाटरू' या चित्रपटात कलाम यांच्यासारखे दिसणारे शेख मायदीन यांनी त्यांची भूमिका साकारली होती.
- रॉकेट बॉइज ही सोनी लिव्हवरील एक भारतीय हिंदी भाषेतील चरित्रात्मक स्ट्रीमिंग टेलिव्हिजन मालिका आहे. कलामची भूमिका अर्जून राधाकृष्णन यांनी केली होती.
- रॉकेट्रीः द नंबी इफेक्ट, २०२२ मध्ये इस्त्रोच्या हेरगिरी प्रकरणावर आधारीत चित्रपट, अब्दुल कलामची भूमिका अभिनेता अमनने केली आहे.
- पी धनपाल लिखित 'अ लिटिल ड्रीम' (माहितीपट), मिनवेली मीडिया वर्क्स प्राइव्हेट लिमिटेड, २००८.

कलाम यांचे काही प्रेरणादायी विचार

भारतरत्न डॉ. एपीजे अब्दुल कलाम हे जगाचे रत्न आहेत. विज्ञानपुत्राची जबाबदारी पार पाडताना, त्यांनी आपले संपूर्ण आयुष्य मानवतेच्या उद्धारासाठी समर्पित केले. त्यांचे जीवन शेती, उद्योग, यासह विज्ञानाच्या अनेक शाखांसह भारताच्या विकासासाठी समर्पित आहे. ते इतिहास आणि साहित्य, संगीत आणि संस्कृती, शकाहारी अन्न आणि जगाला शांतीचा संदेश देणारे आपले गौरवशाली मिसाईल मॅनचे प्रेरणादायक विचार तरूणांना उत्साहीत करतील.

प्रेरणादायक सुविचार

- उद्देश लहान ठेवणे, गुन्हा आहे. महान उद्देश ठेवा.
- आपण स्वतंत्र नसलो तर आपला कोणीही आदर करणार नाही.
- सूर्याप्रमणे चमकायचे असेल तर पहिल्यांदा सूर्याप्रमाणे जळायला शिका.
- आज स्वतःचे बलिदान देऊयात, म्हणजे आपल्या मुलांचे भवितव्य उज्ज्वल करू शकू.
- व्यक्तीला संकटाची गरज असते, कारण की यशाचा आनंद घेण्यासाठी हे गरजेचे आहे.
- आकाशाकडे पहा, आपण एकटे नाहीत, संपूर्ण ब्राह्मांड आपल्यासाठी अनुकूल आहे आणि जे स्वप्नं पहातात आणि कष्ट करतात त्यांना त्याचा मोबदला देण्याचा प्रयत्न करते.
- स्वप्नं ते नाही जे झोपी गेल्यावर पडतात, स्वप्नं ते असतात जे आपल्याला झोपू देत नाहीत.
- महान स्वप्नं पहाणारांचे महान स्वप्नं नेहमी पूर्ण होतात.
- पर्वत चढण्यासाठी शक्ती गरजेचे आते, मग ते माउंट एव्हरेस्ट पर्वत असो किंवा तुमचा व्यावसाय.
- कृत्रीम सुखाऐवेजी ठोस कामगिरीच्या मागे लागा.
- ईश्वराने आपल्या मेंदूत आणि व्यक्तिमत्त्वात अमर्याद शक्ती आणि क्षमता दिलेली आहे. ईश्वराची प्रार्थना आपल्याला या शक्तीला विकसित करण्यास मदत करतात.

- मी नेहमी या गोष्टीचा स्वीकार करण्यास तयार असतो की मी काही गोष्टी नाही शकत.
- श्रेष्ठता एक निरंतर प्रक्रिया आहे, अपघात नाही.
- बदलू जी माणंस मनाने काम करू शकत नाहीत, त्यांना जे यश मिळते, ते पोकळ आणि अपूर्ण असे असते ज्यामुळे त्याचा गंध दरवळत नाही.
- शोध घेण्याचे धाडस करा, अज्ञात मार्गावरून चालण्याचा प्रयन करा, अशक्य वाटणाऱ्या गोष्टी आणि समस्येवर विजय मिळताच यश मिळवा.
- शिक्षण प्रभावी माध्यम आहे, ज्याचा उपयोग जगाला बदलून टाकण्यासाठी करू शकता.
- लोक स्वाक्षरीऐवेजी ऑटोग्राफ मागू लागतात, तेव्हा समजून जा की तुम्ही यशस्वी झालेले आहात.
- शिक्षण जगाला उघडण्याची चावी आहे, स्वातंत्र्याचे पासपोर्ट आहे.
- महान होण्याचे वेड असल्याशिवाय कोणी महान बनत नाही. मग तो कलाकार, खेळाडू किंवा शास्त्रज्ञ होण्याची इच्छा असू द्या.
- आपले स्वप्नं पूर्ण होत नाही तोपर्यंत स्वप्नं पाहिले पाहिजे.
- शिकणे रचनात्मकता देते, रचनात्मकता विचाराकडे घेऊन जाते, विचार केल्याने ज्ञान वाढते, ज्ञान तुम्हाला महान बनवते.
- व्हा. स्वार्थी उद्देशामागे धावण्यापेक्षा ठोस कामगिरी प्राप्त करण्यासाठी अधिक समर्पित
- काय आपल्याला हे माहित आहे काय की आत्मसन्मान यशासोबत येतो?
- चांगला मेंदू असणे पुरेसे नाही, गरजेचे आहे, त्याचा योग्य उपयोग करणे.
- स्वप्नं पहा, स्वप्नं पहा स्वप्नं पहा... स्वप्नं विचारात बदलतात आणि विचार कार्यात परिवर्तीत होतात.
- पहिले यश मिळाल्यांनतर थांबू नका, कारण दुसऱ्यांदा अपयशी ठरलात तर लोक म्हणतील पहिले यश योगायोगने मिळाले होते.
- सर्व पक्षी पाऊसाच्या वेळी निवरा शोधतात. परंतु चील ढगाच्या वर उडतो आणि स्वतःचा बचाव करतो.

- प्रत्येकाकडे एकसारखी प्रतिभा नसते पण आपल्या सर्वांकडे आपली प्रतिभा विकसित करण्याची समान संधी असते.
- तुम्ही स्वतःवर विश्वास ठेवा. समजून घ्या तुमच्यात असे काही आहे, जे कोणत्याही अडथळयापेक्षा मोठे आहे.
- चुका आपल्याला महत्त्वाचे धडे शिकवतात. त्या आपल्याला शिकण्यास आणि पुढे जाण्यास मदत करते. म्हणून त्यांना चुका करायला घाबरू नका.
- यशाच्या गोष्टी वाचू नका, तुम्हाला केवळ हा संदेश मिळेल की लोक किती नशीबवान आहेत.
- वेगवान यशाच्या मागे पळण्यापेक्षा ठोस कामगिरी प्राप्त करण्यासाठी अधिक समर्पित रहा.
- सूर्याप्रमाणे चमकायचे असले तर, सूर्याप्रमाणे जळायला शिका' कलामचे हे विधान यश मिळवण्याचे वेड आणि कठोर परिश्रम किती महत्त्वाची आहे, यावर भर देते. समर्पण आणि दृढ संकल्पासोबत आवल्या वेडाच्या मागे जाण्यापेक्षा आपल्या उद्देशापर्यंत पोहचणे आणि जीवनात चमकण्यास मदत मिळले.
- शिक्षण हे एका ज्वालेला प्रज्वलीत करणे आहे, भांडे भरणे नाही.' हा सुविचार विद्यार्थ्यांत शिकण्याबद्दल ओढ वाढविण्याचे महत्त्व विशद करतो, फक्त माहिती देत नाही. जेव्हा विद्यार्थी शिक्षणासाठी उत्साही असतात, तेव्हा त्यांचे शाळ आणि जीवनात यशस्वी होण्याची शक्यता अधिक होते.

धार्मिक उतारे

जिथे हृदयात धार्मिकता असते, तिथे चारित्र्यात सुंदरता आते, जेव्हा चारित्र्यात सुंदरता असते, तेव्हा घरात सदभाव असतो. जेव्हा घरात सदभाव असतो, तेव्हा राष्ट्रात व्यवस्था असते, तर जगात शांतता असते.'
-डॉ. एपीजे अब्ल कलाम, द राइटियस लाइफः द वेरी बेस्ट फॉ एपीजे अब्दुल कलाम

शिक्षणप्रणाली, पाठ्यपुस्तकाऐवेजी, रचनात्मक आणि संवादात्मक स्व-शिक्षणाला प्रोत्साहन देईल - औपचारीक आणि अनौपचारीक अशा दोन्ही योग्यता आणि गुणवत्तेवर लक्ष केंद्रीत करीत. कुशल किंवा अर्ध- कुशल असण्यापेक्षा, कर्मचारी समजून, आत्मसशक्त आणि लवचिक पद्धतीने कुशल असतील. कामाचे प्रकार, संरचित आणि हार्डवेअर संचलित असण्याऐवेजी, अधिक लवचिक आणि सॉह्टवेअर संचलित असतील. व्यवस्थापन पद्धती निर्देशात्मक असण्यापेक्षा प्रतिनिधीत्व करणारी असेल.'
-डॉ. एपीजे अब्दुल कलाम, द राइटियस लाइफः द वेरी बेस्ट ऑफ एपीजे अब्दुल कलाम

कोणत्याही गावात किंवा पंचायत किंवा जिल्ह्यात, नेहमी कमीत कमी काही भ्रष्टाचारमुक्त चांगले व्यक्ती सापडतील. आपल्याला भ्रष्टाचारमुक्त समाजाचे काही भाग पण सापडतील. ते जर ओळखता आले, आणि त्यांचा गौरव करता आला, तर आपण भ्रष्टाचारमुक्त राज्य बनवू शकतो. भ्रष्टाचारमुक्त व्यक्ती आणि समूह आणि समाजाच्या वास्तविक जगाच्या उदाहरणावर सार्वजनिक स्वरूपात चर्चा करायला हवी. म्हणजे ते देशात अनुकरणीय उदहरण बनू शकतो. एक राष्ट्र तेव्हाच भ्रष्टाचारमुक्त होऊ शकते, जेव्हा त्याचे राज्य भ्रष्टाचारमुक्त होईल, एक राज्य तेव्हाच भ्रष्टाचारमुक्त होऊ शकते, जेव्हा त्याचा जिल्हा भ्रष्टाचारमुक्त होईल, एक जिल्हा तेव्हाच भ्रष्टाचारमुक्त होऊ शकेल, जेव्हा त्यांची पंचायत भ्रष्टाचारमुक्त बनेल. एक पंचायत तेव्हाच भ्रष्टाचारमुक्त होईल, जेव्हा लोक

भ्रष्टाचारमुक्त असतील आणि लोक तेव्हाच भ्रष्टाचारमुक्त बनतील, जेव्हा त्यांना बालपणापासूनच ही मूल्ये आत्मसात करायला लावली जातील.
-डॉ. एपीजे अब्दुल कलाम, द राइटियस लाइफः द वेरी बेस्ट ऑफ एपीजे अब्दुल कलाम

सामान्यपणे नागरीकांच्या याचिका सार्वजनिक विभागात पोहचत होत्या, तेव्हा वीस-पंचवीस याचिकांवर निर्णय घेण्यासाठी सात दिवस लागायचे, परंतु ई- गव्हर्नन्स लागू झाल्यांनतर चाळीस याचिका निकाली काढण्यासाठी फक्त पाच तास लागतात. मला आशा आहे की अशाप्रकारची व्यवस्था इतर राज्य आणि केंद्र सरकारच्या कार्यालयात पहायला मिळेल.
-डॉ. एपीजे अब्दुल कलाम, द राइटियस लाइफः द वेरी बेस्ट ऑफ एपीजे अब्दुल कलाम

ठामपणा आणि असामान्य धाडसाची कथा मला नेहमी प्रेरित करते. स्टीफन आर. कोचने लिहिलेले पुस्तक एव्हरीडे ग्रेटनेस मधल्या ओळी वाचल्यापासून माझ्यासोबत आहेत.
-डॉ. एपीजे अब्दुल कलाम, द राइटियस लाइफः द वेरी बेस्ट ऑफ एपीजे अब्दुल कलाम

'एटी : मला वाटते की प्रत्येक परिवाराला किमान ७००००० इतक्या रक्कमेची सोय करायला कठीण गेले असेल. एपीजे : मी हे विसरून गेलो आहे. एक वेळ अशी येते जिथे सगळं काही सोपे होते आणि कोणत्या पर्यायाचा प्रश्न उरत नाही. कारण जर तुम्ही मागे वळून पहाल, त्यावेळी लक्षात येईल की सगळं काही डावावर लावले आहे, ते सगळं वाया जाईल. जीवन प्रत्येक ठिकाणी अशा मुद्यांने चिन्हित होते जिथून परतणे शक्य नसते, त्यावेळी मी तिथे उभा होतो. '
-डॉ. एपीजे अब्दुल कलाम, द राइटियस लाइफः द वेरी बेस्ट ऑफ एपीजे अब्दुल कलाम,

मेनबत्ती बनण्याचा दिखावा करू नका, पतंग बना. सेवेच्या मागे लपलेली शक्ती ओळखा. असे वाटते की आपण राजकारणाच्या बाह्य रूपाला फसलो आहोत आणि त्याला राष्ट्रनिर्माण समजत आहोत. बलिदान,

परिश्रम आणि वीरता ह्या अशा गोष्टी आहेत ज्या कदाचित कधी दिसतात कधी नाही आणि हे वास्तवात एक राष्ट्र बनते. '

-डॉ. एपीजे अब्दुल कलाम, द राइटियस लाइफः द वेरी बेस्ट ऑफ एपीजे अब्दुल कलाम

जेव्हा डॉ. साराभाईने भारतात रॉकेट विकसित करण्यासाठी एका दृष्टीकोणाला आकार दिला, तेव्हा देशाचा एक मोठा भाग भूक आणि गरिबीच्या राक्षसांशी झुंजत असताना अशा कार्यक्रमाच्या प्रासंगिकतेबद्दल त्यांना आणि राजकीय नेत्तृवाला प्रश्नचिन्ह उपस्थित झाले होते. तरीही, त्यांनी जवाहरलाल नेहरूंशी सहमती दर्शवली की जर देश सर्व बाबतीत स्वावंलबी असेल आणि वास्तवीक जीवनातील समस्या कमी करण्यासाठी प्रगत तंत्रज्ञानाचा वापर करू शकेल, तरच भारत जागतिक घडामोडींमध्ये अर्थपूर्ण भूमिका बजावू शकेल. अशाप्रकारे आपला अंतराळ कार्यक्रम कधीही केवळ देशाच्या उच्चभ्रू गटात सामील होण्याची इच्छा नव्हती, किंवा इतर देशाची तुलना करण्याची बाब नव्हती. उलट, ती दूरसंचार, हवामानशास्त्र आणि शिक्षणात स्वदेशी क्षमता विकसित करण्याच्या गरजेची अभिव्यक्ती होती. -डॉ. एपीजे अब्दुल कलाम, द राइटियस लाइफः द वेरी बेस्ट ऑफ एपीजे अब्दुल कलाम तेव्हा दुसरे महायुद्ध संपले होते आणि भारताचे स्वातंत्र्य जवळ आले होते. 'भारतीय स्वतःचा भारत बनवतील, असे गांधीजीने जाहीर केले होते. संपूर्ण देश अभूतपूर्व आशावादाने भरलेला होता. मी माझ्या वडिलाकडे रामेश्वरम सोडून रामनाथपुरम येथिल जिल्हा मुख्यालयात शिक्षण घेण्याची परवानगी मागितली. त्यांनी मला मोठ्याने सांगितले 'अबुल मला माहित आहे की पुढे जाण्यासाठी तुला खूप दूर जावे लागेल. सीगल सूर्यावर एकटा आणि घरट्याशिवाय उडत नाही का! तू तुझ्या आठवणींच्या भूमित्नी तळमळ सोडून तुझ्या महान इच्छांच्या निवासस्थानी जा, आमचे प्रेम अडवे येणार नाही किंवा आमच्या समस्या मध्ये येणार नाहीत. त्यांनी माझ्या संकोचलेल्या आईला खलिल जिब्रानचे शब्द उद्धृत केले, 'तुमची मुले तुमची मुले नाहीत. ती जीवनाच्या स्वतःच्या आकांक्षेची मुले आणि

मुली आहेत. ती तुमच्याद्वारे येतात पण तुमच्याकडून नाहीत. तुम्ही त्यांना तुमचे प्रेम देऊ शकता पण तुमच्या विचार नाही. कारण त्यांच्या स्वतःच्या कल्पना आहेत.'

-डॉ. एपीजे अब्दुल कलाम, द राइटियस लाइफः द वेरी बेस्ट ऑफ एपीजे अब्दुल कलाम

'याच्या काळात, त्याच्या जागी, तो खरोखरच काय आहे आणि तो ज्या स्थितीत पोहचला आहे- चांगला असो किंवा वाईट - प्रत्येक मानव हा संपूर्ण प्रकट दैवी अस्तित्त्वात एक अद्वितीय घटक आहे मग अडचणी, दुःख आणि समस्यांना घाबरण्याचे कारण काय? जेव्हा संकटे येतात तेव्हा आपल्या कष्टाची प्रासंगिकता समजून घेण्याचा प्रयत्न करा. प्रतिकूलता नेहमी आत्मनिरिक्षणाच्या वेळी समोर येते.'

-डॉ. एपीजे *अब्दुल* कलाम, द राइटियस लाइफः द वेरी बेस्ट ऑफ एपीजे अब्दुल कलाम

'ते एमआइटीमध्ये प्रवेश शुल्क म्हणून ६०० डॉलर इतकी रक्कम कशी भरू शकत होते?'

-डॉ. एपीजे *अब्दुल* कलाम, द राइटियस लाइफः द वेरी बेस्ट ऑफ एपीजे अब्दुल कलाम

'माझ्या सरकारने अफ्रिकेसाठी विशेष सुरूवात केली आहे, ज्यात अफ्रिकेच्या विकासासाठी नवी भागीदारी योजनेनुसार कर्जाच्या स्वरूपात २०० मिलियन डॉलर देण्याचा शब्द देण्यात आला आहे. माझ्या सरकारने ५०० मिलियन डॉलरखर्चासह दुसरा उपक्रम, टीम-९ उपक्रम देखील जाहीर केला आहे. हे उपक्रम काही आफ्रिकन देशांच्या दीर्घकालीन आर्थिक विकासाचे उद्दिष्ट आहेत. '

- डॉ. एपीजे अब्दुल कलाम, द राइटियस लाइफ: द वेरी बेस्ट ऑफ एपीजे अब्दुल कलाम

'महात्मा गांधीच्या स्वतंत्र भारताच्या स्वप्नाने भारताला लोकशाहीत रूपांतरीत केले. डॉ. सी. सुब्रमण्यम यांच्या कृषी दृष्टीकोणामुळे भारताला हरित क्रांती साकारता आली. डॉ. वर्गीस कुरियन यांच्या दुधाळ दृष्टीकोणामुळे भारताला श्वेत क्रांतीचा मार्ग दाखवण्यात आला. प्रो. विक्रम

साराभाई यांच्या अंतराळ दृष्टीकोणामुळे भारताला अंतराळ क्लबमध्ये सामील होता आले. डॉ. होमी भाभा यांच्या अणु दृष्टीकोणामुळे भारताला अणुशक्ती बनण्यास मदत झाली. '

-डॉ. एपीजे अब्दुल कलाम, द राइटियस लाइफः द वेरी बेस्ट ऑफ एपीजे अब्दुल कलाम

'वीजनिर्मिती करणाऱ्या पारेषण आणि वितरण संस्थांनी वीजेसाठी कोणतेही अनुदान देऊ नये. समाजातील आर्थिकदृष्ट्या कमकुवत घटकांना जे काही अनुदान द्यायचे आहे ते थेट सरकारने द्यावे, जसे की रॉकेल आणि डिझेलच्या बाबतीत प्रस्तावित आहे. '

-डॉ. एपीजे अब्दुल कलाम, द राइटियस लाइफः द वेरी बेस्ट ऑफ एपीजे अब्दुल कलाम

भारतात सद्या विभिन्न उद्योगात ३०,००० मगावॅट कॅप्टिव्ह वीज आहे. सूचना अशी आहे की आपण ही कॅप्टिव्ह वीज विविध स्वरूपात ६०,००० मेगावॅटपर्यंत वाढवू (भविष्यातील उद्योगाकडून उत्पादीत कॅप्टिव्ह वीज) शकता. ज्यात मोठ्या प्रमाणात अक्षय उर्जा प्रणालीची अस्थिर पुरवठ्याची पूर्तता करण्यासाठी वापरत नसलेली कॅप्टिव्ह उत्पादन ग्रिडमध्ये भरण्याची तरतूद आहे. सर्व कॅप्टिव्ह पॉवर डिझेल इंधनावर चालते. इमल्सिफिकेशनच्या नवीन तंत्रज्ञानामुळे, जो एक भारतीय शोध आहे, ४० टक्के इंधन वाचवता येते. '

-डॉ. एपीजे अब्दुल कलाम, द राइटियस लाइफः द वेरी बेस्ट ऑफ एपीजे अब्दुल कलाम

वितरण तोटा कमी करणे, विद्यमान वितरण व्यवस्थेत योग्य बदल करून उच्च व्होल्टेज वितरण प्रणाली सुरू करून आपण वितरण तोटा लक्षणीयरित्या कमी करू शकतो. ही रणनीती काही वितरण कंपन्यामध्ये आधीच लागू आहे. '

-डॉ. एपीजे अब्दुल कलाम, द राइटियस लाइफः द वेरी बेस्ट ऑफ एपीजे अब्दुल कलाम

मी असे सुचवितो की या घरांना ग्रिड-स्वतंत्र पॅनेल घरे प्रदान करण्यासाठी राष्ट्रीय धोरणाची आवश्यकता आहे, जे हळूहळू आणखी १४० दशलक्ष

घरापर्यंत वाढवता येईल. तसेच गावे, शहरे आणि शहरांमध्ये समुदाय आधारित सौर पॅनेलवर रस्त्यावरील दिवे प्रदान केले जाऊ शकतात. यामुळे भारतात एक गतिमान सौर पॅनेल उद्योग येइल, जो नाविन्यपुर्ण विकास, कार्यक्षमता वाढ, उत्पादन, वितरण, विपणन आणि त्रासमुक्त सौर प्रणालीची देखभाल यांचा व्यवसाय असेल. या एकात्मिक व्यवसाय उपायामुळे सौर निर्मितीचा खर्च आणि वितरण तोटा देखील कमी होईल. सौर पॅनेल घरे आणि रस्त्यावरील दिवे बांधण्याच्या कृतीमुळे राष्ट्रीय विकासाला चालना मिळून अर्थव्यवस्थेच्या विविध क्षेत्रांसाठी सुमारे ५०,००० ते ६०,००० मेगावॅट वीज पुरवण्यासाठी देखील हे उपयुक्त ठरेल.

-डॉ. एपीजे अब्दुल कलाम, द राइटियस लाइफः द वेरी बेस्ट ऑफ एपीजे अब्दुल कलाम

केवळ ११ टक्के वीज निर्मिती तेल आणि नैसर्गीक वायुवर अवलंबून आहे, जिला अधिक किंमत देऊन आयात केले जाते. दरवर्षी वीज उत्पादनासाठी केवळ १ टक्के तेलाचा उपयोग केला जातो. तथापि, १० टक्के वीजनिर्मिती ही महागड्या गॅस पुरवठ्यावर आधारीत आहे.

-डॉ. एपीजे अब्दुल कलाम, द राइटियस लाइफः द वेरी बेस्ट ऑफ एपीजे अब्दुल कलाम

'पश्चिम भारतातील आपल्या एका राज्याने कमी कलावधीत ६५४.८ मेगावॅट सौरउर्जा निर्मिती करून ग्रीडला पुरवठा करण्यास सुरूवात केली आहे. दक्षिणेतील आणखी एका राज्याने तीन वर्षात ३००० मेगावॅट सौरउर्जा जोडण्याचे लक्ष्य ठेवले आहे. भारतीय विद्युत प्राधिकरणाने प्रति युनिट १५ रूपये या आकर्षक किमतीत वीज मिळवू शकते. जेव्हा अनेक राज्ये आणि केंद्रशाशित प्रदेशांमध्ये मोठ्या प्रमाणात स्थापना आणि क्षमता वाढवली जाते, तेव्हा हे आणखी कमी होऊ शकते. अशा नककल्पनांचा विस्तार आणि ऊर्जा निर्मिती आणि व्यवस्थापनाच्या सर्व क्षेत्रांमध्ये लागू करणे आवश्यक आहे. '

-डॉ. एपीजे अब्दुल कलाम, द राइटियस लाइफः द वेरी बेस्ट ऑफ एपीजे अब्दुल कलाम

'आज वीज निर्मितीसाठी वापरल्या जाणाऱ्या ८९ टक्के इनपुट स्वदेशी आहेत, ज्यामध्ये कोळसा (५५ टक्के) आणि अक्षय उर्जा (१ टक्के) यांचा

समावेश आहे. आज सौर उर्जा क्षेत्र आपल्या उर्जा निर्मितीमध्ये फक्त ०.५ टक्के योगदान देते. '

-डॉ. एपीजे अब्दुल कलाम, द राइटियस लाइफः द वेरी बेस्ट ऑफ एपीजे अब्दुल कलाम

'पवन उर्जा उत्पादनाच्या बाबतीत आपण चांगल्या स्थितीत आहोत. गेल्या दशकात मोठ्या प्रमाणात पवन उर्जा प्रकल्पांद्वारे आपण ११,००० मेगावॅटपेक्षा जास्त वीज निर्मितीची क्षमता गाठली आहे. या अनुभवामुळे कमी उत्पादन देणाऱ्या पवनचक्क्यांचा वापर करून २०३० पर्यंत आपली क्षमता ४५,००० मगावॅटपर्यंत वाढवणे शक्य आहे. '

-डॉ. एपीजे अब्दुल कलाम, द राइटियस लाइफः द वेरी बेस्ट ऑफ एपीजे अब्दुल कलाम

विज्ञानपुत्र आणि लेखन

विज्ञानपुत्र भारतरत्न तसेच माजी राष्ट्रपती माननीय डॉ. एपीजे अब्दुल कलामने एकूण पंचवीस पुस्तके लिहिली आहेत. त्यात काही पुस्तके त्यांनी आपल्या सहकार्यांसोबत लिहिली आहेत. सर्व पुस्तके तरूणांसह सर्वांसाठी ज्ञानवर्धक आहेत. इथे आपण पुस्तकांच्या प्रकाशन वर्षानुसार विवरण देत आहोत. त्यांची सर्व पुस्तके इंग्रजी भाषेत आहेत. डॉ. अब्दुल कलामांच्या सर्व पुस्तकांचा अनुवाद भारतीय भाषेसहित विदेशी चौदा भाषेत झाला आहे. अनुवादाची प्रक्रिया चालू आहे आणि भविष्यात देखील त्यांची पुस्तके उपलब्ध असतील.

भारत २०२० : ए व्हिजन फॉर द न्यू मिलिनियम

भारत २०२०: ए व्हिजन फॉर द न्यू मिलिनियम या पुस्तकाच्या प्रस्तावणेत डॉ. एपीजे अब्दुल कलाम लिहितात, आमच्या दोघांच्या जन्म त्यावेळी झाला होता, ज्यावेळी भारत स्वांतत्र्यासाठी संघर्ष करीत होता. शाळेच्या शेवटच्या वर्षाला होतो, त्यावेळी जवाहरलाल नेहरूने भारताच्या जागृतीबद्दल आणि नशीबाबद्दल त्यांचे प्रसिद्ध भाषण दिले होते. दुसरा एक मुलगा होता, ज्याने त्यापुर्वी काही शब्द बोलले होते. एक अधुनिक राष्ट्राच्या विकासासाठी विज्ञान आणि तंत्रज्ञानाचा उपयोग करण्यासाठी स्वतंत्र भारताने केलेले प्रयत्न प्रगतशील पाऊलांच्या रूपाने नियतीने आपल्या सगळ्यांना एकत्र आणले आहे.

ही महान विक्रम साराभाईंची दूरदर्शीता होती, ज्याला नेहरू आणि होमी भाभाचे समर्थन होते, ज्याने आपल्याला अंतराळ सुरक्षा कार्यक्रमावर काम करण्याची संधी दिली. या कार्यक्रमाचा उद्देश अनेक पांरपारीक मार्गांना ओलंडत देशातील घरापर्यंत खास करून ६ लाख गावापर्यंत, विकासाचा संदेश पोहचवणे हा होता. या कार्यक्रमाचा उद्देश देशाच्या नैसर्गीक संसाधनांचे सर्वेक्षण करणे देखील होते. म्हणजे त्याचा उपयोग आपल्या लोकांच्या फायद्यासाठी केल्या जाऊ शकेल. १९६० च्या दशकाच्या सुरूवातीला ज्यावेळी अंतराळ कार्यक्रमाचा जन्म झाला होता, भारतात अनेक लोकांनी असे होणार नाही, असे समजले असेल. असे असले तरी आम्ही आणि आपल्या अनेक सहकार्यांनी या उद्देशाला वास्तवीक आणि शक्य म्हणून पाहिले. त्यांनतर एक एकत्रित मिशन सुरू झाले. इस्रोत प्रत्येक व्यक्तीचे मत होते की त्यांचा

जन्म अंतराळ तंत्रज्ञानाद्वारे देश आणि लोकांसाठी करण्यात येणारे सर्व फायदे प्राप्त करण्यासाठी झाला आहे.

ज्या आपल्यासाठी पुन्हा मागे वळून पहाण्याचा कोणताही मार्ग नव्हता. रात्रंदिवस कष्ट करावे लागेल. अनेक अपयश आणि कठीण परिश्रमानंतर यश मिळाले. प्रणालीचे डिझाइन, विकसित, निर्मित आणि तपासले गले, ते एकाच उद्देशाने प्रेरित होते - एक सशक्त भारत, एक विकसित आणि गौरवान्वित भारत, ज्याचा फायदा पूर्ण देशाला मिळावा. हे समजल्यावर आनंद होतो की अंतराळ तंत्रज्ञानाशी संबंधित हा दृष्टीकोण आता साकार होऊ लागला आहे. खास करून लोकांपर्यंत पोहचण्याच्या संदर्भात. दूरदूरपर्यंतच्या भागात नेटवर्कच्या माध्यमातून दळणवळण निर्माण करणे, अपातकालीन सूचना, पाणि तपासण्यासाठी तात्काळ संसाधन सर्वेक्षण, आपल्या वनक्षेत्राला वाचवणे आदी. आणि निश्चित रूपात, काही धोरण मजबूत क्षेत्रात जे केवळ शक्तीचा सन्मान करणाऱ्या जगात भारतासाठी महत्त्वाचे आहे.

आपल्याला याचाही गर्व आणि आनंद आहे की कृषी, वैज्ञानिक, कलात्मक, सांस्कृतिक आणि सामाजिक क्षेत्रात देखील अनेक भारतीयांचे स्वप्नं साकार झाले

आहेत. असे असले तरी गरीबीरहित समृद्ध भारत, व्यापार आणि वाणिज्य क्षेत्रात सशक्त भारत, विज्ञान आणि तंत्रज्ञानाच्या अनेक क्षेत्रात सशक्त भारत, नवीन उद्योगांसहित भारत आणि सर्वांसाठी आरोग्य आणि शिक्षणाची संकल्पना आता थोड्याप्रमाणातच साकार होऊ शकली आहे. काही क्षेत्रात, वास्तवात निराशावादाने सखोल मूळ धरले आहेत.

आपण आपल्या स्वातंत्र्याचे पंन्नास वर्षे पूर्ण केले आहेत, आणि त्यात अनेकांचा जन्म स्वातंत्र्यानंतरचा आहे. दरवर्षी किमान दोन करोड लोकसंख्येची भर पडत आहे. त्यांच्याकडे काय व्हिजन असू शकतं. काय आपणही काही लोकांप्रमाणे विकासावरच प्रश्न करायला हवेत आणि आपल्या लोकांच्या वर्षांनुर्षे चालत आलेल्या त्याच जडतेच्या स्थितीत सोडून द्यायला हवे? किंवा मग केवळ समाजाच्या श्रीमंत वर्गाबद्दल विचार करायला हवा आणि उर्वरीत लोकांना आहे त्या आवस्थेत सोडून द्यायला हवे. बाजार प्रभावित धोरण' आणि प्रतिस्पर्धा सारखे चांगले वाटणारे जुमले वापरायला हवेत? किंवा मग जागतिकीकरणाने काही होईल, याची प्रतिक्षा करायला हवी? आपल्याला पुढील दोन दशकात भारताने (आणि त्यातील लोक) कुठे असायला हवेत? पुढील पाच दशकात? आणि त्यानंतर?

उद्योग, शिक्षण, प्रयोगशाळा आणि सरकारी प्रशासनात अद्वितीय अनुभव असणारे किमान ५०० विशेतज्ज्ञ या अभ्यासात मनापासून सहभागी झाले. विषेतज्ज्ञ आणि सामाजिक स्वरूपात जागृत व्यक्तीने देखील यात भाग घेतला. किमान ५०० लोकांनी प्रश्नावलीची उत्तरे आणि इतर माहितीच्या माध्यमातून अप्रत्यक्ष स्वरूपात योगदान दिले. त्यांनतर, ज्यावेळी टीम विभिन्न मुद्दे आणि मसुदा रिपोटावर विचार करीत होती, आणि नंतर ज्यावेळी २ ऑगस्ट १९९६ रोजी पंतप्रधानाने रिपोर्ट प्रसिद्ध केला, त्यावेळी आपल्याला भारतासाठी एक दृष्टीकोणावर अनेक लोकांसोबत चर्चा करण्याची संधी मिळाली. आपल्याला विभिन्न प्रकारचे सल्ले मिळाले, ज्यात विशिष्ट कार्य करण्यात धोरणांची अकार्यक्षमतावर निराशावादी नोंदी यांचा समावेश होता. आपण देशाच्या विभिन्न भागात विभिन्न वर्गांच्या लोकांसोबत चर्चा करण्यासाठी दूर दूर प्रवास केला. आम्ही बदलत्या जगात भारतासाठी गरजेच्या गोष्टी वर देखील विचार केला.

आपल्याला आपली शासनप्रणाली आणि सामाजिक व राजकीय अडचणी माहीत आहेत. आपण नशीबवान आहोत की आपल्याला विभिन्न पातळयावर लोकांचा फायदा करून देणाऱ्या योजनेसोबत, कठोर व्यापारी निर्बंध असणारी आणि उच्च-स्तरीय योजना, जसे की उपग्रह, प्रक्षेपण यान किंवा मिसाईल परियोजनेच्या क्रियान्वयनाचा अनुभव प्राप्त झाला आहे. या योजनेच्या क्रियान्वयनातून विभिन्न अनुभव प्राप्त झाले, ज्यांनी या पुस्तकाचा आकार देण्यासाठी आधारभूत ज्ञानाचे काम केले.

हे कारक लक्षात घेता आणि दृढ विश्वास आहे की इतर देशाच्या व्हिजन रिपोर्टचा अभ्यास केल्यांनतर आपला दृढ विश्वास झाला आहे की भारत २०२० पर्यंत एक विकसित देशाचा दर्जा प्राप्त करू शकतो. भारतीय लोक वर्तमान गरीबीतून बरेच बाहेर पडू शकतात आणि आपल्या चांगल्या आरोग्य शिक्षण आणि आत्म- सन्मानाच्या बळावर आपल्या देशात अधिक उत्पादक योगदान देऊ शकतात. भारताकडे पुरेसे तंत्रज्ञान शक्ती असू शकते, जी त्याची सामरिक शक्ती आणि आर्थिक व व्यापारी शक्तीसाठी अत्यंत महत्त्वपूर्ण आहे.

या पुस्तकात आपण यापैकी काही विचारांना सामूहिक करण्याचा प्रयत्न केला आहे. आपण काही कार्ययोजनेचे भाग देखील सादर केले आहेत, जे देशाच्या असंख्य तरूणांसाठी मिशन बनू शकते. आम्हाला आशा आहे की हे तरूण भारतीयांना प्रेरित करणे आणि त्यांच्या मनाला त्याप्रमाणे प्रोत्साहीत करण्यासाठी मदत करतील. जसे

तीन दशकापूर्वी अंतराळ कार्यक्रमाने आपल्याला प्रोत्साहीत केले होते. देशासाठी आपल्या भविष्याचा दृष्टीकोण आणि आपल्यासमोर असणारे मिशन आपल्याला आज सुद्धा तरूण असल्याचे भासवतात. २०२० तयँत किंवा त्यापर्वी एक विकसित भारताचे कोणतेही स्वप्नं नाही. हे गरजेचे नाही की हे अनेक भारतीयांच्या मनात केवळ एक आकांक्षाच असावी. हे एक असे मिशन आहे, ज्यात आपण सहभागी होऊ शकतो आणि पूर्ण करू शकतो.

आमचे मत पेटलेले तरूण मन एक शक्तीशाली संसाधन आहे. हे संसाधन धरती, आकाश आणि समुद्राखाली असलेल्या कोणत्याही संसाधनातून कितीतरी अधिक शक्तीशाली आहेत. आपल्या सर्वांना विकसित भारताला 'विकसित भारतात ' बदलण्यासाठी मिळून काम करावे लागेल, आणि या प्रयत्नासाठी आवश्यक क्रांती आपल्या मनातून सुरू व्हायला हवी. आशा आहे की हे पुस्तक, भारत २०२०' अनेक मनाला प्रज्वलीत करण्याचा स्त्रोत बनेल.

हे पुस्तक १९९८ या वर्षी प्रकाशित झाले होते.

विंग्स ऑफ फायर: अॅन ऑटोबायोग्राफी

विंग्स ऑफ फायरः अॅन आटोबायग्राफी ऑफ एपीजे अब्दुल कलाम, भारताचे माजी राष्ट्रपती माननीय एपीजे अब्दुल कलामची ही आत्मकथा आहे. त्याचे सह-लेखक अरूण तिवारी आहेत. या पुस्तकात अब्दुल कलामचे बालपणापासून ते १९९९ पर्यंतचा जीवनप्रवास आहे. मूळ स्वरूपात इंग्रजीत प्रकाशित हे पुस्तक भारतीय भाषांसहित जगभरातील किमान १ ३ भाषेत अनुवादित झाले आहे.

चार भागात विभक्त आत्मकथेचा पहिला भाग अणुस्थापनात डॉ. अब्दुल कलामांच्या बालपणापासून पहिल्या बत्तीस वर्षांच्या आठवणी लिहिल्या आहेत. यात त्यांनी बालपण, शिक्षण आणि प्रारंभिक जीवनाच्या संदर्भात विस्ताराने माहिती दिली आहे. डॉ. कलामांचा जन्म तमिळनाडूतील रामेश्वरममध्ये मध्यम वर्गीय तमिळ मुस्लिम परिवारात झाला होता. त्यांचा परिवार, चुलत भाऊ, शिक्षक आणि इतर लोकांचा त्यांच्यावर प्रभाव होता, याचा मनोरंजक आणि ज्ञानवर्धक उल्लेख मिळतो.

सृजन नावाच्या दुसऱ्या भागात डॉ. कलामांच्या जीवनाच्या सतरा वर्षात ९६३-१९८०) चे वर्णन आहे. या वर्षांत झालेले त्यांचे काम आणि भारताच्या तांत्रीक विकासाची कथा मिळते. हा भाग अंत्यत महत्त्वपूर्ण आहे कारण की तरूणांना हे समजून घेण्यास मिळते की डॉ. कलाम इस्त्रोत काम करणारे एक इंजिनिअर ते देशाची चर्चित तांत्रीक योजना, एसएलव्हीचे प्रमुख कसे बनले. या दरम्यान त्यांना लहान मोठे यश आणि अपयशाचा सामना करावा लागला आहे. ते ना केवळ उच्च अधिकाऱ्यांचे वर्णन करीत नाहीत, तर अनेक भावी शास्त्रज्ञांसोबत अनुभवाच्या संदर्भात लिहितात. या भागात शेवटी ते डीआरडीएलचे संचालक म्हणून निवडले जातात.

प्रसादन भागात डॉ. कलामांच्या जीवनाच्या पुढील दहा वर्षांच्या संदर्भात लिहितात. कशाप्रकारे त्यांच्याकडून डीआरडीएलमध्ये त्यांचे व्यवस्थापन संबंधित कार्य पूर्ण केले. डीआरडीएल प्रयोगशाळा डॉ. अब्दुल कलामांच्या व्यवस्थापनात आत्मविश्वासासहित भारताचे मिसाइल प्रकल्प पूर्ण केला. ते उल्लेख करतात की कसे ते या कामाला पूर्ण करण्यासाठी व्यक्तींची निवड करतात. त्यांच्या मार्गात आलेले संकट दूर करण्यासाठी पारंपारीक पद्धत बाजूला करून नवे निर्णय घेतात.

अवलोकन नावाच्या शेवटच्या भागात ते आपल्या जीवनाच्या नऊ वर्षांचे १९९१-१९९९) वर्णन करतात. त्यांनी आपल्या जीवनाचा अनुभव, ज्ञान आणि

विचारांना संकलित केले आहे. वर्षे १९९७ मध्ये भारताचे सर्वोच्च नागरी सन्मान भारतरत्न प्रदान करून त्यांना सन्मानीत करण्यात येते आणि देशाच्या येणाऱ्या पिढीला संदेश देतात की परिश्रमच यशाची चावी आहे.

पुस्तकाचे प्रकाशन १९९९ मध्ये झाले.

इग्नाइटेड माइंडसः अनलिशिंग द पॉवर विदिन इंडिया

डॉ. कलामने 'इग्नाइटेड माइंडस' नावाचे पुस्तक इंटरमीडिएट स्कूलच्या एका मुलाला समर्पित केले आहे, ज्याची भेट एका शाळेत झाली होती. विद्यार्थ्यांशी संवाद साधताना त्यांनी प्रश्न विचारला होता - आपला शत्रू कोण आहे?' डॉ. कलाम उल्लेख करतात की अनेक उत्तर मिळाले, परंतु ज्यावर सगळे विद्यार्थी सहमत झाले, ते उत्तर होते स्नेहल ठक्करचे - आपला शत्रू गरिबी आहे.'

२०५ पृष्ठांचे हे पुस्तक आज तरूण भारतीयांना प्रभावित करणारे पुस्तक आहे. हे पुस्तक भारतात तात्काळ विकासासाठी मार्गदर्शन करतं. म्हणजे भारत एक विकसित देश म्हणून पुढे येऊ शकेल. डॉ. अब्दुल कलामने हे पुस्तक भारताच्या तरूण नागरीकांना संबोधित करीत लिहिले आहे. २०१५ मध्ये डॉ. अब्दुल कलामांच्या निधनांनतर या पुस्तकाची मागणी वाढली.

पुस्तक एका दुःखद प्रसंगाने सुरू होते. ३० सप्टेबर २००१ रोजी डॉ. कलामांचे हॅलिकॉप्टर झारखंड शहराच्या रांची वरून बोकारो जाताना दुर्घटनाग्रस्त झाले. चमत्करीक पद्धतीने त्यातील सर्व लोकं वाचले. कलाम यांना एक ट्रॅक्विलाइजर देण्यात आला आणि त्यांना एक स्पष्ट स्वप्नं आठवले, ज्यात त्यांनी स्वतःला वाळवंटात पाहिले होते, ज्याच्या सभोवताली दूरदूरपर्यंत वाळू पसरलेली होती आणि तिथे पाच व्यक्ती उभे होते, ज्यांचे नाव होते - खलिफा उमर किंवा उमर, सम्राट अशोक, महात्मा गांधी, अल्बर्ट आइंस्टीन आणि अब्राह्म लिंकन. कलाम त्यांच्यापुढे खुजे वाटतात. स्वतःलाच आणि या महान लोकांच्या शब्दांची आठवण करतात. डॉ. अब्दुल कलामांने लिहिले आहे - स्वप्नं पहा, स्वप्नं पहा, स्वप्नं पहा, स्वप्नं विचारात बदलतात आणि विचार क्रियेत रूपांतरीत होतात. '

दुसऱ्या प्रकरणात माता-पिता आणि प्राथमिक विद्यालयाच्या शिक्षकाचे रोल मॉडेल असण्यावर जोर देण्यात आला आहे. तिसऱ्या प्रकरणात जे. आर. डी. टाटा, विक्रम साराभाई, सतीश धवन आणि वर्गीयन सरख्या आधुनिक भारतीय दुरदर्शी लोकांच्या संदर्भात चर्चा करण्यात आली आहे. पाचव्या प्रकरणात भारताच्या विविध धर्म आणि विचारधारांचा उल्लेख आहे. या प्रकरणात एकमेव राष्ट्रीय दृष्टीकोण विकसित करणे आणि एक राष्ट्रीय मंचावर एकत्र येण्याचे अवाहन करण्यात आले आहे.

पुढील प्रकरण तिरुक्कुरलपासून सुरू होते, ज्यात म्हटले आहे- 'बुद्धिविनाशाला रोखण्याचे एक हत्यार आहे, हा एक अतिरिक्त किल्ला आहे ज्याला शत्रू नष्ट नाही करू शकत.' सातव्या प्रकरणाच्या शिर्षकाच्या ओळीनंतर अब्राहम लिंकनचे खालील प्रेरणादायक शब्द आहेत. असा निश्चय करा की कार्य केल्या जाऊ शकते आणि केले पाहिजे आणि तेव्हा आम्ही मार्ग शोधू.'

शेवटचे प्रकरण 'माझ्या देशबांधवासाठी ' नोबेल पुरस्कार विजेता रविंद्रनाथ टागोर यांच्या विचाराने सुरू होते. 'माझ्या देशाला जागृत करा. 'पुस्तकाचा शेवट युवक गीत' तंत्रज्ञान आणि देशावरच्या प्रेमाने सुरू होते, मी समजू शकतो की एक लहान उद्देश देखील गुन्हा असतो. '

या पुस्तकाचे प्रकाशन २००२ मध्ये झाले.

द ल्यूमिनस स्पार्क्स: ए बायोग्राफी इन वर्स अँड कलर्स

पुस्तक द ल्यूमिनस स्पार्क्स : ए बायोग्राफी इन वर्स अँड कलर्स' डॉ. एपीजे अब्दुल कलाम यांनी लिहिल्या. कविता आणि आत्मकथेबद्दलच्या नोटसचे संकलन आहे. यात प्रसिद्ध चित्रकारांनी रेखाटलेल्या चित्रांना स्थान देण्यात आले आहे. जे वाचकांत दयाळूपणा आणि इमानदारीसारखे गुण वाढवतात. यात विभिन्न कला स्कुल आणि वयाच्या कलाकारांच्या रचनांचा समावेश आहे.

पुस्तकात अनेक कलाकारांने योगदान दिले आहे. ज्यात परेश हजरा (कॉलेज ऑफ आर्ट, कलकत्ता) चंद्रनाथ आचार्य (शांतीनिकेतन) आणि जीजे जादव (जे जे स्कुल ऑफ आर्ट मंबई यांचा समावेश आहे. मानव गुप्ता आणि नेहा गौसे सारखे तरूण कलाकाराने देखील प्रकाश आणि रंगाचा शोध लावला.

या पुस्तकात निवडक कविता आहेत. कवींचे प्रेम वृक्ष आहेत, जे मन बदलून टाकण्यास सक्षम आहेत. कवितेच्या ओळीत लपलेली उर्जा कंपन पावते. लेखकाच्या व्यक्तिमत्त्वाप्रमाणे पारदर्शी व्यक्तिमत्त्व आणि सरळ परंतु प्रेरक विचार नेतृत्त्वाचा पहिला धडा आहे. कवितेत सहजता, निष्पापणा आणि सरळता आहे. इथे कवी आणि निसर्गामधल्या भिंती गळून पडतात. कळयांच्या संवादात आपले शाश्वत प्रश्न विचारले जात आहे आणि रहस्यमय उत्तर दिले जाते. कवी आणि संत, कविता आणि अध्यात्मात एक रेषा कधी विलीन होऊन जाते. कळत नाही. शांत आणि स्थिर निःस्वार्थ कर्मात एक अदभूत आस्था त्या माता कळीच्या बुद्धित प्रतिबिंबित होते, जी आपल्या सर्वांची देखभाल, प्रशंसा आणि सुरक्षेची लालसा ठेवणारी तणावग्रस्त, बैचेन कळीवर हसते आहे आणि माता कळी आंतरीक ज्ञानाची शाश्वत वाणीप्रमाणे हे प्रतिध्वनीत करते की बाहेरील परिस्थिती, दोष किंवा प्रशंसा मानवी लोभ किंवा आपल्या जीवनाची क्षणभंगूरता निसर्गाकडून प्रभावित होऊ नये. हे शब्द तेव्हा प्रेरणा देतात, जेव्हा ते या हृदयातून निघतात जे त्यावर विश्वास ठेवतात आणि त्यांना जिंकले जाते.

हे पुस्तक २००४ मध्ये प्रकाशित केले होते.

गाईडिंग सॉल्स: डायलॉग्स ऑफ लाइफ

हे पुस्तक भारतीय संस्कृती, इस्लाम आणि सार्वभौमिक दर्शनाने प्रभावित आहे जे आध्यात्कि, चेतना आणि जीवनाचा उद्देशावर सखोल संवाद साधते. हे पुस्तक मनो-आध्यात्मिक परिवर्तन आणि आंतरीक सदभावाची तपासणी करते आणि आध्यात्मिक जिज्ञासू, तत्त्वज्ञानी आणि विचारशील वाचकांसाठी उपयुक्त आहे. हे पुस्तक वैज्ञानिक आणि रहस्यमय दृष्टीकोणाला सहजपणासोबत जोडते. डॉ. एपीजे अब्दुल कलाम आणि अरूण तिवारी यांनी मिळून लिहिले पुस्तक आहे.

सह-लेखक अरूण तिवारी यांच्या मते, भारताचे राष्ट्रपती बनल्यांनतर डॉ. अब्दुल कलामने एक प्रेरणादायक नेता म्हणून एक विशाल रूप धारण केले. मी त्यांच्यासोबत प्रवास करीत असे आणि त्यांना काय वाटते ते जवळून पहात होतो, ज्यांने लाखो मुलांच्या चेहऱ्यावर हसू आणले होते आणि त्यांच्या डोळयात चमक आणली होती. हे पुस्तक संवादाच्या रूपात त्यावेळी प्रसिद्ध झाले, ज्यावेळी हे समजून घेण्याचा प्रयत्न झाला की लोक कसे प्रेरित होतात आणि उत्तम जीवन जगण्याची आकांक्षा बाळगतात.'

डॉ. कलामने समजावले-एक अशी प्रक्रिया, जी अचानक अंकुरीत होणाऱ्या बीजासारखी असते, काही आध्यात्मिक मार्गदर्शक प्रकट होतात जे मार्ग दाखवतात किंवा योग्य मार्ग दाखवतात. मी या आध्यात्मिक मार्गदर्शकांना मार्गदर्शक आत्मा म्हणेल, ज्यांनी या जगाच्या संदर्भात मानवी जीवनाला दिशा देण्याचे मिशन बनवले. ' डॉ. एपीजे अब्दुल कलामला कोणी आणि कशाप्रकारे प्रेरित केले? त्यांचे उत्तरच पुस्तकाचा मुख्य भाग आहे. डॉ. अब्दुल कलामने १५ लोकांच्या नावासाठी ज्यात ऐतिहासिक व्यक्ति, तत्त्वज्ञानी आणि शास्त्रज्ञ सहभागी होते. त्यांनी त्यांना आपले मार्गदर्शक म्हणून सांगतिले. यादीची सुरूवात सम्राट अशोकपासून होते आणि संत-कवी तिरूवल्लूर, आर्यभट्ट, खलिफा उमर, गुरू नानक देव, थॉमस अल्वा एडिसन, अब्राहम लिंकन, महात्मा गांधी, श्रीनिवास रामानुजनपासून ते सी. व्ही. रमन पर्यंत पोहचते.

त्यांच्यावर सर्वांत सखोल प्रभाव कोणाचा? डॉ. कलामने उत्तर दिले- 'माझी आई! आणि मला वाटते की हे सगळ्यांसाठी खरे आहे. 'काय तुम्हाला आठवण येत होती? डॉ. कलामने म्हटले - 'मी त्यांना कधी गमावले नाही.' यांच्या कोणत्या गोष्टीने तुमच्यावर प्रभाव टाकला? डॉ. कलामने म्हटले - 'माझे आई- वडीलांचे एकमकांबद्दल

परस्पर सन्मान समर्पण', जेव्हा मी वेगळाच प्रश्न विचारला की काय एखादी महिला आहे जिचे त्यांने कौतूक केले आहे?' तेव्हा कलामांने लहान निरागस मुलाप्रमाणे म्हटले - मी नेहमी सन्मानासहित एमएस सुब्बुलक्ष्मी यांचे कौतूक केले आहे. त्या आपल्या पिढीच्या एक अंत्यत पारंपारीक आणि रूढीवादी महिला होत्या. मी माझा आत्मा त्यांच्या संगीताने न्हाऊन काढतो.'

मी या पुस्तकाचा उपयोग डॉ. कलामला आपला मार्गदर्शक आत्मा घोषित करण्यासाठी केला. जेव्हा त्यांनी मला याचे कारण विचारले, तेव्हा मी उत्तर दिले- ‘आपण गोष्टीकडे असे पहाता, जशा त्या आहेत.' आपण कुरूप असणाऱ्या गोष्टीकडे पण सुंदर म्हणून पाहू शकता. त्या गोष्टीचे कुरूप रूप वास्तवात जे सुंदर आहे, ते तुम्हाला सांतिल्याशिवाय रहात नाही. आपण मला प्रत्येक गोष्टीला त्याची वास्तवीक स्थिती आणि तिचा वास्तविक रंगात दाखवत राहिलात, असे होऊ नये की मी एखाद्या जाळ्यात अडकून नेहमीसाठी भटक जाईल. '

पुस्तकाचा हिंदी, तमिळ, मल्याळम, तेलगू, कोंकणी आणि चीनीत अनुवाद करण्यात आला आहे.

या पुस्तकाचे प्रकाशन २०००५ मध्ये झाले होते. याचे सह-लेखक अरुण तिवारी आहेत.

मिशन ऑफ इंडिया: ए व्हिजन ऑफ इंडियन यूथ

या पुस्तकाचा उद्देश २०२० पर्यंत भारताला एक विकसित देश बनवणे आणि तरूणांना भारताला बदलविण्यासाठी प्रेरित करणे आहे. हे पुस्तक भारताच्या राष्ट्रीय जीवनाच्या विभिन्न बाजूवर चर्चा करतं. ज्यात आत्मनिर्भरता, शिक्षण, आरोग्य सेवा आणि कृषि सारख्या क्षेत्रात आवाहन आणि संधीवर जोर देण्यात आला आहे, सोबतच या क्षेत्रात सकारात्मक बदल करण्यासाठी एकिकृत कारवाई करण्याचे समर्थन आहे.

पुस्तक तांत्रीक आणि उद्योगात आत्मनिर्भरतेला महत्त्व देते, म्हणजे विदेशी संसाधनावर अवलंबनू रहाणे कमी होईल. यात कृषि, विनिर्माण आणि शिक्षणासारख्या प्रमुख क्षेत्राला राष्ट्रीय विकासासाठी महत्त्वपूर्ण मानले आहे. पुस्तक राष्ट्रीय विकास प्राप्त करण्यासाठी शिक्षण, आरोग्य सेवा आणि पायाभूत रचना सारख्या विभिन्न क्षेत्रात एकिकृत कारवाई करण्याचे आवाहन प्रदान करते आणि त्यांना एक यथार्थवादी उद्देशासाठी काम करण्यासाठी प्रोत्साहीत करते. याचे मुख्य मुद्दे आहेत- आत्मनिर्भरता डॉ. कलामने विदेशी संसाधनावर अवलंबित्व कमी करण्यासाठी तांत्रीक आणि उद्योगात आत्मनिर्भरता वाढवण्यासाठी समर्थन केले आहे.

तरूणांचा सहभाग

पुस्तक भारताच्या विकासाला पुढे घेऊन जाण्याची महत्त्वपूर्ण भूमिकेवर प्रकाश टाकते आणि त्यांना देशाच्या भविष्यासाठी प्रेरित करते.

प्रोदशिक विकास

राष्ट्रीय विकासासाठी कृषि, विनिर्माण आणि शिक्षणासारख्या प्रमुख क्षेत्रावर लक्ष केंद्रित करते आणि या क्षेत्रात सकारात्मक बदल आणण्याच्या पद्धतीवर चर्चा करते. एकिकृत कारवाई पुस्तक विभिन्न क्षेत्रात एकिकृत कारवाईचे समर्थन करतं, म्हणजे व्यापक राष्ट्रीय विकास प्राप्त केल्या जाऊ शकेल.

प्रेरणा आणि उद्देश

हे पुस्तक वाचकांना उद्देशाची भावना जागृत करण्याचे काम करते, जे एक मजबूत आणि समृद्ध राष्ट्र निर्माणासाठी आवश्यक आहे.

थोडक्यात हे पुस्तक भारताच्या तरूणांना देशाच्या विकासात सक्रिय भूमिका पार पाडण्यासाठी प्रेरित करते आणि एक विकसित, आत्मनिर्भर भारताच्या निर्माणासाठी एक स्पष्ट दृष्टीकोण प्रस्तुत करतं.

हे पुस्तक २००५ रोजी प्रकाशित झाले होते.

इंस्पाइरिंग थॉटस: कोटेशन सिरीज

हे पुस्तक डॉ. एपीजे अब्दुल कलामच्या अनमोल सुविचारांचा संग्रह आहे. हे अनमोल विचार आपल्याला कठोर परिश्रम, मोठे स्वप्नं, हिंमत ठेवणे आणि सातत्य ठेवण्यासाठी प्रेरित करते.

शिक्षण आणि यशावर विचार

➢ स्वप्नं ते नाहीत, जे झोपी गेल्यावर पडतात, स्वप्नं तर ते आहेत जे तुम्हाला झोपू देत नाहीत.

'यातून ते सांगतात की स्वप्नं केवळ कल्पना नाही, तर त्यांना प्रत्यक्षात आणण्यासाठी वेडं आणि एकाग्रता लागते.

➢ 'लहान स्वप्नं गुन्हा आहे, नेहमी मोठा विचार करा.'

यातून आपल्याला ते प्रोत्साहीत करतात की नेहमी महत्त्वकांक्षी उद्देश ठरवले पाहिजे.

➢ 'आपल्या पहिल्या विजयानंतर आराम करू नका, कारण जर तुम्ही दुसऱ्यांदा अपयशी ठरलात तर, लोक म्हणतील पहिल्यांदा तुम्ही केवळ नशीबाने जिंकलात.' यातून

हे शिकायला मिळते की यशाचा गर्व करू नका, तर सतत कष्ट करीत रहा.

➢ 'मनुष्याच्या जीवनात संकटाची आवश्यकता आहे कारण यशाचा आनंद घेण्यासाठी ते आवश्यक आहे.'

यातून हे शिकायला मिळते की संकटेच यशाला अधिक अर्थपूर्ण बनवतात.

कठोर परिश्रम आणि आत्म-विश्वासावर विचार

➢ आत्म-विश्वास आणि कठोर परिश्रमाने आपण आपल्या स्वप्नांना प्रत्यक्षात आणू शकतो.' हे दोन गुण कोणताही उद्देश पूर्ण करण्यासाठी आवश्यक आहेत. ज्या व्यक्तीकडे धाडस नाही, त्यासाठी काहीही अशक्य नाही.' हे धाडस आणि एकाग्रता किती महत्त्वाची आहे, ते सांगते.

सातत्य आणि दुरूस्तीवर विचार

➢ 'उत्कृष्ठता एक निरंतर प्रक्रिया आहे, कसला अपघात नाही.'

हे यावर जोर देते की कोणतेही काम त्यावेळी चांगले होते, जेव्हा त्याला सतत दुरूस्त केले जाते.

- 'संकटं जीवनाचा भाग आहे, परंतु पराभव मान्य करणे जीवनाचा अंत आहे. ' यातून

हे शिकायला मिळते की संकटांचा सामना करणे आणि पराभव मान्य न करण्याची प्रेरणा देते.

- स्वप्नं पहा, स्वप्नं पहा, स्वप्नं पहा. स्वप्नं विचारात परिवर्तीत होतात आणि विचार कार्यात परिवर्तीत होतात.
- दृढ संकल्प अशी शक्ती आहे जी आपली सर्व निराशा आणि अडथळे पार करते. ती आपल्या इच्छाशक्तीला विकसित करण्यास मदत करते, जी यशाचा आधार आहे.'
- यशस्वी होण्याचा माझा दृढ संकल्प असेल तर माझ्या वाट्याला कधी अपयश येणार नाही. '
- सक्रिय रहा, जबाबदारी घ्या! त्या गोष्टीसाठी काम करा ज्यावर तुम्ही विश्वास ठेवता. जर तुम्ही असे करीत नाहीत, तर तुम्ही आपले नशीब इतरांच्या स्वाधीन करीत आहात. '
- शेवटच्या बेंचवर बसणारे देशात सर्वश्रेष्ठ असल्याचे दिसेल. जीवन एक कठीण खेळ आहे. आपण त्याला केवळ एक व्यक्ती होऊनच आपला जन्मसिद्ध अधिकार कायम ठेवून जिंकू शकता.'
- ज्यावेळी आपण उजेडाचा बल्ब पहातो, त्यावेळी थॉमस अल्वा एडिसनची आठवण येते. ज्यावेळी टेलिफोनची घंटा वाजते, त्यावेळी अलेक्झांडर ग्राहम बेलची आठवण होते. मेरी क्युरी नोबेल प्राप्त पहिली महिला होती. ज्यावेळी आपण निळे आकाश पहातो, त्यावेळी आपल्याला सर सी. व्ही रमन यांची आठवण होते. '
- एखाद्याला पराभूत करणे फार सोपे असते, परंतु एखाद्याला जिंकणे फार कठीण असते.' 'पहिल्या विजयानंतर आराम करू नका, कारण जर तुम्ही दुसऱ्यांदा अपयशी ठरलात तर, लोक म्हणतील पहिल्यांदा तुम्ही केवळ नशीबाने जिंकलात.'

➢ विचार हेच भांडवल आहे, उद्योग हा मार्ग आहे, कठोर परिश्रम हे उत्तर आहे. ' * मनुष्याच्या जीवनात संकटाची गरज असते कारण यशाचा आनंद घेण्यासाठी ते आवश्यक आहे.

हे

पुस्तक २००७ मध्ये प्रकाशित झाले.

यू आर बॉर्न टू ब्लॉसमः टेक माई जर्नी बियाँड

हे पुस्तक शिक्षणाच्या माध्यमातून भारतासाठी एक नवा दृष्टीकोण देते. पुस्तकात डॉ. अब्दुल कालाम सांगतात की ग्रामीण प्रतिभाचा विकास माहिती आणि संवाद तंत्रज्ञानाच्या माध्यमातून कसे केल्या जाऊ शकते. या पुस्तकाला डॉ. एपीजे अब्दुल कलाम आणि अरूण तिवारीने मिळून लिहिले होते.

हे पुस्तक भारतासाठी एक नाव दृष्टीकोण देते, ज्यात शिक्षण ग्रामीण प्रतिभेचा विकास आणि माहिती तंत्रज्ञानाचा उपयोग याचा समावेश आहे. डॉ. अब्दुल कलामांच्या मते, शिक्षणाच्या माध्यमातून भारताच्या ग्रामीण प्रतिभेचा उपयोग करून देशाला विकसित केल्या जाऊ शकते. डॉ. अब्दुल कलाम भारताच्या शाळेची एक कल्पना मांडतात, जिथे शिक्षक, विद्यार्थी आणि समूहाला जोडणारे सहजीवी तांत्रीक केंद्र असतील.

यू आर बॉर्न टू ब्लॉसमः टेक माई जर्नी बियाँड' मध्ये डॉ. कलाम एका वृक्षाचे रूपक म्हणून उपयोग करीत मानवी जीवनाच्या विभिन्न पातळयांचे वर्णन करतात आणि सांगतात की विभिन्न वयासाठी विभिन्न प्रकारच्या शिक्षण प्रणालीची गरज आहे.

हे पुस्तक यावर देखील जोर देते की माहिती आणि संवाद तंत्रज्ञान क्षेत्र सामाजिक परिवर्तन आणण्यात कशी मदत करू शकतात. डॉ. एपीजे अब्दुल कलाम सांगतात, विविध व्यक्तिगत प्रतिभांना विकसित करणे आणि आपली पद्धत विकसित करताना आपल्या देशाच्या नैतिक आणि सामाजिक मूल्यांना लक्षात ठेवणे गरजेचे आहे. या पुस्तकात एकूण आठ प्रकरणं आहेत. लेखकाचे मत आहे की आता वेळ आली आहे की शिक्षण पद्धतीत वर्तमान गरजेनूसार आणि आव्हानानुसार ते असावे.

डॉ. अब्दुल कलामने सामाजिक परिवर्तनाच्या प्रक्रियेला वेगवान करण्याचे देखील आव्हान केले आहे. यात शासनाच्या मानकांना पाळणे आणि सार्वजनिक संस्थेच्या पावित्र्याची सुरक्षा करणे याचा समावेश आहे. हे पुस्तक समकालीन जागतिकीकरणकृत जगात ज्ञानाद्वारे समृद्धीचे फळ देण्याच्या प्रक्रियेचे वर्णन करण्यासाठी वृक्षाच्या रूपकाचा उपयोग करतात, जिथे विभिन्न पायरी, प्रारंभिक,

वयस्क कार्यशील जीवन आणि ५० वर्षाच्या वयानंतर अनुभवी वरिष्ठ नागरीक, विभिन्न प्रकार शिकण्याची मागणी करीत आहेत.

हे पुस्तक

मोठ्याप्रमाणात भारतीय शास्त्रज्ञांना आणि कलाकारांच्या प्रासंगिक योगदानाचा उल्लेख करीत आहे आणि हे सिद्ध करते की विकास होण्यासाठी बागेप्रमाणे वयाची गरज नसते. ते अशी परिस्थिती निर्माण करण्याचे समर्थन करतात, जे एका बागेप्रमाणे विविध व्यक्तिगत विकासासाठी अनुकूल असावी आणि एक वैज्ञानिक मानसिकतेचे आवाहन करतात जो विवेक, सर्वसम्मती आणि अशा कार्याद्वारा संचलित व्हावे जे आपली आली सोय करण्यात आपले सामाजिक आणि नैतिक मूल्य लक्षात घेते. हे पुस्तक जागतिक साहित्यातून व्यापक स्वरूपात प्रेरणा घेतं आणि याने एक आवश्यक प्रेरणादायक वाचन बनवतं.

हे पुस्तक २००८ मध्ये प्रकाशित झाले होते.

द साइंटिफिक इंडियाः ए ट्वेंटी फर्स्ट सेंचुरी गाइड टू द वल्ड अराउंड अस.

द साइंटिफिक इंडियाः ए ट्वेंटी फर्स्ट सेंचुरी गाइड टू द वर्ल्ड अराउंड अस.' नावाचे पुस्तक डॉ. एपीजे अब्दुल कलाम आणि वाई. एस. राजन यांनी लिहिले आहे. हे पुस्तक भारताची वैज्ञानिक यश, खास करून अलिकडचे वर्षातील शानदार यशावर केंद्रीत आहे, जे मंगलयान मिशन सारख्या उदाहरणाच्या माध्यमातून निसर्ग आणि जीवनाबद्दल सखोल बाजू समजून सांगण्यास प्राधान्य देते.

मुख्य मुद्देः

विज्ञानावर आधारीत हे एक महत्त्वाचे पुस्तक आहे. विज्ञानात आवड असणाऱ्या तसेच विज्ञानाचे ज्ञान असणाऱ्यासाठी हे उपयोगाचे आहे.

विज्ञान आणि भारताचे यश

पुस्तकात भारताची प्रगत अणु क्षमता आणि मानवरहित चंद्र मिशनसारख्या वैज्ञानिक यशाचा उल्लेख आहे.

जिज्ञासा आणि ज्ञानाचा शोध

हे त्या लोकांसाठी आहे जे निसर्ग आणि जीवनाबद्दल जिज्ञासू आहेत आणि नवे वैज्ञानिक ज्ञान प्राप्त करू इच्छितात.

जटील प्रक्रिया समजून घेणे

पुस्तक मंगलयानासारख्या अभियानामागच्या जटील प्रक्रियेला आणि महत्त्वाला समजण्यासाठी उपयोगी पडतं.

हे पुस्तक भारताचे वैज्ञानिक योगदान आणि यशाचा विस्तृत माहिती प्रदान करतं, जे वाचकांना विज्ञानाचे जग समजण्यासाठी उपयोगी पडतं. हे पुस्तक त्या सर्व लोकांना समर्पित आहे जे निसर्ग आणि जीवनाबद्दल जिज्ञासू आहेत आणि नवीन ज्ञान मिळवणे आणि विज्ञानाच्या कठीण पद्धतीला सहन करण्याची हिंमत ठेवतात. आपल्यापैकी अनेक लोक उत्सुक असतात की जेव्हा मंगलयान पहिल्याच प्रयत्नात मंगळाच्या कक्षेत यशस्वी पदार्पण करते. ऑर्बिटस काय आहे? हा प्रकल्प इतका महत्त्वाचा का आहे?

इस्रो पहिल्याच प्रयत्नात मंगळाच्या कक्षेत प्रवेश करणारी पहिली संस्था कशी बनली? आपल्यासाठी अंतराळ आणि इतर वैज्ञानिक अणुप्रकल्प समजून घेणं एक जटील प्रक्रिया आहे. हे पुस्तक आपल्याला या प्रश्नांच्या गहन बाजू समजून घेण्यास मदत करील.

हे पुस्तक तीन खंडात विभागलेले आहे. ते असे-

अंतराळ

पृथ्वी आणि

जीवन

पहिले प्रकरण अंतराळाचा थोडक्यात परिचय करून देण्याने सुरू होतं. ज्यात म्हटले आहे की याचे योग्य उत्तर देणे कठीण आहे. पृथ्वीच्या पृष्ठावरचा भाग म्हणजे

अंतराळ आहे. अंतराळ नसते तर पृथ्वीवर जीवनही नसते. हे अंतराळ तीन थरात विभागले आहे. ते असे-

क्षोभमंडळ

समतामंडळ आणि

आयनमंडळ

ते हे समजून सांगतं की उपग्रहाच्या कक्षेत स्थापित करणे इतके कठीण का आहे? इथे लेखक सांगतात की कसे गुरूत्वाकर्षण मुख्य अडथळा बनते. तो पार करण्यासाठी काहीतरी उपाय शोधवा लागतो की उपग्रहाला पृथ्वीच्या पातळीवरून ४०० कि.मी. किंवा त्यापेक्षा अधिक उंचीवर स्थिर कक्षेत प्रक्षेपित करण्यासाठी पुरेसा वेग असावा.

खंड १ : अंतराळ

पृथ्वीच्या सपाट भागापासून अंतराळ सुरू होते. हे वायुमंडळ, समतामंडळ, आयनमंडळ आदी सारख्या विभिन्न भागात विभागलेले आहे. वायुमंडळाच्या पलिकडच्या अंतराळाला बाह्य अंतराळ म्हणतात. हे अंतराळ तंत्रज्ञानाशी संबंधित आहे.

भारताने १९८० मध्ये स्वदेशी उपग्रह प्रक्षेपण यान एसएलव्ही - ३ ते रोहिणी नावाच्या उपग्रहाच्या प्रक्षेपणासोबत अंतराळात आपला प्रवास सुरू केला. भारतात अंतराळात जाणारा सातवा देश बनला. उपग्रह अनेक प्रकारचे असतात जसे की ध्रुवीय, भू-समकालीक, दूर संवेदन आदी. प्रणोदक असे इंधन असते जसे सीटीपीबी म्हणजे कार्बोक्सिल - टर्मिनेटेड पालीब्यूटाइन. जो एक प्रकारचा पालीमर आहे. हे सुरक्षा वापरण्यात येणारा एक ज्ञात पॉलीमर आहे आणि पॉलीब्यूटाडाइन रबराच्या उत्पादनात

एक महत्त्वपूर्ण घटक आहे. यूडीएमएच म्हणजे अमर्याद डाइमिथाइलहाइड्राजिन अमर्याद डाइमिथाइलहाइड्राजीन ज्याला डाइमिथाइलहाइड्राजीन, हेप्टन किंवा गेप्टिलच्या नावाने देखील ओळखले जाते. एक रासायनिक योगिक आहे ज्याचे सूत्र H 2 NN (CH 3) 2 आहे. ज्याचा उपयोग मुख्यतः रॉकेट प्रणोदक म्हणून केलाज जातो.

इस्त्रो

इस्त्रो भारतीय अंतराळ अणुसंशोधन संस्था भारतीय अंतराळ कार्यक्रमासाठी जबाबदार

आहे. याचे काही मिशन अशाप्रकारे आहे- पीएसएलव्ही-सी ९

कार्टोसॅट-२ए

आईएमएस-१

इनसॅट-भारतीय राष्ट्रीय उपग्रह प्रणाली, आईआरएस - भारतीय संवेदन, आणि

एसएफ-अंतरराष्ट्रीय अंतराळ बल, आदी रिमोट सेंसिंग

अपातकालीन व्यवस्थापन संचार नेटवर्क

नॅनो

खंड २ : पृथ्वी

आपली पृथ्वी ना केवळ आपल्या आकाशगंगेत नाहीतर कदाचित पूर्ण ब्राह्मणाडात ज्यात आणखी एक आकाशगंगा देखील आहे, वेगळी वाटते. सौरमंडळात पृथ्वीची स्थिती जीवनाला कायम ठेवण्यासाठी एकदम योग्य वाटते.

जलजीवनासाठी अत्यंत महत्त्वपूर्ण आहे. तुम्ही जर पृथ्वीला ग्लोब किंवा एखाद्या सपाट मानचित्रावर पहाल, तर आपल्याला विशाल महासागर, सागर आणि इतके की तलाव आणि नद्यात देखील निळारंग दिसू लागतो, जे पाण्यासारखे भासते. पृथ्वीवर पाण्याचे एकूण प्रमाण जवळजवळ १४० करोड घन किलोमीटर आहे. पृथ्वीवर आपतकालीन व्यवस्थापनासाठी सदैव तत्पर रहावे लागते. नेहमी भूकंपाची भीती असते. पाऊसाळ्यात पूर येणे स्वभाविक आहे आणि पाणि व्यवस्थापनावर लक्ष द्यावे लागते.

पृथ्वीचे थर

आपली पृथ्वी अनेक थराने बनलेली आहे. तिच्यात

क्रस्ट

लबादा, पातळ आंतर्गत कोर, आणि

ठोस आंतर्गत कोर आहे

जीवनमंडळ

जीवनमंडळ पृथ्वीच्या पद्धतीचे जैविक घटक आहे. ज्यात स्थलमंडळ, जलमंडळ, वायुमंडळ आणि इतर मंडळाचा (जसे क्रायोस्फीयर, मानवमंडळ आदी) देखील समावेश आहे.

जीवनमंडळात पृथ्वीवर रहाणारे सर्व जीव आणि त्यांच्याद्वारा उत्पन्न मृत कार्बननिक पदार्थ यांचा समावेश आहे.

जैव विविधता

आपली पृथ्वी जैव विविधतेने परिपूर्ण आहे. हे पृथ्वीच्या जलवायु आणि पर्यावरणाला नियंत्रित करते. जैव विविधता पृथ्वीवर जीवनाचे सर्व रूपात विविधता आहे, ज्यात विविध प्रकारचे रोपटे, प्राणी, सूक्ष्मजीव आणि त्याचे परिस्थितीक तंत्र (जसे जंगल, महासागर) यांचा समावेश आहे. हे एकाच क्षेत्रात आढळणारे विभिन्न जीवनाच्या रूपालाही संदर्भीत करते, ज्यात त्यांची अनुवंशीक विविधता आणि एक दुसऱ्यासोबत जटील अंतः क्रिया सामील आहेत. जैव विविधता आपल्या ग्रहाला जिवंत ठेवण्यासाठी एक आवश्क संसाधन प्रदान करते.

जैव विविधतेचे महत्त्व

जैव विविधता आपल्या सर्वांसाठी अत्यंत महत्त्वपूर्ण आहे.

जीवनाचे समर्थन

इथे हवा, पाणि आणि भोजन प्रदान करते, जो मनुष्यासाहित सर्व जीवांचे अस्तित्त्वासाठी आवश्क आहे.

ही हवा, पाणि आणि भोजन प्रदान करते, जे मनुष्यासहित सर्व जीवांच्या अस्तित्त्वासाठी आवश्यक आहे.

परिस्थिती संतुलन

विभिन्न प्रजाती एकजटील जाळ्यात एकमेकांसोबत जोडलेले आहे. हे जाळे पर्यावरणाला संतुलित ठेवण्यास मदत करते, जसे की शिकारी नैसर्गीक स्वरूपात शिकाऱ्यांच्या संख्येला नियंत्रित करते.

आर्थिक आणि सामाजिक फायदा

हे औषद, उर्जा, आर्थिक संधी आणि मनोरंजनाची संधी प्रदान करते.

अनुवंशीक संसाधन

हे महत्त्वाचे पीक प्रजाती आणि इतर उपयोगी जीवांचा स्त्रोत आहे.

जैव-भू- रासायनिक चक्र

जैव-भू-रासायनिक प्रजाती आणि इतर उपयोगी जीवांचा स्त्रोत आहे.

जैव-भू-रासायनिक चक्र

जैव-भू- रासायनिक चक्राचे मुख्य घटक खालीलप्रमाणे आहेत-

जलचक्र

बाष्पीकरण, संघटन आणि पाऊसाच्या माध्यमातून पाण्याचे पृथ्वीच्या वातावरणात, जमिनीवर आणि महासागरात भ्रमण.

कार्बनच्रक

वायुमंडळ, महासागर, माती आणि जीवांमध्ये कार्बनचे स्थानांतरण, जो प्रकाश संश्लेषण आणि श्वसनातून चालते.

नाइट्रोजन चक्र

तामी, वायुमंडळ आणि जीवात नाइट्रोजनचे विभिन्न स्वरूपात स्थानांतर, ज्यात सूक्ष्मजीव महत्त्वपूर्ण भमिका पार करते.

फास्फोरस चक्र

फास्फोरसचे माती, पाणि आणि जीवात संक्रमणचक्र.

मानवी प्रभाव

मानवी क्रियाकर्म, उदा. जीवाश्म इंधन जाळणे, या जैव-भू- रासायनिक चक्राला प्रभावित करते. हा प्रभाव पृथ्वीच्या प्रणालीत असंतुलन निर्माण करू शकते, जे शेवटी आपल्या परिस्थितीक तंत्रासाठी धोका बनु शकते.

खंड ३ : जीवन

भोजन जीवनाचा आधार आहे. भोजन जीवनाला उर्जा प्रदान करते, म्हणून हे जगण्यासाठी आणि विकासासाठी आवश्यक आहे. पौष्टीक आहार उपलब्ध असणे ही मनुष्यासाठी गरजेचे आहे.

कृषी

शेतीतून आपल्याला आहार मिळतो. दाळी, धन-धान्य, फळे, भाज्या आणि इतर कृषी उत्पादन मिळते.

औद्योगिक विकास

१९ व्या शतकात औद्योगिक क्रांतीकाळात उर्जा आणि वीजेला वास्तवीक महत्त्व देण्यात आले. पृथ्वीवर उर्जेचा एकमेव स्त्रोत सूर्य आहे. उर्जा दोन प्रकारची असते- नवीकरणीय आणि अनवीकरणीय.

वीज आधुनिक समाजाची चावी आहे. वीजेशिवाय दैनदिन व्यवहार होणे कल्पनेच्या पलिकडचे आहे. निसर्गाकडून मिळत असलेले सर्व संसाधन आणि तंत्रज्ञानाचे सर्व फायदे तेव्हाच आनंददायक आहेत, जेव्हा आपले आरोग्य चांगले असेल. भारताच्या औषधीला एक गौरवशाली वारसा आहे.

आगामी दशकात भारताला जगात अग्रणी बनण्यासाठी प्रत्येक जिज्ञासू साइंटिफिक इंडियन आणि धाडसी व्यक्तीपासून खास करून भविष्याच्या वैज्ञानिक आणि तंत्रज्ञानतज्ज्ञासोबत चर्चा करील. आपण मोठी स्वप्ने पहावीत म्हणून प्रोत्साहीत करील आणि आपल्या स्वप्नांना साकार करण्यासाठी कठोर परिश्रम करण्याचा आग्रह करील.

नव्या शतकासाठी एक व्हिजन दहा वर्षांनतर वैज्ञानिक प्रगतीच्या मुख्य क्षेत्राकडे परत येते, ज्यात अंतराळ शोध, उपग्रह तंत्रज्ञान, मिसाइल विकास, पृथ्वी आणि महासागर संसाधन, जैवमंडळ, खाद्य उत्पादन, उर्जा आणि जल साठा, आरोग्य काळजी आणि दळणवळण आदी महत्त्वपूर्ण आहे.

प्रत्येक बाजूसाठी, दोन्ही लेखक जागतिक मंचावर अलिकडील प्रगतीच्या संदर्भात भारतीय यशावर चर्चा करतात, तसेच त्यानंतर तांत्रीक विकासाच्या व्यावहारीक दृष्टीकोणाला रेखांकित करते, जे येणाऱ्या दशकात भारताला जगात मध्यवर्ती स्थानावर पोहचविल.

प्रगत अणु क्षमतेपासून मानवरहित चंद्रमा मिशनपर्यंत, अलिकडच्या वर्षांत भारताचे वैज्ञानिक उपलब्धी अभूतपूर्व राहिली आहे. परंतु देशाच्या सुप्रसिद्ध वैज्ञानिक एपीजे अब्दुल कलाम आणि त्याचे जवळचे सहकारी वाईएस राजनच्या मते, 'आम्ही तर आता सुरूवात केली आहे.'

अनेक शास्त्रज्ञांनाचा अंदाज आहे की हे शतक भारताचे असू शकते आणि सर्वांसाठी चांगल्या भविष्याची संकल्पना साकार करण्यासाठी आपल्या गरजांची सखोल माहिती असण्याची गरज असेल आणि तेव्हाच शक्य आहे जेव्हा आपण आपल्या शोध आणि नवविचाराला राष्ट्रीय विकासाच्या उद्देशानुसार करू.

द साइंटिफिक इंडियनमध्ये लेखक दहा वर्षांनतर वैज्ञानिक प्रगतीच्या त्या प्रमुख क्षोत्राकडे वळतात जो महत्त्वपूर्ण आहे - अंतराळ संशोधन, उपग्रह तंत्रज्ञान, मिसाइल

विकास, पृथ्वी आणि महासागर संसाधन, जीवमंडळ, खाद्य उत्पादन, उर्जा आणि जलसाठा, आरोग्य सेवा आणि दळणवळण आदी. प्रत्येक बाजूसाठी, लेखक जागतिक मंचावर अलिकडील प्रगतीच्या संदर्भात भारतीय यशावर चर्चा करत आहेत. नंतर तंत्रज्ञान विकासाच्या एका व्यवहारिक दृष्टीकोणाची रूपरेषा प्रस्तुत करतात जो आगामी दशकात मनापासून, खास करून भावी शास्त्रज्ञ आणि तंत्रज्ञानतज्ज्ञाची गोष्ट करील, आपल्याला मोठी स्वप्नं पहाण्यासाठी प्रोत्साहीत करील आणि आपले स्वप्नं साकार करण्यासाठी कठोर परिश्रम करण्याचा आग्रह धरील.

वाइएस राजन

पुस्तकाचे सह-लेखक डॉ. यज्ञस्वामी सुंदर राजन तंत्रज्ञान विकास आणि व्यवसाय व्यवस्थापनाचे एक प्रख्यात तज्ज्ञ आहेत. त्यांनी पीआरएल, इस्त्रो, एनएनआरएमएस, साआईआई, टीआईएफएसी आणि पीटीयूमध्ये अनेक वरिष्ठ पदावर कार्य केले आहे. त्यांनी विज्ञान तसेच तंत्रज्ञान, अणुसंधान तसेच विकास, अंतराळ अणुसंधान आणि व्यवसाय व्यवस्थापन सारख्या विभिन्न क्षेत्रात अविश्वसनीय प्रभाव टाकला आहे आणि साहित्य जगात देखील योगदान दिले आहे.

तांत्रीक लेखन, लेख आणि पत्रिकाशिवाय, ते सामाजिक मुद्यांवर एक प्रतिष्ठित कवी आणि लेखक देखील आहेत. डॉ. वाईएस राजन राष्ट्रीय संस्थेत भारतीय उद्योग परिसंघ (सीआईआई) चे मुख्य सल्लाकार आहेत. ते नांलदा विद्यापीठाच्या बोर्ड अध्यक्ष आहेत. बिरला इंस्टीट्यूट ऑफ टेकनॉलॉजि अँड साइंस (बिटस), पिलानी, भारत, जे एक अंतरराष्ट्रीय पातळीवर प्रतिष्ठित संस्था आहे, तिथे प्रोफेसर आहेत. अखिल भारतीय दयानंद एंग्लो- वैदिक (डीएवी) कॉलेज व्यवस्थापन समितीचे उपाध्यक्ष, जे संपूर्ण भारतात उच्च-गुणवत्ता असणारी शाळा (६१५) आणि कॉलेज (६०) चे एक नेटवर्क आहे. बिटस, पिलानीचे सीनेट सदस्य, जागतिक ज्ञान समन्वय समितीचे उपाध्यक्ष आहे.

या पुस्तकाचे प्रकाशन २०११ मध्ये झाले. या पुस्तकाचे सह-लेखकःवाई एस. राजन आहेत.

यश की उपयशः लेजेंडरी लाइव्हज

पुस्तक यश की उपयशः लेजेंडरी लाइव्हज' एक प्रेरणादयी विचाराने परिपूर्ण आहे. हे महान व्यक्तीच्या जीवनात अपयश शिकवणे आणि यश मिळवणे यावर आधारीत आहे. डॉ. एपीजे अब्दुल कलामने अग्नि मिसाइलच्या प्रक्षेपणासंदर्भात अनेकदा अपयश आल्यावरही यश आणि अपयश असे दोन्हीही जीवनाचे महत्त्वाचे भाग आहेत, जे आपल्याला अनुभव आणि मार्गदर्शन प्रदान करते, आणि महान लोक अपयशाला अडथळा नाही, तर धडा आणि पुढे जाण्याची संधी म्हणून पहातात. वाचकवर्ग या पुस्तकाला खालील मुख्य मुद्यांसाहित वाचून बरंच काही शिकू शकतात. तसेच-

यश अपयशाचा समन्वय

महान व्यक्तीचे उदाहरण दाखवतात की अपयश जीवनाचा शेवट नाही, तर ते

आपल्याला कमजोर समजणे आणि भविष्यासाठी चांगल्या योजना तयार करण्यास मदत करते, तर ते आपल्याला कमजोर समजणे आणि भविष्यासाठी चांगल्या योजना तयार करण्यास मदत करते. त्यापासून प्रेरणा घेऊन तरूण आपल्या स्वप्नांना साकार करू शकते.

महत्त्वपूर्ण दृष्टीकोण

जर एडिसनने अपयशी ठरल्यामुळे माघार घेतली असती, तर जग अनेक शोधापासून वंचित राहिली असते, अशाप्रकारे कलामने अपयशाला उद्देश प्राप्तीचा एक भाग मानले. स्पष्ट आहे की आपल्या उद्देशावर लक्ष केंद्रीत करून पुढे चालत राहिले पाहिजे. मार्गात येणाऱ्या अडचणीने विचलित नाही झाले पाहिजे.

प्रयत्नात सातत्य

अपयशानंतर देखील प्रयत्न चालू ठेवणे यशाची चावी आहे. कलाम आणि त्यांच्या टीमने अग्नि मिसाइलला यशस्वी लाँच करण्यासाठी अनेकदा अपयशाचे तोंड पाहिले, परंतु त्यांनी हार मानली नाही.

अनुभवापासून शिकणे

यश आणि अपयश दोन्ही शिकवतं. यशाच्या दरम्यान अति आत्मविश्वासापासून दूर रहाणे आणि अपयशानंतर निराश न होणे एक सुतूलित दृष्टीकोण आहे, जो आपल्याला जीवनाच्या कोणत्याही क्षेत्रात लवकर यश देतं.

विशेष

अपयश हातावर हात ठेवून बसण्याचे संकेत देत नाही. तर तो एक पाठ आहे, कुठेतरी चूक झाली आहे, ज्यामुळे यश मिळाले नाही. ती चूक काय होती? ते समजण्यासाठी आपल्याला अपयश वेळ देते. त्याला घाबरायचे सोडून आपण आत्मपरिक्षण करून पुन्हा यशाकडे पुन्हा अग्रसर झाले पाहिजे.

यश की उपयशः लेजेंडरी लाइव्हज' या महान व्यक्तिमत्त्वाच्या संदर्भात आहे ज्यांनी अपयश आल्यानंतरही खंबीर आणि शिकण्याची इच्छेपासून यश मिळवणे आणि दुसऱ्यासाठी प्रेरणा बनले.

कार्टून जर मुलांच्या जीवनात प्रभावशाली ठरले, तर डॉ. अब्दुल कलाम, डॉ. किरण बेदी, सचिन तेंडूलकर, अमिताभ बच्चन आणि एआर रेहमान सारखे स्तंभ देखील आहेत, जे अनेकांवर प्रभाव पाडत असतात. आपला उद्देश या महान व्यक्तिमत्त्वाची मुलांना ओळख करून देणे. ही मालिका अशाच एक महान व्यक्तीच्या जीवनावर आधारीत कथासंग्रह आहे. या कथा त्या मानवी बाजूला उघड करतात, ज्या बहुदा

त्यांच्या उपलब्धीच्या अमर्याद शक्तीच्या पुढे लपून जातात. बुकबॉक्सची 'महान व्यक्तिमत्त्व' मालिकेचा मुख्य उद्देश या महान व्यक्तींना मुलांच्या जवळ आणुन तरूण मनाला प्रेरित करणे आहे.

पुस्तकात डॉ. एपीजे अब्दुल कालामवर आधारीत कथेच्या संदर्भात देखील चर्चा करण्यात आली आहे. त्यांनी मुले आणि तरूणांना आपले अनुभव सांगितले आहेत.

माझ्या शिक्षकासाठी धडा

कलाम आणि राम स्कूलमध्ये एकमेकांचे चांगले मित्र होते, परंतु एक दिवस एक शिक्षकाने त्यांना वेगळे बसवले. एक मार्मिक कहानी जी सांगते की कसे सर्वजण पाठ शिकले.

कलामच्या परिवाराने त्यांना एका चांगल्या शाळेत प्रवेश देण्यासाठी खूप त्याग केला. परंतु त्यांच्या गणिताच्या शिक्षकासोबत बिनसले. काय कलाम अद्यापही आपल्या परिवाराला त्यावर गर्व करायला सांगतील?

लढाऊ विमानाचे डिझाइन

कलामच्या प्रोफेसरने त्यांना सूचना दिली होती की जर ते तीन दिवसात चांगले डिझाइन बनवू शकले नाही, तर त्यांची शिष्यवृत्ती बंद करण्यात येईल. काय कलाम इतक्या कमी वेळेत लढाऊ विमानाचे डिझाइन करण्याच्या त्यांच्या स्वप्नाला साकार करू शकत होते?

अपयशातून यश

कलाम आणि त्यांची टीम भारतावरच्या पहिल्या उपग्रहाला कक्षेत लाँच करून अंतराळ कार्यक्रमला नव्या उंचीवर घेऊन गेले.

मिसाइल मॅन

कलामच्या टीमने अग्नि मिसाइल लाँच करण्याचा प्रयत्न अनेकदा फसला होता. ते या मिशनला यशस्वी करण्यासाठी आपल्या टीमला कसे प्रेरित करतील? असे अनेक उदाहरणे आहेत जे कलामने त्यांच्या पुस्तकात दिली आहेत. इतकेच नाही, तर अपशावर कशी मात करायची हे पण सांगितले आहे.

जिंकण्यासाठी खेळा. आळसात वेळ वाया घालवण्यापेक्षा मरेपर्यंत काम करण्यात वेळ घालवा. श्रेष्ठत्वाला उद्देश बनवून काम करणे चांगले आहे, म्हणजे यश हातातून जाणार नाही. जेव्हा कोणी श्रेष्ठतेच्या मार्गावर चालू लागतो, तेव्हा आपल्यातले सुप्त गुण बाहेर पडू लागतात. असे म्हणतात की एखादा व्यक्ती जर कोणावर

रागावला नाही, तर तो यशस्वी होऊ शकत नाही. अशाप्रकारे, ज्या व्यक्तीची कधी उपासमार झाली नाही, त्याला पोटभर अन्न मिळाल्याचा आनंद होणार नाही.

यात कसलीही शंका नाही की जिंकण्यात आनंद आणि पराभूत होण्यात

दुःख

मिळते. जर कोणी व्यक्ती या दोन्ही परिस्थितीचा स्वीकार करू शकत नाही, तर तो त्या नदीसारखा असेल, जिला केवळ एक काठ असेल. नदीला दोन काठ असतात. विजयाला चार कंगोरे असतात. ते असे-

आत्मविश्वास

दृढ मानसिकता

जिकंण्याबद्दल सकारात्मक विचार, आणि

नवीन शोध घेण्याची योग्यता

सतत वाढत जाणारी कला

प्रत्येक व्यक्तिने ताणावाच्या काळातही सकारात्मकता आणि प्रसन्नता कायम ठेवली पाहिजे. प्रत्येक परिस्थितीत खूश रहाणेच व्यक्तीची खरी लायकी असू शकते. चांगला व्यक्ती बनण्यासाठी प्रत्येक व्यक्तीला जीवनावर नियंत्रण ठेवण्याच्या कलेत तरबेज असले पाहिजे. चेतनेचा विकास करण्यासाठी पण हे गरजेचे आहे. तणावाच्या क्षणी नकळतपणे स्वतःला योग्य सिद्ध करण्याचा प्रयत्न करतो. हे उदाहरण क्रिकेटला लावले तर खेळाडू आऊट झाल्यावर नव्या खेळाडूवर तणाव वाढतो. भूतकाळातले अपयश वर्तमान परिस्थितीला प्रभावित करते. अशाप्रकारे, आपण वर्तमानात नाही, तर भूतकाळात जगत असतो. क्रिकेट खेळाडूसोबत माझ्या झालेल्या चर्चेत मी सांगितले की ते ज्यावेळी तणावात असतात, तेव्हा भूतकाळ विसरून भविष्य घडवण्यावर लक्ष केंद्रीत करायला पाहिजे. असे असले तरी असे करणे फार कठीण आहे, परंतु अनुशासनात राहून ही जबाबदारी पूर्ण केली जाऊ शकते.

ठाम विश्वास

भूतकाळातील अपयशाने मिळवलेले ज्ञान आणि विजयाच्या प्रतिबद्धतेने आपले भविष्य घडवा. आपल्या मेंदूत असलेल्या आठवणींचा उपयोग सकारात्मक स्वरूपात करा. उदा. त्या क्रिकेट खेळाडूचे पहा, जे अति तणावामुळे अपयशी ठरले होते आणि काही काळानंतर पुन्हा यशाच्या शिखरावर होते. काही अशी उदाहरणे आपल्या मेंदूत तयार ठेवा आणि कठीण काळात त्यांची आठवण करा. सर्वोच्च आवस्थेत स्वतःला तयार करण्याची क्षमता आणि जीवनांवर नियंत्रण असणे गरजेचे आहे. अशा आवस्थेत आपल्या आत वेगळया प्रकारची उर्जा उत्पन्न होते, जी कोणालाही प्रभावित करू शकते.

विजयाबद्दल सकारात्मक विचार

मेंदूला इतके मजबूत बनवा की कोणत्याही कठीण काळात तुम्ही व्याकूळ होणार नाहीत. आपल्या योग्यतेचा उपयोग कार्य करण्यात करा. आपल्या कार्यात मूल्यांचा विकास दिसेल. प्रत्येकाला हे समजले पाहिजे की अपयश हे यश मिळवून देण्यासाठी काम करतं. वास्तवात अपयश म्हणजेच उशीराने मिळणारे यश आहे. अपयशाला घाबरू नका, त्यापासून शिका.

अपयशातच यशाचा नुस्खा दडलेला आहे. चिंता करणे आणि घाबरल्याने तुम्ही शिकू शकणार नाहीत. अवलोकन करा आणि अपयशाची पर्वा करू नका. विजय आणि पराभवाप्रति असा दृष्टीकोण बाळगल्याने आपली प्रतिभा आणि मूल्यात वाढ होईल.

नवीन शोध घेण्याची योग्यता

नवीन शोधात रस असणे असा गुण आहे जो आपल्याला प्रेरित आणि प्रोत्साहीत करील. संशोधन केवळ लक्ष्यपूर्वक, अभ्यास आणि प्रेरणेतून होते. आपण केवळ इतके करू शकतो की कष्ट आणि लक्षपूर्वक आपले कार्य करू. अपयशाने निराश आणि यशाने अधिक आनंदी होण्याची गरज नाही. एक वेळ अशी येते, ज्यावेळी यशस्वी व्यक्ती अपयशी ठरतो आणि अपयशी व्यक्ती यशस्वी ठरतो.

हे पुस्तक २०११ मध्ये प्रकाशित झाले आणि याचे सह-लेखक अरूण तिवारी आहेत.

टार्गेट ३ बिलियन

हे पुस्तक ग्रामीण भारतात असणाऱ्या समस्यावर प्रकाश टाकते आणि जीवनाच्या पातळीवर सुधारणा करण्याचे उपाय सांगते. या ग्रामीण क्षेत्रात शहरी सुविधा प्रदान करणे म्हणजे PURA (पुरा) नावाच्या समावेशक प्रकल्पावर केंद्रीत आहे. हे पुस्तक सामूदायिक सहभाग आणि उद्योगासारख्या स्वैच्छिक अभियानाच्या माध्यमातून गरीब ग्रामीण लोकसंख्येच्या जीवनात सुधारणा करण्यासाठी योजना तयार करतात. डॉ. एपीजे अब्दुल कलाम आणि सृजन पालसिंहने हे पुस्तक संयुक्तपणे लिहिले आहे.

इथे फॅबिया रोजा यांच्या कामाची दखल घेतली आहे, ज्यांनी ग्रामीण विद्यूतीकरणाच्या माध्यमातून ब्राझीलच्या एका ग्रामीण जिल्ह्यात, पामारेसाची रचना बदलण्यासाठी मदत केली. पाणि आणि वीज पुरवठा आणि चांगल्या कृषी पद्धतीने

या क्षेत्रात समृद्धी आणली. याशिवाय हा मगरपटटा शहराचे संघटन, जे आता ३५००० पेक्षा अधिक लोकांना घरे प्रदान करते आणि एक आईटी पार्कीचा देखील वर्णने करते. हा एक प्रेरणादायक प्रसंग आहे.

सर्वाधिक ग्रामीण लोकसंख्या असणारा भारत देश आहे. किमान ७५ करोड लोकसंख्याग्रामीण भागात रहातात. आपल्या भारतीय अनुभवावर डॉ. कलाम एक सतत आणि समावेशक विकासप्रणाली, जिला PURA (ग्रामीण क्षेत्रात शहरी सुविधा प्रदान करणे) म्हटले जाते, समर्थन करते की ग्रामीण जनतेचे उत्थान सब्सिडीच्या माध्यमातून नाही, तर सामूहीक सहभागातून उद्योगाच्या माध्यमातून व्हावे. आपला विचार मांडण्यासाठी डॉ. कलाम भारत आणि जगभर असे व्यक्ती आणि संस्थेचे उदहारण देतात, ज्यांनी उद्योगशलतेची भावना आणि बदल करण्याच्या तीव्र इच्छासह, ग्रामीण जनतेच्या क्षमतेचे यशस्वीपण संचलन केले आहे.

१२३ सदस्यांच्या मगर - परिवाराकडे महाराष्ट्रातील पुणे शहाराच्या बाहेरील भागात४३० एकरचा मगरपट्टा नावाचा भूखंड होता. १९९० च्या दशकात त्यांनी संघटीत होऊन मगरपट्टा शहर वसवले. जिथे आता ३५००० पेक्षा रहिवासी आणि ६५००० व्यावसायीक लोकसंख्या वास्तव्य करते. तिथे एक आयटी पार्क पण आहे.

टार्गेट ३ बिलियन: PURA - सतत विकासाच्या दिशेने अभिनव उत्तर

डॉ. एपीजे अब्दुल कलाम आणि सृजन पालसिंहद्वारा, एक विचारवंत आणि प्रेरणादायक पुस्तक आहे जे जगभरात, विशेष करून भारतात, ग्रामीण विकास आव्हाने

उत्तर देण्यासाठी एक स्पष्ट दृष्टीकोण प्रदान करते. शीर्षक जवळजवळ ३ बिलियन लोकांना संदर्भित करते, जो ग्रामीण क्षेत्रात रहातो, ज्यातून अनेक गरीब, मूलभूत सोयी नसल्याने आणि मर्यादित संधीचा सामना करते. पुस्तक PURA ची धारणाला प्रस्तुत करते, जो ग्रामीण क्षेत्रात शहरी सोयीसाठी आहे.

या पुस्तकाच्या केद्रस्थानी PURA मॉडल आहे. याची सुरूवात भारताचे राष्ट्रपती म्हणून आपल्या कार्यकाळात डॉ. कलामच्या मनात होती. PURA चा उद्देश आर्थिक विकासाला चालना देण्यासाठी ग्रामीण लोकसंख्येला भौतिक, इलेट्रॉनिक आणि ज्ञानाचा पायाभूत रचना प्रदान करणे आहे. लेखक या गोष्टीवर जोर देतात की विकासाला शहरी क्षेत्रापर्यंत मर्यादित नाही केले पाहिजे. याशिवाय, ग्रामीण क्षेत्राला पायाभूत रचना, शिक्षण, आरोग्य सेवा आणि रोजगाराच्या संधीच्या प्रकरणात समान महत्त्व दिले पाहिजे. PURA ग्रामीण क्षेत्राला आर्थिक क्रियेच्या केंद्रात

बदलण्याची कल्पना करतो, जिथे शहराकडे लोक स्थलातंर न करता जगू शकतात. ग्रामीण क्षेत्रात शहरी सुविधेला एकिकृत करून, जसे आधुनिक परिवहन प्रणाली, स्वच्छ उर्जा, डिजिटल कनेक्टिविटी आणि गुणवत्तापूर्ण शिक्षण आणि आरोग्यसेवा देखील मिळाव्यात.

पुरा प्रमुख घटक

या योजेनला समजण्यासाठी मुख्य मुद्दे समजून घेणे आवश्यक आहे.

भौतिक संपर्क

यात रस्ते, परिवहन, पाणि पुरवठा आणि वीज यासारख्या विश्वसनीय पायाभूत रचना निर्माण करणे याचा समावेश आहे. संपर्कात सुधारणा करून ग्रामीण क्षेत्रात बाजार आणि सेवेसोबत जोडू शकते, ज्यामुळे आर्थिक कार्यक्रमाला चालना मिळतो.

इलेक्ट्रॉनिक संपर्क

इंटरनेट पोहच आणि दूरसंचारासहित डिजिटल पायाभूत रचना, ग्रमीण लोकसंख्येला जगासोबत जोडण्यासाठी महत्त्वाचे आहे. हे चांगले शिक्षण, आरोग्य सेवा आणि सूचनेपर्यंत संपर्क सोपा होता, ज्यामुळे समूदायाला नवीन विचार आणि विकास करण्याचा अधिकार मिळतो.

ज्ञान संपर्क

शिक्षण आणि व्यावसायिक प्रशिक्षण PURA मॉडलच्या यशाची चावी आहे. यात ग्रामीण लोकसंख्येला आजच्या जगात प्रतिस्पर्धा करण्यासाठी कौशल्य प्रदान

करणे याचा समावेश आहे. मग ते तांत्रीक ज्ञान असेल, शेतीच्या आधुनिक पद्धती असतील, किंवा उद्योग कौशल्य असेल, ज्ञान व्यक्तिला गरिबीतून बाहेर काढण्यासाठी सशक्त बनवते.

आर्थिक संपर्क

यात रोजगाराच्या संधी प्रदान करणे आणि उद्योगशीलतेला चालना देणे याचा समावेश आहे. लेखक ग्रामीण समूदायात सूक्ष्म उद्योग आणि लघू उद्योगाचा विकास करण्याचे समर्थन करतात, ज्यामुळे लोकांना स्थानीक पातळीवर आपली अपजिवीका चालू ठेवण्यासाठी दमत मिळू शकेल.

स्थिरता आणि पर्यावरण

पुस्तकात स्थिरतेवर जोर देण्यात आला आहे. लेखकाचे मत आहे की विकास पर्यावरणाचा बळी देऊन नाही झाला पाहिजे. यामुळे ग्रामीण क्षेत्राला वीज देण्यासाठी सौर आणि बायोगॅससारख्या नवीकरणीय उर्जाचा उपयोग करण्याचा सल्ला देतात.

ते पाणि जिवरणे आणि टिकाऊ शेतीच्या महत्त्वावर प्रकश टाकतात. पर्यावरणाकूल ग्रामीण विकास भविष्यातील पिढीसाठी उपयोगी ठरू शकते.

सार्वजनिक सहभाग

सशक्तीकरण याचा अर्थ आहे स्थानीक समूदायांना निर्णय घेण्याच्या प्रक्रियेत सहभागी करून घेणे आणि त्यांना त्या प्रकल्पाचे मालकत्व देण्यासाठी प्रोत्साहीत करणे जे त्यांच्या जीवनाला चांगले बनवतील. सार्वजनिक- खाजगी सहभाग PURA मॉडलचा एक आणखी एक आवश्यक तत्त्व आहे. पुस्तक सांगते की कसे सरकार, खाजगी कंपनी आणि स्थानीक समूदायात सहयोग हे कायम करू शकते की विकासाची सुरूवात व्हावी आणि त्या लोकांपर्यंत तो पोहचवा, ज्यांना त्याची गरज आहे.

जागतिक प्रासंगिकता

असे असले तरी पुस्तक भारतावर केंद्रीत आहे परंतु त्यातले विचार जागतिक पातळीवर ग्रामीण समूदायासाठी प्रासंगिक आहेत. लेखकाचे मत आहे की गरीबी, पायाभूत सोयी नसणे आणि शिक्षण आणि आरोग्यसेवा मर्यादित असणे, या सारख्या समस्यांची उत्तरं आणि सतत विकास करण्यासाठी PURA मॉडलला विभिन्न क्षेत्रात अनुकूल आणि लागू केल्या जाऊ शकते.

कारवाई आणि आवाहन

हे पुस्तक कारवाईचे आवाहन करते. डॉ. कलाम आणि सृजन पालसिंह तरूण, उद्योगजक, धोरणकर्ते आणि नागरीकांना ग्रामीण विकासाला चालना देण्यात सक्रिय

भूमिका पार पाडण्यासाठी प्रोत्साहन देतात. ते वाचकांना शहरापलिकडे विचार करण्यास आणि ग्रामीण क्षेत्राच्या क्षमतेवर लक्ष केंद्रीत करण्यासाठी प्रेरित करते, जिथे अरबी लोक वास्तव्य करतात. संधी प्रदान करून आणि एक सहायक वातावरण तयार करून, ग्रामीण लोकसंख्या सुखाने जगू शकते आणि राष्ट्रीय विकासात योगदान देऊ शकते.

या पुस्तकाचे प्रकाशन २०११ मध्ये झाले आणि याचे सह-लेखक आहेत सृजन पालसिंह.

यू आर यूनिकः स्केल न्यू हाइटस थ्रो थॉटस अँड ॲक्शन

हे एक प्रेरणादायक पुस्तक आहे, जे वाचकांना आपले अद्वितीय विचार आणि कार्याच्या माध्यमातून जीवनात उंची गाठण्यासाठी प्रोत्साहीत करते. हे पुस्तक विद्यार्थी आणि तरूणांना प्रेरित करते की त्यांनी त्यांच्यातील सुप्त शक्तींना ओळखावे

आणि त्यांना आपल्या स्वप्नांप्रमाणे जगण्यासाठी योग्य दिशा द्यावी.

मुख्य संदेश

तरूणांनी त्यांच्यातील सुप्त शक्ती ओळखून तिला जागृत करावे आणि पुढे जाण्याची प्रेरणा घ्यावी, याने ते प्रेरित आहे.

अद्वितीयता ओळखा

कलामचे मत आहे की प्रत्येक व्यक्ती अद्वितीय असतो आणि त्याच्याकडे काही खास गुण असतात.

विचार आणि कार्यांचे महत्त्व

लेखक यावर जोर देतात की केवळ सकारात्मक विचार पुरेसे नाहीत, तर त्यांना कार्यांत बदलणे देखील आवश्यक आहे म्हणजे वास्तविक परिणाम मिळू शकतील.

प्रेरणा आणि मार्गदर्शन

हे पुस्तक तरूणांसाठी एक मार्गदर्शकाप्रमाणे आहे जे त्यांना जीवनाच्या आव्हांनाचा सामना करणे आणि आपल्या उद्देशाची प्राप्ती करण्यासाठी प्रेरित करते.

हे पुस्तक सांगते की डॉ. अब्दुल कलाम यांनी त्यांच्या जीवनात संकटाचा सामना केला आणि त्यांच्याकडून प्रेरणा घेतली. पुस्तक तरूण पिढीला जीवनात यश प्राप्त करण्यासाठी सकरात्मक विचार आणि दृढ संकल्प आत्मसात करण्याचा सल्ला देते. हे पुस्तक एक असा शक्तीशाली संदेश देते की आपल्या अद्वितीय क्षमतेचा उपयोग करून आणि योग्य दिशेने प्रयत्न करून कोणीही व्यक्ती आपल्या जीवनात महान उंची प्राप्त करू शकतो.

आपल्या अद्वितीय स्वरूपाला शोधणे आणि स्वीकार करणे कठीण असू शकतं कारण की त्यासाठी अतिशय धाडस आणि, दृढ संकल्प आणि आत्मविश्वासाची आवश्यकता असते. या पुस्तकाचे लेखक डॉ. एपीजे अब्दुल कलाम यांचे मत आहे की महानता प्रत्येक व्यक्तीमध्ये असते. मुख्य कार्य त्या महानतेला आपल्यातून बाहेर

काढणे आहे आणि आपले सुप्त गुण जाहीर करणे आहे. त्यासाठी आत्मविश्वास आणि दृष्ढ संकल्पाच्या माध्यमातून आत्म-विकास आवश्यक आहे.

'यू आर यूनिक : स्केल न्यू हाइटस थ्रो थॉटस अँड ॲक्शन' मध्ये लेखक आपल्या विचाराला अंत्यत प्रमाणिकपणे आणि अनुभवी अंतर्ज्ञानासहित सादर करतो आहे. ते आपल्याला दूरदर्शीत्त्वाची महत्त्वाची ओळख करून देतात, जी योजना तयार करणे आणि त्यांनतर कार्य करण्याकडे घेऊन जाते. या पृष्ठांतून आध्यात्मिकता, इमानदारी, निःस्वार्थता आणि दानमूल्यांचा संदेश त्यांच्या जीवनाप्रमाणे

समोर येतो. यशस्वी होण्यासाठी नको असलेले अडथळे, धारणा आणि पूर्वाग्रह तोडण्याच्या महत्त्वाला या पुस्तकात दर्शवले आहे. 'तुम्ही अद्वितीय आहात: विचार आणि कार्यातून नव्या उंचीला स्पर्श करा.' पुस्तकाच्या प्रत्येक पृष्ठांवर आपल्याला पूर्णपणे प्रेरणा आणि आशा मिळते. हे आपल्या अद्वितीय शोधण्याच्या प्रवासात एक प्रेरणा स्त्रोताचे काम करते.

'तुम्ही फुलण्यासाठी जन्माला आलेले आहात' शीर्षक वाचकांना त्यांच्या आंतरीक क्षमतेला ओळखणे, तिला उजाळा देणे आणि जीवनाच्या प्रत्येक पायरीवर शिकत रहाण्यासाठी प्रेरित करते. हे पुस्तक ज्ञान, शिक्षण आणि व्यक्तिगत विकासाच्या महत्त्वावर जोर देते, आणि अशी कल्पना करते की कशी माहिती आणि संचार तंत्रज्ञानाचा उपयोग करून ग्रामीण प्रतिभा वाढवली जाऊ शकते.

आंतरीक क्षमतेचा विकास

कलाम असा संदेश देतात की प्रत्येक व्यक्तिच्या आत अद्वितीय क्षमता असतात आणि त्यांना ओळखून विकास केला पाहिजे.

सतत शिकण्याची प्रक्रिया

हे पुस्तक जीवनाच्या प्रत्येक वळणावर शिकणे आणि ज्ञान प्राप्त करण्यावर जोर देते, त्याला वयाची कोणतीही मर्यादा ठेवत नाही.

रचनात्मक नवाविचार

वाचकांना रचनात्मकता आणि नवाचाराच्या माध्यमातून आपल्या क्षमतेपर्यंत पोहचण्यासाठी प्रोत्साहीत केले जाते.

शिक्षणाचे महत्त्व

हे पुस्तक शिक्षकांच्या योगदानाला महत्त्व देते, जे तरुणाला विकसित करणे आणि प्रगतीसाठी तयार करण्यात महत्त्वाची भूमिका पार पाडते.

सामाजिक परिवर्तन

हे पुस्तक सामाजिक परिवर्तनाला चालना देण्यासाठी ज्ञान आणि तंत्रज्ञानाच्या उपयोगावर जोर देते.

हे पुस्तक २०१२ मध्ये प्रकाशति झाले. याच्या सह - लेखिका एस. पूनम कोहली आहेत.

टर्निंग पॉइंटसः आव्हानाच्या माध्यमातून प्रवास

विज्ञानपुत्र अब्दुल कलाम लिहितात - तो एक नेहमीसारखा दिवस होता. ठिकाण होते चेन्नईचे अन्ना यूनिव्हर्सिटीचा परिसर. संकल्पनेतून उद्देशापर्यंत' विषयावर माझे एक व्याख्यान झाले हाते, जे एका तासाने अधिक झाले होते. त्यांनतर मी संशोधक विद्यार्थ्यांसोबत भोजन केले आणि नंतर क्लासमध्ये गेलो. सांयकाळी ज्यावेळी माझ्या रूममध्ये परत येत होतो, व्हाइस चॅनसलर प्रोफेसर ए. कलानिधी देखील माझ्यासोबत होते. त्यांनी मला सांगितले की दिवसभर कोणीतरी माझ्याशी संपर्क करीत राहिले. जसाही मी रूममध्ये गेलो, फोन वाजू लागला होता. पुन्हा घेतल्यावर तिकडून आवाज आला, पंतप्रधान आपल्यासोबत बोलू इच्छित आहेत. काही महिन्यापुर्वी मी कॅबिनेट पातळीवर मुख्य वैज्ञानिक सल्लागाराचे पद सोडले होते, म्हणजे शिकवण्याचे काम करता येईल. जसेही मी पंतप्रधान अटल बिहारी वाजपेयीसोबत बोललो, माझ्या जीवनाला नवीन वळण मिळाले. '

'टर्निंग पॉइंटस' माजी राष्ट्रपती कलाम याची अतूलनीय कथा आहे जी सुरू होते, जिथे त्यांची आत्कथेचा पहिला भाग विंग्स ऑफ फायर' थांबले होते. ही कथा त्यांचे जीवन आणि राष्ट्रपतीत्व-काळाच्या काही अशा बाजू समोर आणते, ज्या आतापर्यंत अंधारात होती. अनेक वादग्रस्त मुद्यांवर देखील पहिल्यांदा त्यांनी आपले वक्तव्य केले आहे. ही केवळ एक असाधारण व्यक्तिच्या जीवनागाथा नव्हती, तर एका संकल्पनेचे दर्शन देखील आहे की कसे एक भव्य वारसा असणारा देश, आपली क्षमता, योग्यता, प्रयत्न आणि दृढ विश्वासाच्या आधारे महान बनू शकतो. देश- विदेशातील लाखो तरूण आदर्श आणि प्रेरणास्त्रोत. भारताचे अकरावे राष्ट्रापती ए. पी. जे कलाम सर्वाधिक लोकप्रिय राहिले. त्यांनी लिहिलेले पुस्तक विंग्स ऑफ फायर, इनडोमिटेबल स्पिरिट, स्पिरिट ऑफ इंडिया, 'रिइग्नाइटिड माइंडस' बेस्टसेलर राहिले.

हे पुस्तक एक सामान्य, समर्पित, धर्मनिरपेक्ष, स्वनिर्मित आणि स्वप्नंदर्शी व्यक्तिच्या स्मरणाची कथा आहे, जी एका पातळीवर अगदीच मुलाप्रमाणे निष्पाप आणि भोळा आहे. जेव्हा डॉ. कलामला राष्ट्रपती बनवले गेले, त्यावेळी त्यावर अनेजण बरेच नाराज दिसले, परंतु राष्ट्रपती पदावर राहून त्यांनी जे कार्य केले, त्यामुळे

जनतेचे त्यांना प्रेम मिळाले आणि कदाचित यामुळे आज देखील त्यांना 'पीपल्स प्रेसिडेंट' म्हटल्या जाते. टर्निंग पाँइटस' मनापासून लिहिलेले आहे. आणि वाचण्यासाठी सोपे आणि रंजक आहे. ते वाचून एक गोष्ट समजते की एक इमानदार आणि चिंतनशील राष्ट्रपती देशासाठी काय नाही करू शकत!'

माजी राष्ट्रपती डॉ. एपीजे अब्दुल कलामांच्या आठवणीचे रंजक पुस्तक 'टर्निंग पाँइटस' काही भेदभावाचे मुद्दे समोर आणते. हे पुस्तक हे सिद्ध करते की वास्तवात राष्ट्रपतीला किती महत्त्व आहे आणि राष्ट्रपतीने घेतलेले निर्णय राजकीय असतात. एक लोकप्रिय धारणा बनली आहे की डॉ. कलाम एक बिगर-राजकीय राष्ट्रपती होते, ही धारण हे पुस्तक दूर करते.

आपल्या देशात राजकीय नेत्यांच्या काही आठवणी लिहिण्याची परंपरा नाही, म्हणून या पुस्तकाचे विशेष स्वागत झाले. काही विवादास्पद तथ्यावर सत्य समोर ठेवत हे पुस्तक या गोष्टीचा पुरावा आहे की डॉ. कलामांचा राष्ट्रपती पदाचा कार्यकाळ एक महत्त्वपूर्ण वारसा आहे आणि देशाचे राजकारण आणि इतिहास समजून घेण्याची संधी देते.

डॉ. एपीजे अब्दुल कलाम उल्लेख करत लिहितात - हे पुस्तक, टर्निंग पॉइटस' लिहिताना माझ्या मनात हा प्रश्न आला होता की हे पुस्तक का लिहू लागलो आहे. असे म्हणता येईल की माझ्या या कथेत बरेच भारतीय लोकांच्या जीवनाचा विचार, त्यांची उत्सुकता तसेच आकांक्षा प्रतिबिंबित होते. त्या सर्वांप्रमाणे माझ्या जीवनाची सुरूवात देखील सुरूवातीपासूनच झाली. माझी पहिली नोकरी सीनियर साइंटिफिक असिसटेंट' म्हणूनच सुरू केली होती. हळूहळू, मला मोठ्या जबाबदाऱ्या मिळत गेल्या आणि शेवटी एका दिवशी मी भारताचा राष्ट्रपती पदाचा कार्यभार सांभाळला. निश्चितच, त्यांनतर एका दशकात असे बरेच काही झाले जे सांगता येणार नाही. असे म्हटल्या जाऊ शकते की तो एक सखोल अनुभवाचा प्रसंग आहे.

असो, माझे हे पुस्तक, 'टर्निंग पॉइटस' लिहिण्यामागचे कारण थोडे वेगळे आहे. माझे पहिले पुस्तक विंग्स ऑफ फायरने उत्साहजनक परिणाम दाखवला, त्यावरून मला वाटले की त्या पुस्तकाप्रमाणे याही पुस्तकाचा जर वाचकांना फायदा झाला, तर याचे लिहिणे सार्थक ठरेल. खरे पाहिले तर, या पुस्तकाने एका व्यक्तीला किंवा एका परिवाराला जरी बदलून टाकले तरी मला समाधान मिळेल, अशी आशा करीत प्रिय वाचकांसमोर हे पुस्तक ठेवतो. '

हे पुस्तक २०१२ रोजी प्रकाशित झाले होते.

अदम्य आत्मा

'अदम्य आत्मा' याचा अर्थ आहे, असा आत्मा ज्यात कसलेही आव्हान किंवा अडथळे त्याला निराश करील. हा शब्द विभिन्न संदर्भाने उपयोगात येतो. या शब्दाचा उपयोग आत्म-स्वीकृती आणि व्यक्तिगत विकासाला दर्शवण्यासाठी एक

तात्त्वीक धारणा म्हणूनही केला जातो. 'अदम्य आत्मा' त्यांचे आत्मकथन विंग्स ऑफ फायर' पासून वेगळे आहे.

तात्त्वीक धारणेचे सुंदर वर्णन केले आहे. डॉ. एपीजे अब्दुल कलामचे पुस्तक 'अदम्य आत्मा' त्यांचे भाषणे, संबोधने आणि विचारांचा संग्रह आहे. ज्यात त्यांचे मूल्य, आदर्श आणि वैज्ञानिक व राष्ट्रपती म्हणून त्यांचे अनुभव दिसतो. हे पुस्तक वाचकांना आदर्श जीवनाकडे प्रेरित करते आणि विकसित राष्ट्राच्या स्वप्नाला साकार करण्यासाठी मार्गदर्शन प्रदान करते.

पुस्तकाची सुरूवात ५७ व्या गणतंत्र दिवसाच्या पूर्वसंध्येवर राष्ट्रपती राष्ट्राच्या नावाने देण्यात आलेल्या संबोधनातील एका वाक्याच्या उच्चाराने होते. 'सर्व व्यवस्था, त्या सामाजिक किवा राजकीय असतील, त्याचा आधार लोकांच्या चांगलेपणावर टिकून असतो. कोणतेही राष्ट्र यामुळे महान किंवा चांगले यामुळे बनत नाही की तिची संसद असे किंवा तसे कायदे बनवते, तर यामुळे होते की त्यातील लोक महान आणि चांगले असतात.'

पुस्तकाचा शेवट नोबेल पुरस्कार विजेते सर, सी. व्ही रमनच्या सन १९६९ मध्ये पदवीधरांसमोर केलेल्या भाषणाने होतो, 'मी कसलाही विरोधाभ न ठेवता असा दावा करू शकतो की भारतीय मेंदची गुणवत्ता कोणत्याही ट्यूनिक, नॉर्डिक किंवा एंग्लो-सॅक्सन मेंदूच्या गुणवत्तेची बरोबरी आहे. आपल्यात कदाचित धाडसाची कमतरता आहे की आपण एक हीन भावना विकसित केली आहे. मला वाटते की आज भारतात त्या पराजयवादी भावनेच्या विनाशाची आवश्यकता आहे. '

राष्ट्रपती कलाम गुरूदेव रविद्रनाथ टागोरांच्या या शब्दातून अदम्य धाडसाच्या भावनेला व्यक्त करतात-

गरिबांचा तिरस्कार न करणारी शक्ती दे.

किंवा कोणत्याही अहंकारी व्यक्तिसमोर गुडघे न टेकण्याची शक्ती दे. दैनिक लहान मोठी गोष्टीपेक्षा मी मोठा आहे असे न समजण्याची शक्ती दे. आपल्या शक्तीचा प्रेमपूर्वक आपल्या इच्छेसमोर समर्पित करण्याची शक्ती दे.

डॉ. एपीजे अब्दुल कलाम आपले अनुभव खालील मुद्यांच्या माध्यमातून स्पष्ट करतात. ते असे-

प्रेरणादायक जीवन

प्रत्येक व्यक्तीचे जीवन मानव इतिहासाचे एक पृष्ठ आहे, मग तो कोणत्याही पदावर असो किंवा कोणतेही कार्य करीत असो.

शिक्षक

मला सात वर्षांसाठी बालक द्या, त्यांनतर ईश्वर किंवा सैतानाने बालकाला घ्यावे, ते बालकाला बदलू शकणार नाहीत.

शिक्षणाचे मिशन

ज्यावेळी शिकणे उद्देशपूर्ण असते, तेव्हा रचनात्मकता फुलते, जेव्हा रचनात्मकता फुलते, तेव्हा विचार प्रकट होतो, जेव्हा विचार प्रकट होतो, तेव्हा ज्ञान पूर्णपणे प्रकाशित होते, जेव्हा ज्ञान प्रकाशित होते, तेव्हा अर्थव्यवस्था बहरते.

सृजनात्मकता आणि नवाचार

एक प्रज्वलीत मन पृथ्वीवर, पृथ्वीच्या वर आणि पृथ्वीच्या खाली सर्वांत शक्तीशाली संसाधन आहे.

कला आणि साहित्य

कला निसर्गाच्या आतंरिक सौंदर्याची एक सौम्य अभिव्यक्ती आहे. मग ते कार्टून असो, मूर्तिकला असो किंवा साहित्यिक रचना, ती जीवनाच्या सुंदर भावनेला सर्वांना पहाणे आणि आनंद घेण्यासाठी पुढे येते. अशी भावना मौन परंतु वाकपटूतेने प्रेम, हास्य, स्नेह आणि शांतीचा संदेश देते. '

स्थायी मूल्य

फुलांना पहा, ते किती उदारतेने सुंगध देतात. ते सर्वांना देतात, आपले प्रेम मुक्तपणे देतात आणि जेव्हा त्याचे काम पूर्ण होते, तर ते ते शांतपणे निरोप घेतात. फुलाप्रमाणे बनण्याचा प्रयत्न करा, आपले सर्व गुण असताना विनम्र.

विज्ञान आणि अध्यात्म

विज्ञान ईश्वराद्वारे मानवजातीला देण्यात आलेले सर्वोत्तम वरदान आहे. तर्कासोबत विज्ञान समाजाचे भांडवल बनते... विज्ञान आणि तंत्रज्ञानाचे अध्यात्मासोबत मिलन, विज्ञान आणि तंत्रज्ञान तसेच अध्यात्म, दोन्हीचे भविष्य मानले जात आहे.

उद्याचे नागरीक

भारताला जर किसित करायचे असेल, तर त्याला तरूणांच्या खाद्यांवर देऊनच करावे लागेल.

सशक्त महिला

जेव्हा महिला सशक्त बनतात, तेव्हा एक स्थिर समाजाची निर्मिती होते. ते दिवस गेले ज्यावेळी महिलांचे जीवन जवळजवळ सर्व क्षेत्रात पुरुषांच्या तुलनेत कमी किंवा गौण समजले जात होते. आता हे पूर्णपणे सिद्ध झाले आहे की महिला कोणतेही कार्य पुरूषाच्या बरोबरीने करू शकतात, उलट त्यापेक्षा अधिक चांगल्याप्रकारे करण्यास सक्षम आहेत.

समाजासाठी ज्ञान

ज्ञान सदैव समृद्धी आणि शक्तीचे प्रमख प्रेरक राहिले आहे. ज्ञान प्राप्त करण्यावर जगभरात जोर दिला जातो आहे आणि ज्ञानाच्या अनुभवाला सार्वजनिक करणे आपल्या देशाची वेगळी संस्कृती आहे.

एक विकसित भारताचे निर्माण

आपण सर्वांनी अशा एका भारताचे निर्माण केले पाहिजे जे पृथ्वीवर रहाण्यासाठी सर्वोत्तम ठिकाणापैकी एक असेल आणि जे अरबो चेहऱ्यांवर हास्य आणेल.

प्रबुद्ध नागरीक

प्रबुद्ध नागरीकांचे तीन घटक आहेत, मूल्यप्रणालीसोबत शिक्षण, धर्माला आध्यात्मिक शक्तीत बदलणे, आणि विकासाच्या माध्यमातून समृद्धी निर्माण करणे.

रचनात्मक नेतृत्व

रचनात्मक नेतृत्त्वाचा अर्थ आहे पांरपारीक भूमिकेला कंमाडरकडून कोच, व्यवस्थापकाडून मार्गदर्शन, संचालकाकडून प्रतिनिधीत्व तसेच सन्मानाची मागणी करणारे आत्म- सन्मानाला सुगम बनवणारे करण्यात बदलविणे.

या पुस्तकाचे प्रकाशन २००१३ मध्ये झाले होते

स्पिरिट ऑफ इंडिया

डॉ. एपीजे अब्दुल कलामने लिहिले, मला वाटते की आपल्याकडे राष्ट्रासाठी दुसरा दृष्टीकोण असला पाहिजे, ठीक तसा, जसा आपल्याकडे विदेशी शासनाबद्दल होता. भारताला एक विकसित राष्ट्र निर्माणासाठी आवश्यक असणारा हा दुसरा दृष्टीकोण पुन्हा एकदा राष्ट्रवादाची भावना समोर आणेल.'

विकासाची फळे चाखल्यांनतर, भारतीय आणखी इच्छा ठेवतात - अधिक शिक्षण, अधिक संधी, अधिक विकास, परंतु एक सृमद्ध आणि अखंड भारताचे त्यांचे स्वप्नं तुटण्याच्या बेतात आहे कारण की विभालनकारी राजकारणाचा दबाव, सखोल आर्थिक विषमता, आपल्यात आणि सीमेपलिकडे वाढत असलेला आंतकवाद आणि अशांती राष्ट्राच्या मुलतत्त्व आणि राष्ट्रीय धारणाच नष्ट करीत आहे. अशा परिस्थितीत आपण भारताचे मुलतत्त्व आणि धारणा कसे सुरक्षित ठेवू शकतो आणि विकासाचे उद्दिष्ट कसे प्राप्त करू शकतो? ही चिंता जाहीर करताना आणि

वेगळेच उत्तर देताना डॉ. कलामचे मत आहे की राष्ट्राच्या केंद्रस्थानी व्यक्ति आहे आणि जेव्हा प्रत्येक नागरीक यश प्राप्त करतो, तेव्हा राष्ट्र यशस्वी होऊ शकते. आदर्शवादाने प्रेरित आणि वास्तविकतामध्ये असलेले 'स्पिरिट ऑफ इंडिया' दर्शवतो की दोन्हीपातळीवर प्रगती शक्य आहे. व्यक्तिगत आणि राष्ट्रीय पातळीवर, अट एकच आहे की आपण सिद्धांताचे पालन करावे की 'राष्ट्र कोणत्याही व्यक्तिपेक्षा किंवा संघटनेपेक्षा मोठे आहे.' आणि असे समजा की केवळ अमर्याद मेंदूच मर्यादित समाजाचे निर्माण करू शकतो. '

या पुस्तकाचे प्रकाशन २००१३ मध्ये झाले होते

थॉटस फॉर चेंज: वुई कॅन डू इट

(बदलासाठी कल्पना: आपण हे करू शकतो)

भारताचे दोन कुशल मिसाईल मॅनने लिहिलेले 'थॉटस फॉर चेंजः वुई कॅन डू इट' मध्ये संकलित लेख, वर्तमान भारतासाठी एक महत्त्वपूर्ण प्रेरक अनुस्मारक आणि एक चेतवनी आहे. या पुस्तकात प्राचीन सिंधू संस्कृती आणि त्यांनतरचा इतिहासक्रमावर विचार करण्यात आला आहे. आपली प्राचीन संस्कृती कला, प्रशासन आणि सर्वांत महत्त्वाचे म्हणजे विज्ञान आणि नैसर्गीक संसाधनाच्या विशाल भांडाराने पूरिपूर्ण होते. लुटारूसाठी एक आकर्षक उद्देश बनले, ज्यांनी धर्मांतरण केले किंवा लोकांना ठार केले आणि कोणत्याही प्रकारे, लुटपाट केली आणि हजारो वर्षापर्यंत राज्य केले.

खास करून अशा काळात जेव्हा भारताचे राजकरण भ्रष्टाचार आणि घोटाळ्याने युक्त आहे, माहिती तंत्रज्ञान आणि एअरोस्पेस इंजिनिअरिंग / रॉकेट तंत्रज्ञानात याची कामगिरी भारताच्या तरूणांच्या विशाल समुदायाला प्रेरित करील, ज्यांनी हे पुस्तक समर्पित केले आहे आणि ज्याच्याकडून ही आशा केली जाते, भारताच्या राजकीय नेतृत्त्वाला प्रभावित करून त्याची हड्डी सरळ करणे आणि राष्ट्राला एक कमजोर राष्ट्राच्या प्रतिमेतून बाहेर काढणे तसेच एक प्रतिष्ठित देश बनवण्यात मदत मिळेल.

एक असे राष्ट्र ज्याच्याकडे आर्थिक शक्ती आणि हत्यार प्राणालीसोबत गरजेचे तंत्रज्ञान असावे आणि ज्याच्याकडे महत्त्वपूर्ण गोष्ट, गरज पडल्यास उपयुक्त पांरपारिक हत्यार वापरण्याची इच्छाशक्ती असावी आणि हल्ल्याच्या वेळी वेळोवेळी चोख उत्तर देण्यास न घाबरणे म्हणजे 'तणावाची पातळी वाढेल' आणि केवळ आपल्या विरोधकासाठी, तर संपूर्ण जगासाठी गंमतीचा विषय बनेल. आणि केवळ

गंमतीस पात्र नाही, तर असे राष्ट्र जे ना केवळ आपली मर्यादेवर, नाहीतर संपूर्ण देशात देखील सतत हल्ल्याचे लक्ष्य बनत रहावे.

पाच भागात विभक्त या पुस्तकात लेखकाने ना केवळ आपल्या क्षेत्राशी संबंधित विषयाचे एक विस्तृत श्रखंलेला शब्दबद्ध केले आहे, तर विज्ञान आणि तंत्रज्ञानाच्या कक्षेत देखील सहभागी केले आहे.

भाग एक

परिवर्तनाची गतिशीलता भारताच्या प्राचीन काळाच्या समृद्ध आणि सुसंस्कृत सभ्यतेच्या अनेक भारतीय ऋषी आणि विद्वानाच्या वैज्ञानिक स्वभाव आणि विशेषज्ञतेपासून सुरू होते. जे चांगल्या शहरात वास्तव्य करीत होते आणि या महान मेंदूचे काही शोध आणि संशोधनाच्या संदर्भात सांगत आहेत, ज्यांनी विज्ञानात क्रांती आणली, ज्यामुळे पश्चिमी जग काही शतकापर्यंत मागे राहिली. हे प्रकरण औद्यागिक क्रांतीचे काळ आणि स्वातंत्र्यापूर्व काळात आगामी तंत्रज्ञानाची प्रगती आणि स्वातंत्र्यांनतरच्या काळात प्रतिबंध झुगारून पश्चिमात्य सरकारने भारतासमोर उभी केलेल्या मोठ्या समस्यावर देखील आहे. ज्यांनी भारतीय वैज्ञानिक स्वदेशी बनवण्याच्या आपल्या साधेपणाला दुर्लक्षित करण्यात सक्षम होते.

भाग दोन

याचे शीर्षक आहे मिशन मोड कार्यक्रम आणि तंत्रज्ञान प्रोत्साहन, त्यात विज्ञान आणि तंत्रज्ञानाचा समावेश करण्यात आला आहे, ज्याने हरित क्रांती, ऑपरेशन फ्लड (दूध उत्पादन), उद्योगाची सुरूवात, परमाणु उर्जा, अंतराळ उद्योग, मिसाइल प्रकल्प, आईटी आणि फार्मा उद्योगाला सक्षम बनवले.

भाग तीन

भविष्यातील तंत्रज्ञानावर विस्ताराने चर्चा झाली. जिची सुरूवात युगापासून तंत्रज्ञान, जैव आणि नॅनो तंत्रज्ञान आणि तिचे अभिसरण, रोबोटिक्स, सेंसर तंत्रज्ञान, सामग्री आणि प्रसंस्कारण, परमाणु उर्जा, अंतराळ, मिसाइल तंत्रज्ञान, बॅलिस्टीक मिसाइल सुरक्षा प्रणाली (बीएमडीएस), क्रूज मिसाइल ब्रह्मोस, हाइपरसोनिक्स, नवीन युद्धक्षेत्र तंत्रज्ञान-सी४ आई २ एसआर आणि हरित तंत्रज्ञानातून होते. १७ जून २०१३ रोजी सुरक्षा अनुसंधान तसेच विकास संस्था (डीआरडीओ) ने घोषणा केली होती की तिच्याद्वारा निर्मित बीएमडीएस ५००० किलोमीटर पर्यंत मारक क्षमता असणाऱ्या मिसाइलचा सामना करण्यास सक्षम आहे.

भारताचे डीआरडीओ आणि रशियाचे एनपीओ मशीस्टोयेनियामध्ये धोरणात्मक भागीदारीत संयुक्त स्वरूपात विकसित ब्राह्मोस, २९० किलोमीटरच्या रेंज आणि २.८ ते ३ मॅकची गती असणारी एक स्टील्थ क्रूज मिसाइल आहे.

भाग चार

तंत्रज्ञान सिपन-ऑफ्स टू सोसायटी, डॉ. अब्दुल कलामच्या उताऱ्यातून एक ब्लर्बने सुरू होते, जे जेलै १९८० मध्ये भारताच्या एसएलव्ही - ३ (उपग्रह पेक्षेपण

यान) च्या कक्षेत यशस्वी प्रवेशानंतर त्याच्या वाढत्या उत्साहाला व्यस्त करतो. मे १९८९ मध्ये मध्यम अंतराच्या बॅनिलस्टीक मिसाइल अग्निचे परिक्षण फायरिंग. मे १९८९ मध्ये भारताच्या पाच 'परमाणु प्रयोग' त्याचा अंतिम उतारा वास्तवात मनाला स्पर्शन जाणारा आहे-'जेव्हा मी पोलिओग्रस्त एका मुलाच्या माता- पित्याच्या डोळ्यातून आनंदाचे अश्रू वाहताना पाहिले, जेव्हा त्याने मिसाइल तंत्रज्ञानाने विकसित हलके कॅलिपरची फिटींगनंतर त्याला चालताना पाहिले तर मला आंनद झाला.'

या भागात सहभागी स्पिन ऑफ परमाणु, अंतराळ आणि सुरक्षा तंत्रज्ञानपासून आहे. आणि यापैकी काही स्पिन चिकित्सासाठी अमूल्य सिद्ध झाले आहे.

भाग पाचवा

१३ व्या शतकातील फारसी सूफी कवी जलालुद्दीन रूमीची कविता 'युवाचा इंग्रजी अनुवादापासून सुरूवात होते, त्यांनतर भारताच्या विकासावर टिप्पणी आणि २०२० आणि त्यांनतर भारताने काय बनवले पाहिजे, त्यासाठी उपयुक्त सल्ला देण्यात आला. असे असले तरी सर्व इच्छित लक्ष्य तेव्हा प्राप्त केल्या जाऊ शकेल जेव्हा भ्रष्टाचाराला बऱ्याच प्रमाणात कमी केल्या जाऊ शकते, कारण याचे पूर्णपणे निर्मूलन शक्य वाटत नाही, जगभरातून कारण की हे मानवी स्वभावाचा एक जुना वाइरस आहे.

पुस्तकात प्रखर दूरदर्शी वैज्ञानिक डॉ. होमी जहाँगीर भाभाचे विचार सांगतिले आहेत. 'मानवाद्वारा परमाणु उर्जाला मुक्त करणे आणि त्याचा उपयोग करण्याच्या ज्ञान प्राप्तीला मानव इतिहासाच्या तिसऱ्या स्वरूपात मान्यता दिली पाहिजे. त्यांनी स्वतंत्र भारताचे पहिल्या सरकारसोबत चार वर्षापुर्वी १९४४ मध्ये टाटा इंस्टिटूयूट ऑफ फंडामेंडल रिसर्च आणि ट्राम्बे एटोमिक एनर्जी एस्टेब्लिशमेंट (आता त्यांच्या नावावर) ची स्थापना केली, जे दोन्ही भारताच्या परमाणु हत्यारेंच्या विकासाचे केंद्र बनले.'

सन १९६५ मध्ये मँचेस्टर गार्जियनसोबत एका मुलाखतीत जुल्फिकार अली भुट्टोने म्हटले होते-'जर भारत बॉम्ब बनवतो, तर आम्ही गवत खाऊ, उपाशी पण राहू, परंतु आम्ही आमचा बाम्ब बनवू.' १९७४ मध्ये भारताने एक शांतीपूर्ण

परमाणू स्फोटाचे परिक्षण करण्याची घोषणा केली. उल्लेखनीय हे आहे की भारताचे सन १९७४ आणि १९९८ च्या दोन्ही परमाणू परिक्षणाला फार गुप्त ठेवण्यात आले, अशी घोषणा केल्यानंतर त्यांना धक्काच बसला होता. त्यांचे पुस्तक वेपन्स ऑफ पीसः सीक्रेट स्टोरी ऑफ इंडियाज क्वेस्ट टू बी ए न्यूक्लियर पावर, (हार्पर कॉलिन्स) मध्ये राज चेंगप्पा सन १९७४ आणि सन १९९८ दोन्ही परिक्षणाची झलक प्रदान करतात. पंडीत जवाहरलाला नेहरूने तटस्थ आंदोलनाची स्थापना केली आणि

खास करून निःशस्त्रीकरणाच्या प्रयत्नाला चालणे दिली. भारतीय परमाणू हत्यार पर्याय विकसित करण्याची भाभांच्या योजनेंचे समर्थन केले. सोबतच चेंगप्पानुसार १९४७ मध्ये इंदिरा गांधीशिवाय, त्यांचे दोन सल्लागार पीएन हक्सन आणि डीपी धरला सांगण्यात आले होते. तत्कालीन सुरक्षा मंत्री बाबू जगजीवनराम, जे या घटनेपासून अज्ञात होते, त्यांना या परिक्षणाच्या संदर्भात परिक्षणानंतर माहीत झाले. तत्कालीन विदेश मंत्री स्वर्णसिंहला ४८ तासापूर्वी माहिती देण्यात आली होती. ७५ सैनिक नसलेल्या शास्त्रज्ञानाशिवाय केवळ जनरल जीजी बेवूर, सेना प्रमुख

आणि पश्चिमी सेना कमांडरला माहिती देण्यात आली होती. सन १९९८ च्या परिक्षणासाठी चेंगप्पाने भारतीय सेनेच्या ५८ इंजिनिअर रेजिमेंटचे कमांडिंग ऑफिसर कर्नल गोपाल कौशिकचा उल्लेख केला आहे, ज्यांनी त्यांच्या दैनिक रिपोर्ट मध्ये लिहिले होते, 'जानेवारी १९९८, त्यांना पूर्ण गोपनीयता ठरविण्यासाठी सर्व उपाय करण्याच्या सूचना देण्यात आल्या होत्या. रेजिमेंटचे धोरण इतके योग्य होते की ज्यावेळी मे १९९८ मध्ये भारताने पाच परमाणु परिक्षण केले, तेव्हा ते सीआईएच्या सर्वांत मोठ्या गुप्त अपयशापकी एक समजले गेले. '

असे असले तर अणु-अंतराळ - रॉकेट - मिसाइल तंत्रज्ञानाच्या विकासात भारताची कामगिरी वास्तवात कौतूकास्पद आहे, तरी पण धोरणात्मक प्रतिरोध केवळ उत्पादन आणि सज्जतेच्या योग्य पातळीनंतरच प्राप्त केल्या जाऊ शकते आणि जिथे भारताला आपल्या मिसाइलच्या उत्पादनात पुढे गेले पाहिजे, तिथे तिला पारंपारीक हत्यारात आपल्या वाढीला पुन्हा प्राप्त करणे आणि कायम ठेवण्यात कसूर नाही केला पाहिजे. जिथे ते आतापर्यंतच्या सर्वात खालच्या पातळीवर आहेत. याशिवाय, भारताला आपले मवाळ धोरण सोडावे लागेल आणि आवश्यक त्या ठिकाणी बळकट होणे आणि हा संदेश देण्यासाठी राजकीय इच्छाशक्ती विकसित करण्याचा प्रयत्न करावा लागेल की हल्ला झाला तर त्याचा प्रभावी पद्धतीने सामना केला जाइल.

पुस्तकाचे प्रकाशन २०१३ मध्ये झाले. या पुस्तकाचे सह-लेखक, ए. सिवाथनु पिल्लई आहे.

माई जर्नी; ट्रांसफॉर्मिंग ड्रीम इन्टू अॅक्शन

'माई जर्नी; ट्रांसफॉर्मिंग ड्रीम इन्टू अॅक्शन' भारताचे माजी राष्ट्रपती, प्रसिद्ध शास्त्रज्ञ भारतरत्न डॉ. एपीजे अब्दुल कलामची आत्मकथा आहे. हे पुस्तक रामेश्वरमचा एक सामान्य मुलगा भारताचा राष्ट्रपती कसा बनला, याचा प्रवास आहे आणि अनेक संघर्ष, अनुभवाला दर्शवतं. यात डॉ. कलामांचे वैज्ञानिक आणि सार्वजनिक जीवन महत्त्वपूर्ण विवरणाने भरलेले आहे.

महत्त्वपूर्ण अनुभवाचे एक सशक्त कथात्मक पद्धतीने लिहिण्यात आलेल्या या पुस्तकात डॉ. कलामने महत्त्वपूर्ण माहिती दिली आहे. ही भारताच्या सर्वांत प्रतिष्ठित शास्त्रज्ञाची असामान्य कथा आहे, ज्यांनी आपल्या शोधासोबतच सहकार्यांसाठी देखील वेळ काढला आणि त्यांच्या विकासासाठी कठोर श्रम केले. या पुस्तकात डॉ. कलाम अपल्या खाजगी जीवनाचे अनेक पदर उलगडून दाखवतात, जसे की ते कोणाच्या अधिक जवळ होते आणि त्यांचा त्यांच्यावर काय प्रभाव पडला. ते रामेश्वरमच्या जीवन आणि वातावरणाच्या संदर्भात देखील विस्ताराने सांगतात. ते त्यांचे पालन पोषण आणि परिवारासोबत त्या अनेक कष्टांना आणि त्रासाच्या संदर्भात देखील सांगतात, ज्यातून त्यांना जावे लागले. या पुस्तकाचा एक मोठा भाग भारताच्या अंतराळ कार्यक्रमात डॉ. कलामांच्या कार्यांशी संबंधित आहे. ते भारताच्या पहिल्या अंतराळ वाहनाला विकसित करताना त्यांना कोणत्या अडचणीतून जावे लागले, याबद्दल सांगतात. स्पष्ट पद्धतीने लिहिण्यात आलेल्या या लेखात आता आपण माजी राष्ट्रपती डॉ. कलामांनी स्वतः सांगितलेल्या जीवनाचे लहान लहान किस्से समजून घेऊ शकता.

पुस्तकाचे प्रकाशन २०१३ मध्ये झाले.

गव्र्हनन्स फॉर ग्रोथ इन इंडिया

'गव्र्हनन्स फॉर ग्रोथ इन इंडिया' हे पुस्तक खास करून डॉ. एपीजे अब्दुल कलामने लिहिलेले एक पुस्तक आहे. हे पुस्तक भारताच्या सतत आर्थिक विकासासाठी शासनप्रणालीला लायक बनवण्यावर जोर देते. डॉ. कलामने एक अशा शासनासाठी आपला दृष्टीकोण प्रस्तुत केला आहे, जो भ्रष्टाचार कमी करील, अल्पसंख्याकांच्या विचाराचा सन्मान करा आणि समाजातील कमजोर वर्गांच्या आवाजाला महत्त्व द्या, ज्यामुळे एक समावेशक आणि आर्थिक स्वरूपात प्रगतशील वातावरण बनू शकेल.

विकासासाठी शासन

कलाम समजतात की विकासासाठी मजबूत आणि प्रभावी शासन आवश्यक आहे. शासनाने असे असले पाहिजे की सर्व नागरीकांसाठी समान संधी निर्माण करावी आणि आर्थिक प्रगतीला चालना द्यावी.

भ्रष्टाचार मुक्त शासन

पुस्तकात अशा एका सरकारची चर्चा करण्यात आली आहे, जे पारदर्शी असावे आणि ज्याच्यात भ्रष्टाचाराला कोणतेही स्थान नसावे. यातून संसाधानाचा योग्य वापर व्हवा आणि आर्थिक विकास वेगाने व्हावा.

नागरीकांचा सहभाग

कलामचे मत आहे की सरकारमध्ये सर्व नागरीकांचा सहभाग असावा, खास करून समाजाच्या सर्वांत कमजोर वर्गाची, म्हणजे ते आपला आवाज करू शकतील आणि विकासाच्या प्रक्रियेत योगदान देऊ शकतील.

माहिती आणि तंत्रज्ञानाचा उपयोग

पुस्तक ई-गव्हर्नन्सवर देखील प्रकाश टाकते. ते सांगते की कशी माहिती आणि संचार तंत्रानाचा उपयोग करून सरकारी सेवा अधिक कुशल, पारदर्शी आणि विश्वासनीय बनवल्या जाऊ शकते, जसे की राष्ट्रीय ई-गव्हर्नन्स योजनच्या उद्देशात देखील सहभाग आहे.

पुस्तक गर्व्हनन्स फॉर ग्रोथ इन इंडिया भारताला एक अशा शक्तीशाली आणि समावेशक राष्ट्र म्हणून पहाण्याची इच्छा व्यक्त करतात, जिथे एक मजबूत आणि जबाबदार शासनप्रणालीच्या माध्यमातून सतत आर्थिक विकास प्राप्त केल्या जाऊ शकतो.

भारतात १६ व्या लोकसभेसाठी झालेल्या निवडणुकीत शासन-प्रशासनाशी संबंधित विभिन्न विषयावर अनेक गरमागरम चर्चा झाली. अशा कठीण वेळी भारताचे ११ वे राष्ट्रपती डॉ. एपीजे अब्दुल कलामने देशबांधवांना मतदान करण्याचे आवाहन केले. 'भारतात विकासासाठी शासन' च्या माध्यमातून त्यांनी भारतासाठी आपला दृष्टीकोण आणि प्रत्येक नागरीकाद्वारे त्यात देण्यात येणाऱ्या योगदानाला व्यक्त केले. त्याचे मानणे आहे एक विकसित भारताचे स्वप्नं तेव्हाच साकार होऊ शकते, जेव्हा त्यातील नागरीक आपल्या जीवनाबद्दल नैतिक, इमानदार आणि कष्टाळू

दृष्टीकोण ठेवतील.

हे पुस्तक २०१४ मध्ये प्रकाशित झाले.

मेनिफेस्टो फॉर चेंज

डॉ. एपीजे अब्दुल कलामने वी पोनराजसोबत मिळून ए मेनिफेस्टो फॉर चेंज नावाच्या पुस्तकाची रचना केली. त्यांचे प्रसिद्ध पुस्तक 'भारत २०२०' चा एक विस्तार म्हणू शकतो. हे पुस्तक भारताच्या आर्थिक विकासाला चालना देण्याच्या बाजूवर चर्चा करते. विकसित भारताच्या निर्माणासाठी भारताच्या तरूण शक्तीचा उपयोग करण्यावर प्रकाश टाकते.

या पुस्तकाचा मुख्य तथ्य आहे - अर्थव्यवस्थेचे विभिन्न क्षेत्रावर लक्ष केंद्रीत करणे. जिथे उच्च विकास दर प्राप्त करण्यासाठी काम करणे आवश्यक आहे. पुस्तक प्रत्यक्ष किंवा अप्रत्यक्ष स्वरूपात अनेक लोकांना प्रेरित करण्यासाठी तयार करण्यात आले.

परिवर्तनासाठी घोषणापत्र माजी राष्ट्रपती डॉ. अब्दुल कलामचे राष्ट्राच्या विकासाची उच्च आशेला प्रस्तुत करते. लेखक आताही दृढ आहे की भारत त्याच्या अर्थव्यवस्थेला बदलण्याची आणि जगात अग्रणी राष्ट्र बनण्याची शक्ती ठेवतो.

ते एक अशा एकसंघ संसदेचा विचार सांगतात, जे क्षूद्र राजकारणाऐवेजी रचनात्मक चर्चेला प्राथमिकता देईल. योग्य राजकीय मार्गदर्शनात ग्राउंड लेव्हलच्या विकासावर विचार करण्यासाठी एका निश्चित कार्ययोजनेची आवश्कता आहे. ते भारताच्या तरूणांची प्रतिभा आणि उर्जेचा उपयोग करून तसेच राष्ट्राची समग्र प्रगतीचे एक मोठ्या उद्देशाच्या प्राप्तीसाठी प्रत्येक राज्याच्या व्यक्तिगत योगदानाचा उपयोग करण्यावर जोर देतात.

भारत लवकरच जगातील उर्वरीत पाच अर्थव्यस्थापैकी एक बनू शकतो. देशाने अणु चाचणीची एक श्रंखला सुरू केली होती आणि जगभराच्या प्रतिबंधाचा सामना करीत होता. एका नव्या सरकराने कार्यभार सांभाळला होता आणि अर्थव्यवस्था कठीण काळातून चालली होती. हा अंदाज लावणे योग्य नव्हता की भारताचा विकास वेगाने होत आहे. पुस्तकात प्रस्तुत दृष्टीकोण, प्रत्यक्ष किंवा अप्रत्यक्ष स्वरूपात अर्थव्यवस्थेच्या अनेक क्षेत्राला उच्चस्थानी पोहचवील.

पुस्तकाचे प्रकाशन २०१४ मध्ये झाले. या पुस्तकाचे सह-लेख, वी. पोनराज आहेत.

फॉर्ज युवर फ्यूचर: कॅंडिड, फॉर्थराइट अँड इंस्पायरिंग

डॉ. एपीजे अब्दुल कलामचे हे पुस्तक तरूणांना आपले भविष्य घडवण्यासाठी प्रेरित करते आणि त्यांच्या अनुभवापासून प्रेरित करतात. या पुस्तकाचा मुख्य विषय डॉ. कलामचे सामान्य बालपनापासून ते भारताचे राष्ट्रपती होण्यापर्यंतचा प्रवास आहे. हे पुस्तक तरूणांना प्रेरित करते की त्यांनी संकटावर मात करून आपल्या भविष्याचे निर्माण करावे.

ते लिहितात - 'मी माझ्या बालपनी भारताच्या दक्षिण भागात एक वेगळे बेट, रामेश्वरमवर घालवले, मी शिक्षण घेऊ शकलो, नोकरी मिळवू शकलो आणि आपल्या देशाचा राष्ट्रपती होण्यासाठी अनेक अडचणीवर मत करू शकलो. मी जर अनेक अडचणींवर मात करू शकतो आणि जे काही मी मिळवले आहे, ते मिळवू शकतो, तर तुम्ही किंवा आणखी कोणी असेच करू शकतो. हे महत्त्वाचे नाही की तुम्ही कधी सुरूवात केली, किंवा किती दिवसात काय मिळवले, महत्त्वाचे हे आहे की या नंतर तुम्ही ठरवा की तुम्हाला काय हवे आहे आणि आपले भविष्य घडवण्याच्या दिशेने काम चालू ठेवा. हाच तो संदेश आहे जे मी या पस्तकातून देऊ इच्छितो आणि हे पुस्तक एका तरूणाला जरी त्याचे स्वप्नं पूर्ण करण्यासाठी उपयोगी पडू शकले, तर मला वाटेल की माझे प्रयत्न वास्तवात सार्थक होऊ लागले आहे.'

डॉ. अब्दुल कलामने आणखी एका ठिकाणी उल्लेख केला आहे, 'पंधरा वर्षांत मी १.६ करोडपेक्षा जास्त तरूणांची समोरा समोर भेट, ई-मेल आणि फेसबुकवरून संवाद साधला आहे आणि मी जिथे जातो तिथे मला प्रश्न विचारण्यात येतात. मला दररोज किमान ३०० ई - मेल येतात आणि मी ते वाचण्यासाठी आणि त्यांना उत्तरे देण्यासाठी दोन तास काढतो. हे पुस्तक त्या प्रश्नांवर आधारीत आहे, जे मला आतापर्यंत विचारण्यात आले होते. लोकं त्यांच्या प्रश्नामधून अशी उत्तरे मिळवू इच्छितात, ज्यांचा सामना ते त्यांच्या जीवनात करीत आहेत. या प्रश्नांची उत्तरं देताना, मला जाणीव झाली की ज्याला आपण समस्या म्हणतो, त्या कदाचित आपल्या जीवनात घडणाऱ्या घटना आणि परिस्थिती आणि आपल्या जगात होणाऱ्या प्रत्येक गोष्टीचा शोध घेणाऱ्या आपल्या पद्धतीचा परिणाम असू शकतो. प्रक्रियेचा' अर्थ आहे

की आपण त्यांना कसे पहातो आणि विचार करतो. जर आपण आपल्या प्रक्रियेची पद्धत बदलू शकलो, तर आपण आपली समस्या आणि अशाप्रकारे तिच्या उत्तराबद्दल विचार करण्याची पद्धत देखील बदलू शकतो. माझे मत आहे की असे

करणे शक्य आहे आणि हा माझ्या उत्तराचा मूळ विषय आहे. '

आपले अनुभव जाहीर करताना ते लिहितात, 'माझे उत्तर माझ्या अनुभव, पुस्तकाचा अभ्यास आणि राजकीय व आध्यात्मिक गुरूसोबत केलेली चर्चा यावर आधारीत आहेत. माझ्या पुस्तकात दिलेले उत्तर अशाप्रकारे प्रस्तुत केले आहे की ते त्या सर्व लोकांसाठी सामान्य संदेश प्रदान करते जे आपल्या जीवनात अशाच समस्यांचा सामना करीत आहेत.

डॉ. एपीजे अब्दुल कलामचे मत आहे की आपले जीवन आपल्या स्वप्नांचे साकार रूप असायला हवे. म्हणून ते नेहमी तरूणांना आग्रह करतात की मोठे स्वप्नं पहा आणि त्यात आपल्या भविष्याची दूरदृष्टी असू द्या. आपले स्वप्नं साकार करण्यात आपल्याला अडचणी आणि संकटाचा सामना करावा लागेल, परंतु दृढ संकल्प आणि स्वयंशिस्त पाळून तुम्ही त्यांवर मात करू शकता, जसे ते करू शकले.

या पुस्तकाचे प्रकाशन २०१४ मध्ये झाले होते.

बियाँड २०२०: अ व्हिजन फॉर टुमारो इंडिया

डॉ. एपीजे अब्दुल कलामने त्यांचे मदतनीस वाई एस. राजनसोबत मिळून 'भारत २०२० : एक व्हिजन' नावाचे पुस्तक लिहिले. ज्यात त्यांनी वर्षे २०२० पर्यंत भारताला एक विकसित राष्ट्र बनवण्याची कार्ययोजना प्रस्तुत केली होती. कालांतराने या पुस्तकाचा विस्तार करून 'बियाँड २०२० : अ व्हिजन फॉर टुमारो इंडिया' नावाचे पुस्तक लिहिले. हे पुस्तक भविष्यातील भारतासाठी एक दृष्टीकोण प्रस्तुत करतं. या पुस्तकात महत्त्वाचे मुद्दे खालीलप्रमाणे आहेत-

विकसित भारताचे स्वप्नं

डॉ. कलामचे लक्ष्य वर्षे २०२० पर्यंत भारताला एक सशक्त आणि विकसित राष्ट्र बनवणे होते, जे जगातील मोठ्या आर्थिक शक्तीपैकी एक असावे.

तंत्रज्ञान आणि पायाभूत रचनेवर जोर

पुस्तकात शेती, शिक्षण, आरोग्यसेवा, उर्जा, माहिती तंत्रज्ञान आणि इतर महत्त्वपूर्ण क्षेत्रात तंत्रज्ञानाचे एकिकरण आणि पायाभूत रचनेच्या विकासावर लक्ष केंद्रीत केले होते.

सामाजिक प्रगती

कलामचे मत होते की तंत्रज्ञान विकासासोबत सामाजिक प्रगती देखील आवश्यक आहे आणि त्यांनी भारताला एक ज्ञान - आधारीत विकसित राष्ट्र बनवण्याची गोष्ट केली होती.

भविष्याकडे पहाणे

जिथे 'भारत २०२०' एक व्हिजन डॉक्यूमेंट होते, तिथे 'बियाँड २०२०' भविष्यातील भारतासाठी एक विस्तृत दृष्टीकोण प्रस्तुत करतं आणि हे सांगते की आपण कोणत्या चढ उतारातून गेलो आहोत आणि पुढे काय करू शकतो.

कलाम आणि राजन यांचा तर्क आहे की शेती, विनिर्माण, खनन, रसायन उद्योग, आरोग्य सेवा आणि पायाभूत रचनेवर आता एक नवीन धोरणात्मक लक्ष केंद्रीत करण्याची आवश्यकता आहे म्हणजे या क्षेत्राचे पुनर्जिवन केल्या जाऊ शकेल आणि

आर्थिक विकासाला चालना दिल्या जाऊ शकेल. यासोबतच शिक्षण, रोजगार निर्मिती, विकासशील तंत्रज्ञान, जैव विविधता, अपशिष्ठ व्यवस्थापन, राष्ट्रीय सुरक्षा आणि माहिती अर्थव्यवस्था काही इतर महत्त्वपूर्ण क्षेत्र आहेत, ज्यावर आपल्याला २०२० नंतरचा विचार करण्याची आवश्यकता आहे. भारत आता देखील एक दशकात प्रगत राष्ट्राच्या यादीत सहभागी होऊ शकतो. बियाँड २०२० च्या बदलासाठी एक कार्ययोजना प्रस्तुत करते.

अनेक अर्थाने एकविसाव्या शतकात भारताच्या विकासाची कथा हातातून गेलेली संधी आणि प्रकल्प पूर्ण करण्यात मंदावलेपण आलेले आहे. परंतु ही नवी संधी आणि प्रगत तंत्रज्ञान देखील स्पष्ट करते जे वेगवान आणि अधिक समावेशक विकासाला व्यवहार्य बनवते.

भारत अजूनही एक दशकात विकसित देशाच्या यादीत सहभागी होऊ शकतो. २०२० च्या नंतर या परिवर्तनासाठी एक कार्ययोजना प्रस्तुत करते. भविष्यात भारत समग्र विकासाचा आरसा आहे. केंद्र सरकारला याकडे लक्ष देणे गरजेच आहे.

हे पुस्तक २०१४ मध्ये प्रकाशित झाले.

मार्गदर्शक प्रकाशः माझ्या आवडत्या पुस्तकातून घेतलेले उतारे

एक बुद्धिजीवी, एक शास्त्रज्ञ, एक विचारवंत आणि एक समाजसुधारक, यांची सर्वात मोठे भांडवल असते ज्ञान, जे निष्पक्ष दृष्टीकोणाचे मालक असतात. हे ज्ञान त्यांना अनेक पुस्तकाच्या माध्यमातून मिळते. जेव्हा डॉ. एपीजे अब्दुल कलामचे निधन झाले, तेव्हा त्यांच्याकडे केवळ काही कपडे आणि २५००० पुस्तके होती. हे त्यांचं वाचण्यावर असणारं प्रेम होतं.

जनतेच्या राष्ट्रपतीने स्वतः अनेक पुस्तके लिहीले, सोबतच भारताच्या तरूणांना वाचण्यासाठी प्रेरित केले तसेच या गोष्टीवर जोर दिला की पुस्तक 'भूतकाळाकडे पहाणे, वर्तमानासाठी अनुभवाचा उपयोग करणे आणि भविष्याचे स्वप्नं पहाणे' याची संधी देते.

इथे दहा पुस्तकांची थोडक्यात माहिती देण्यात आली आहे, ज्यांना डॉ. एपीजे अब्दुल कलाम प्रत्येकाने ते वाचावे असा सल्ला देतात.

१. तिरूवल्लुर-तिरुक्कुरल

डॉ. कलामांचा जन्म आणि पालन पोषण रामेश्वरम मध्ये झाले होते. हे ठिकाण त्यावेळी दक्षिण-पूर्व तमिळनाडूतले एक गाव होते. त्यांना तमिळ साहित्य आणि तत्त्वज्ञानात रस होता आणि लोकप्रिय शास्त्रीय रचना तिरुक्कुलरलचे उदाहरण देतात. तिरुक्कुरल द्वितीय ई. स. पूर्व आणि पाचव्या ई. स. च्या मध्ये रचलेले, महान सांहित्यिक आणि तत्त्वज्ञानाच्या पुस्तकापैकी एक आहे. या दोन्हीचा संग्रह एक संग्रह आहे, जो वाचकांना संकटावर कशी मात करायची याचे मार्गदर्शन करते आणि राजकीय, आध्यात्मिक, घरगुती आणि सामाजिक क्षेत्राला सामावून घेते.

२. अनेक दिव्यातून प्रकाश

लिलियन आईक्लर वॉटसनने लिहिलेले हे पुस्तक प्रेरणेचा खजिना आहे. डॉ. कलामने आपल्या जीवनात या पुस्तकाचा उल्लेख करीत लिहिले आहे की त्यांना हे पुस्तक एक जुन्या सेकंड हँड दुकानात सापडले होते आणि ते वाचणे त्यांच्यासाठी जीवन बदलून टाकणारा अनुभव होता. ते जेव्हा कधी निराश होत असत, तेव्हा हे

पुस्तक वाचून त्यांना बरे वाटायचे. कारण हे पुस्तक त्यांच्यसाठी 'मार्गदर्शक प्रकाश' बनले होते. त्यांनी त्यांच्या भाषणात किंवा वाचकांत देखील पुस्तकाच्या ओळी वाचून दाखवत.

हे पुस्तक जॉन बरोज, अल्फ्रेड, टेनिसन, रॉबर्ट ब्राउनिंग, एलिजाबेथ बॅरेट ब्राऊनिंग, अब्राहम लिंकन, फ्रँकलिन डी रूजवेल्ट, विलियम कुलेन ब्रायंट, राल्फ वाल्डो इमर्सन, विलियन शेक्सपियर, हिप्पोक्रेटस आणि कन्फ्यूशियससहित जगभरातील लोकांच्या प्रेरक कथा, निबंध आणि व्याख्यानाचा संग्रह आहे.

३. एम्पायर्स ऑफ द माइंड : लेसन्स टू अँड सक्सीड इन अ नॉलेज बेस्ड वर्ल्ड

या पुस्तकाचे लेख डेनिस वेटली आहेत.

उत्कृष्ट शिकवण, विज्ञान आणि राष्ट्र निर्माणासहित डॉ. कलाम अनेक क्षेत्रात होते. वाचन त्यांच्यासाठी प्रत्येक कामात निष्णात बनण्याचे आणि बदलासोबत

ताळमेळ घालण्याचे एक माध्यम होते.

एम्पायर्स ऑफ द माइंड एक स्वयं सहायता पुस्तक आहे जे बदलासोबत ताळमेळ घालणे, जीवनाची गुणवत्ता सुधारणे, नेतृत्त्वाला समजणे आदीच्या संदर्भात सांगते. या पुस्तकात आत्म - नेतृत्त्वासाठी व्यक्तिगत धोरणं आहेत, जे वेगाने पुढे चाललेल्या जगात पुढे चालण्यासाठी आणि टिकून रहाण्यासाठी महत्त्वाचे आहे, जिथे ज्ञान हे परम शक्ती आहे.

४. एव्हरीडे ग्रेटनेस, स्टीफन आर कोवे

हे पुस्तक डेविड के हॅचने लिहिले आहे. असे असले तरी डॉ. कलाम सर्व प्रकारची पुस्तके वाचत असत. परंतु जेव्हा समर्थनाचा विषय असे, तेव्हा त्यांच्या पसंतीचा विषय प्रेरक पुस्तक असे.

हे पुस्तक वाचकांना दररोज तीन महत्त्वपूर्ण निवड करण्यास सागते. आपली उर्जा कुठे खर्च करायची? या पुस्तकात जगातील प्रसिद्ध असे लेख, नेते आणि प्रसिद्ध हस्ती, जसे की माया एंजोलो, जॅक बेनी आणि डेविड थोरोची कथा आहे.

५. तिया: एका पोपटाचे परत येणे

या पुस्तकाचा सल्ला डॉ. कलामने डीएनएला दिलेल्या मुलाखतीत देण्यात आला होता. ही तिया नावाच्या एका पोपटाची कथा आहे, ज्याची सुरक्षित जग त्यावेळी विस्कळीत होते, जेव्हा एक अज्ञात आवाज त्याला घरी सोडण्यास सांगतो. विचित्र अशा ठिकाणाहून प्रवास करण्याची पोपटाची ही कथा आहे आणि दुसऱ्या जीवांसोबत

त्यांच्या संबंध सांगते. जगात बाहेर जाऊन, तियाला त्याचे गुण आणि कमजोरी समजते. कथा आपल्या आरामाची साथ सोडून जीवनाचा रोमांस करण्यास प्रेरित करते.

६. मॅन द अननोन

त्यांच्या अनेक भाषणात डॉ. कलामने निरोगी शरीरातच निरोगी मनाच्या महत्त्वावर जोर दिला होता. त्याला बळकटी देण्यासाठी, ते या पुस्तकातील अनेक उतारे सांगतात.

नोबेल पुरस्कार विजेते आणि शास्त्रज्ञ एलेक्सिस कॅरेलने लिहिलेले मॅन द अननोन' त्या लोकासांठी खास करून प्रेरणादायक आहे, जे चिकित्सा क्षेत्रात जाऊ इच्छितात. हे पुस्तक सांगते की जेव्हा शरीर आणि मन एकत्र काम करते, तेव्हा चत्मकार होतो, हे पुस्तक निसर्ग, नैसर्गीक नियम आणि आधुनिक जगाच्या समस्याच्या संदर्भात सांगते.

७. कोड नाव भगवा

डॉ. कलाम विज्ञान आणि अंतराळ प्रेमी देखील होते. त्यांचे पुस्तक संग्रहाचा मोठा भाग विज्ञानाशी संबंधित होता. धार्मिक मान्यतेत ते मानवी जीवनावर स्वार राहिले, तोपर्यंत की विज्ञानाचे आगमन झाले नव्हते. क्वांटम भौतिकीच्या सिद्धांताचा उपयोग करून, लेख, जीवनाचा अर्थ, आस्था, मनुष्य आणि त्याचा निर्माता, आदीशी संबंधित उत्तर देण्याचा प्रयत्न करते. ते बंगालचया दुष्काळादरम्यान बंगालच्या एका लहानशा गावात बेल एअरपर्यंतचा प्रवास आणि भारताच्या स्वातंत्र्य संग्रामादरम्यानच्या जीवनाबद्दल देखील सांगतात.

८. द पॉवर

डॉ. कलाम ज्याचे नाव सांगतात त्यापैकी एक आणि स्वयंसाह्यता पुस्तक, द पॉवर, शक्ती, धन, आत्मविश्वास, स्नेह आणि जीवनाच्या उद्देशाविषयी संबंधित आहे. लेखकाच्या मते भावना व्यक्तीच्या जीवनात फार महत्त्वाची भूमिका पार पाडतात. जर कोणी भूतकाळातील वाईट घटना वगळून केवळ सुखद आठवणीवर लक्ष केंद्रीत करील, तर सकारात्मक परिवर्तन आवश्य आकर्षित होईल. सोबतच पुस्तकात अधिक प्रेम दिल्यावर अधिक प्रेम मिळवण्याच्या तथ्यावरही जोर देण्यात आला आहे

९. गीतांजली, रविंद्रनाथ टागोर

गीतांजली भारताच्या महान अशा कलाकृतीपैकी एक आहे. हे पुस्तक १०३ कवितांचा संग्रह आहे, ज्यात टागोरने गाव ते दिव्यापर्यंत, विविध विषयावर लिहिले

आहे. या पुस्तकासाठी त्यांना साहित्यातला नोबेल पुरस्कार मिळाला, जो पहिल्यांदा एका गैर-यूरोपियन व्यक्तिला देण्यात आला होता.

१०. पैगंबर, खलिल जिब्रान

डॉ. कलामने अनेकदा धार्मिक ग्रंथ आणि कांदबरीला वाचण्यात त्यांच्या आवडीबद्दल बोलले आहेत. वास्तवात, ते असे व्यक्ति होते ज्यांच्याकडे भारताचे सर्व धार्मिक ग्रंथ होते आणि त्यांना त्यांची आवड होती.

२६ काव्य निंबधाचा संग्रह 'प्रोफोट आध्यात्मिक प्रेरणायुक्त आहे. ही लेखकाची सर्वांत प्रसिद्ध कृती आहे आणि ते पूर्ण करण्यात ११ वर्षापेक्षा अधिक वेळ लागला.

या पुस्तकाचे प्रकाशन १०१५ मध्ये झाले.

रिइग्नाइटेडः साइंटिफिक पाथवेज टू अ ब्राइटर फ्यूचर

डॉ. एपीजे अब्दुल कलामने रिइग्नाइटेडः साइंटिफिक पाथवेज टू अ ब्राइटर फ्यूचर' नावाचे आपले सहकारी सृजनपालसिंहसोबत मिळून लिहीले. हे पुस्तक त्या मुलांसाठी आहे जे विज्ञानात आपले करिअर करू इच्छितात. त्यात रोबोटिक्स आणि तांत्रीक विज्ञान सारख्या विभिन्न क्षेत्राची व्याख्या केली आहे.

हे पुस्तक तरूणांना विज्ञानात विभिन्न पर्यायाच्या संदर्भात माहिती देते आणि त्यांना एक उज्जवल भविष्याकडे जाण्यासाठी मार्गदर्शन करते.

डॉ. एपीजे अब्दुल कलाम आणि सृजन पालसिंहाने लिहिलेले साइंटिफिक पाथवेज टू अ ब्राइटर फ्यूचर' त्या मुलांसाठी उपलब्ध विविध पर्यांयावर चर्चा करते, जे विज्ञानला आपल्या अभ्यासाचे क्षेत्र बनवू इच्छितात. हे पुस्तक रोबोटिक्स, तांत्रीक विज्ञान, जिवाश्म विज्ञान आणि इतर क्षेत्रातील पर्यायाची माहिती देते जे भविष्यातील पिढीसाठी एक आदर्श जग निर्माण करण्यासाठी सक्षम असू शकते. पुस्तकाच्या संकलनासाठी करण्यात आलेले शोध व्यापक आहेत आणि वाचक आणि विद्यार्थ्यांना जगभरातल्या प्रसिद्ध शास्त्रज्ञांच्या कथेच्या माध्यमातून विचारांचे एक पूर्ण जग प्रदान करते. हे पुस्तक वाचकांना स्पष्ट आरेख आणि समजण्यास सोपी लेखनशैली प्रदान करते. सोबत, रंजक पद्धतीने लिहिलेले प्रकरणाचे शीर्षक या पुस्तकाला वाचण्यासाठी रंजक बनवतात. विज्ञानात आवड असणारे किंवा वैज्ञानिक विचार ठेवणारे कोणत्याही व्यक्तीला देखील हे पुस्तक आवश्य पसंत पडेल.

सह-लेखक सृजनपालसिंहने डॉ. एपीजे अब्दुल कलामसोबत त्यावेळी काम केले जेव्हा डॉ. अब्दुल कलाम भारताचे राष्ट्रपती होते.

हे पुस्तक २०१५ मध्ये प्रकशित झाले आणि त्याचे सह-लेखक; सृजनपालसिंह आहेत.

परिवार आणि राष्ट्र

डॉ. एपीजे अब्दल कलामने आचार्य महाप्रज्ञासोबत मिळून सुखी परिवार, समृद्ध राष्ट्र' नावाचे एक पुस्तक लिहिले होते, जे परिवार आणि राष्ट्राच्या विकासाच्या माध्यमातून एक शांतीपूर्ण आणि समृद्ध समाजाच्या निर्माणावर केंद्रीत आहे. हे पुस्तक समाजाबद्दल समर्पण आणि त्याची उन्नतीवर चिंता दर्शवते, ज्यात परिवाराला एका स्थिर समाज निर्माणाचे केंद्र मानले आहे.

हे पुस्तक आर्थिक समृद्धीसोबतच त्या मूल्यांवर देखील भर देते जे एक टिकाऊ समाजाचे निर्माण करते. पुस्तकात परिवाराला मजबूत आणि आत्मविश्वासी

राष्ट्र निर्माणाच्या दिशेसाठी महत्त्वपूर्ण म्हणून सांगतिले आहे. कारण की केवळ आर्थिक किंवा सैनिकी शक्तीच भारताला मजबूत बनवू शकते. यात परिवार आणि राष्ट्रामध्ये घनिष्ट संबंध दाखवला आहे, ज्याच्या माध्यमातून शांतीपूर्ण आणि समृद्ध समाजाचा विकास होऊ शकतो.

या पुस्तकाचे प्रकाशन २०१५ मध्ये झाले. या पुस्तकाचे सह-लेखक आचार्य महाप्रज्ञ आहेत.

ट्रान्सेंडेंस माई स्पिरिच्युअल एक्सपिरियंस

डॉ. एपीजे अब्ल कलामने लिहिलेल्या पुस्तकाचे पूर्ण नाव 'ट्रान्सेंडेंस माई स्पिरिच्युअल एक्सपिरियंस विथ प्रमुख स्वामीजी' असे आहे. हे पुस्तक कलामच्या आध्यात्मिक अनुभव आणि प्रमुख स्वामीजीसोबत त्यांचे नातेसंबंधावर आधारीत आहे.

हे पुस्तक एक हिंदू संस्थेचे गुरू आणि आध्यात्मिक नेते प्रमुख स्वामी महाराजासोबत डॉ. अब्दुल कलामचे आध्यात्मिक अनुभव आणि त्यांच्या विचारांचे वर्णन करते. कलामने प्रमुख स्वामीसोबत आपले चौदा वर्षे सोबत राहिल्याचा आणि आध्यात्मिक परिवर्तनाचा अनुभव आहे. बीएपीएसचे पूर्ण नाव बोचासनवासी श्री अक्षर पुरूषोत्तम स्वामीनारायण संस्था असे आहे. ही एक जागतिक सामाजिक-आध्यात्मिक हिंदू संस्था आहे ज्याची मुळे वेदातपर्यंत आहेत. ही संस्था १८ व्या शतकाच्या शेवटी भागवान स्वामीनारायणद्वारा सुरू करण्यात आली होती आणि तिची स्थापना १९०७ मध्ये शास्त्रीजी महाराजाने केली होती. तिचा उद्देश व्यावहारिक आध्यात्मिकता, नैतिक जीवन आणि सेवेच्या माध्यमातून व्यक्तिगत आणि सामूहीक विकासाला चालना देणे आहे.

तिचे प्रमुख स्वामी महाराजाचे नेतृत्त्वाकडून मिळालेली प्रेरणा याचे वर्णन केले आहे आणि एक अशा समाजासाठी आपला दृष्टीकोण व्यक्त केला आहे, ज्यात विज्ञान आणि आध्यात्मिकतेचे मिश्रण असावे.

या खंडात आठ प्रकरणं आहेत, ज्याचे शीर्षक आहेत- अदृष्य द्वारः प्रकाश यौद्धा आत्म्याचे चिकित्सकः एक स्थिती जी समानंतर नाही, आतून बाहेर येतो, लाटांवर चालणे, ईश्वरसाक्षी रहाणे आणि देणे आणि क्षमा करणे ईश्वरीय आहे.

विज्ञान आणि अध्यात्माचे मिश्रण

हा तिसरा खंड आहे. ज्याचे शीर्षक विज्ञान आणि अध्यात्माचे संचालन' आहे. विज्ञान आणि अध्यात्मात संबंधाचे वर्णन करते जसे की प्रमुख विचारवंत आणि शास्त्रज्ञांद्वारा व्यक्त करण्यात आले आहे, ज्यात पाइथागोरस, गॅलिलिओ गॅलिली, अल्बर्ट आइनस्टीन, ग्रेगर मेंडल, बारूक स्पिनोज, श्रीनिवास रामानुजन, जगदिश

चंद्रबोस, सुब्रह्मण्यन, चंद्रशेखर आणि फ्रांसिस कॉलिन्स यांचा समावेश आहे. डॉ. अब्दुल कलामचे विचारात विज्ञानात मानवतेला पुढे नेले आणि बरेच काही प्रदान केले आहे, परंतु अध्यात्म देखील मानवी जीवनाचा एक अनिवार्य घटक आहे.

रचनात्मक नेतृत्त्वाचा विकास

चवथ्या खंडात, ज्याचे शिर्षक 'रचनात्मक नेतृत्त्वाचा विकास' आहे, कलामने प्रमुख स्वामीच्या नेतृत्त्वाकडून शिकलेले जाहीर केले आहे. सह-लेखक प्रोफेसर तिवारीने वर्णन केले आहे-'आपण जर प्रमुख स्वामीजीच्या नेतृत्त्वाकडे पाहिले...त्यांचे व्यवस्थापन, त्यांचे नेतृत्त्व, असे दुसरीकडे पाहिले नाही.'

या खंडात डॉ. अब्दुल कलामने नचिकेता, अब्दुल कादिर, अब्राहम लिंकन, तिरूवल्लुवर, महात्मा गांधी, नेल्सन मंडेला, दलाई लामा, विक्रमसाराभाई आणि वर्गीज कुरियनच्या कथेच्या माध्यमातून रचनात्मक नेतृत्त्वाचे आठ बाजू-धाडसी, न घाबरणारा, नैतिक जीवन, अहिंसा, क्षमा, करूणा, दुरदर्शीता आणि सहाकार्य' आदींचा उल्लेख केला आहे.

या खंडात आठ प्रकरणं आहेत, ज्याचे शीर्षक आहेत, सर्व तथ्यांच्या समोर एक न घाबरणारी नजर, जेव्हा मी आज्ञा दिली तेव्हा प्रणाम करण्यापासून तुला कोणी रोखले? पवित्रता स्त्रेण आहे, सत्य देवत्वाचे पुरूषोचित रूप आहे, अहिंसेत पराभवासारखी कोणतीही गोष्ट नाही, क्षमा आपल्याला आपल्या वर्तमान स्थितीतून पुढे जाण्यासाठी मजबूर करते, ईश्वराचे सर्वोत्तम नाव करूणा आहे, कार्यासोबत दृष्टी जगाला बदलू शकते, आणि गृहावर सर्वांत शक्तीशाली शक्ती सहकार्य आहे.

या पुस्तकाचे प्रकाशन २०१५ मध्ये झाले. याचे सह-लेखक अरूण तिवारी आहेत.

डॉ. एपीजे अब्दुल कलाम यांनी लिहिलेली पुस्तके

डॉ. एपीजे अब्दुल कलाम यांनी लिहिलेली २५ पुस्तके खालीलप्रमाणे आहेत.

१. भारत २०२० : अ व्हिजन फॉर द न्यू मिलिनियम

प्रकाशन वर्ष १९९८

२. विंग्स ऑफ फायरः ॲन ऑटोबायोग्राफि

प्रकाशन वर्षः १९९९

३. इग्नाइटिड माइंडसः अनलीशिंग द पॉवर विदीन इंडिया

प्रकाशन वर्षः २००२

४. द ल्यूमिनस स्पार्क्सः अ बायोग्राफि इन वर्स अँड कलर्स

प्रकाशन वर्ष २००४

५. गाइडिंग सॉल्स : डॉयलॉग्स ऑन पर्पस ऑफ लाइफ

प्रकाशन वर्षः २००५

६. मिशन ऑफ इंडियाः अ व्हिजन ऑफ इंडियन यूथ

प्रकाशन वर्षः २००५

७. इंस्पाइरिंग थॉटसः कोटेशन सिरिज

प्रकाशन वर्ष : २००७

८. यू आर बॉर्न टू ब्लॉसम : टेक माई जर्नी बियाँड

प्रकाशन वर्ष : २०११

सह-लेखक : अरुण तिवारी

९. साइंटिफिक इंडियाः अ ट्वेंटी फर्स्ट सेंच्युरी गाईड टू द वर्ल्ड अराउंड अस

प्रकाशन वर्षः २०११

सह-लेखकः वाई एस. राजन

१०. यश की अपयशः लेजेंडरी लाइव्हस

प्रकाशन वर्षः २०११

सह-लेखकः अरूण तिवारी

११. टारगेट ३ बिलियन

प्रकाशन वर्षः २०११

सह-लेखकः सृजन पालसिंह

१२. यू आर यूनिकः स्केल न्यू हाइटस थ्रो थॉटस अँड ॲक्शन

प्रकाशन वर्षः २०१२

सह-लेखकः एस. पूनम कोहली

१३. टर्निंग पॉइंटसः आव्हानाच्या माध्यमातून एक प्रवास

प्रकाशन वर्षः २०१२

१४. अदम्य आत्मा प्रकाशन वर्षः २०१३

१५. स्पिरिट ऑफ इंडिया

प्रकाशन वर्ष : २०१३

१६. परिवर्तनासाठी विचारः आपण हे करू शकतो

प्रकाशन वर्ष : २०१३

सह-लेखकः ए. सिवाथन पिल्लई

१७. माई जर्नीः ट्रान्सफॉर्मिंग ड्रीम इन्टू ॲक्शन

प्रकाशन वर्ष : २०१३

१८. गव्हर्नन्स फॉर ग्रोथ इन इंडिया

प्रकाशन वर्षः २०१४

१९. सह-लेखकः वी. पोनराज

प्रकाशन वर्षः २०१४

२०. फॉर्ज युवर फ्यूचरः कँडिड, फॉर्थराइट अँड इंस्पायरिंग

प्रकाशन वर्षः २०१४

२१. बियाँड २०२०: ए व्हिजन फॉर टुमारो इंडिया

प्रकाशन वर्षः २०१४

२२. मार्गदर्शक प्रकाशः माझ्या आवडत्या पुस्तकातून घेतलेले उतारे

प्रकाशन वर्षः २०१५

२३. रिइग्नाइटिडः साइंटिफिक पाथवेज टू ब्राइटर फ्यूचर

प्रकाशन वर्षः २०१५

सह-लेखकः सृजन पालसिंह

२४. परिवार आणि राष्ट्र

प्रकाशन वर्षः २०१५

सह-लेखकः आचार्य महाप्रज्ञ

२५. ट्रान्सेंडेंस माई स्पिरिच्युअल अक्सपिरयंस

प्रकाशन वर्ष :२०१५

सह-लेखक; अरूण तिवारी

परिशिष्ट

कलाम यांची कमाल

जगप्रसिद्ध भारतीय शास्त्रज्ञ डॉ. एपीजे अब्दुल कलाम यांनी देशाला अनेक क्षेपणास्त्रे दिली. त्यांची नावे आणि त्यांची वैशिष्ट्ये खालीलप्रमाणे आहेत-

मिसाइलचे नाव

- पृथ्वी
- जमिनीवरून जमिनीवर, कमी अंतराचे बॅलिस्टीक मिसाइल
- लक्ष्यभेदः १५०-३०० किलोमीटर

विशेषता

- अणुबॉम्ब वाहून नेण्यास सक्षम

मिसाइलचे नाव

- अग्नि
- री-एट्री टेक्नॉलाजि डेमोस्ट्रेटर
- शॉर्ट रेंज बॅलेस्टिक मिसाइल
- लक्ष्य भेदः ७००-९०० कि. मी.

मिसाइलचे नाव

- त्रिशूळ शॉर्ट रेंज
- जमिनीवरून हवेत मारा करणारी मिसाइल
- लक्ष्यभेदः १२ कि. मी.

मिसाइलचे नाव

- नाग
- अँटी टँक मिसाइल

- टाका आणि विसरून जा पद्धतीवर आधारीत

विशेषता

- तिन्ही ऋतूत कार्यरत रहाण्याची क्षमता

मिसाइलचे नाव

- आकाश
- मध्यम पल्लयाचे जमिनीवरून हवेत मारा करण्यास सक्षम
- लक्ष्य भेदः १८ कि. मी

मिसाइलचे नाव

- ब्रह्मोस
- गति २,९००० किलोमीटर प्रति तास
- ध्वनीच्या वेगापेक्षा अधिक
- लक्ष्यभेदः ३०० कि. मी. ते ८०० कि. मी. च्या दरम्यान

विशेषता

- लढाऊ विमान, पाबुड्या, युद्धपोतासोबत जमीनीवरील व्यवस्थासहित अनेक वेगवेगळ्या प्लेटफॉर्मच्या मदतीने लाँच केल्या जाऊ शकते.

संदर्भ

पुस्तकाचे

1. इंडिया २०२० अ व्हिजन फॉर द न्यू मिलेनियम: डॉ. कलाम
2. इंडिया २०२० अ व्हिजन फॉर न्यू मिलेनियम: डॉ. कलाम
3. माई जर्नी : ट्रान्सफॉर्मिंग ड्रीम्स इन टू अ ब्राइट ॲक्शन्सः डॉ. कलाम
4. री-इग्नाइटेडः साइंटिफिक पाथवेज टू अ ब्राइटर फ्यूचर : सृजन पाल सिंह
5. आगीचे उड्डाण : डॉ. एपीजे अब्दुल कलाम : अरुण कुमार तिवारी

लेख

किरण वकाडीकर

डॉ. अब्दुल कलाम यांचे काही फोटो

www.ingramcontent.com/pod-product-compliance
Lightning Source LLC
LaVergne TN
LVHW042257051026
849519LV00011B/490
* 9 7 8 9 3 7 4 7 6 9 0 2 7 *